சமர்க்களம்

சமர்க்களம்

கலைச்செல்வி

எதிர் வெளியீடு

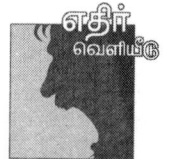

சமர்க்களம்

கலைச்செல்வி

முதல் பதிப்பு: ஜூலை 2024

எதிர் வெளியீடு,
96, நியூ ஸ்கீம் ரோடு, பொள்ளாச்சி – 642 002
தொலைபேசி: 04259 226012, 99425 11302

விலை: ரூ. 275

SamaRkkaLam
Kalaiselvi

Copyright © Kalaiselvi
First Edition: July 2024

Published by
Ethir Veliyeedu, 96, New Scheme Road, Pollachi – 2
Email: ethirveliyedu@gmail.com
www.ethirveliyeedu.com

ISBN: 978-81-19576-22-7
Cover Design: Lark Bhaskaran
Printed at Jothy Enterprises, Chennai.

All rights reserved. No part of this book may be reprinted or reproduced or utilised in any form or by any electronic, mechanical or other means, now known or hereafter invented, including Photocopying and recording, or in any information storage or retrieval system, without permission in writing from the Publisher.

கலைச்செல்வி

நெய்வேலியில் பிறந்து திருச்சியில் வசிக்கும் பொதுப்பணித்துறை ஊழியரான இவர் இதுவரை 'வலி', 'இரவு', 'சித்ராவுக்கு ஆங்கிலம் தெரியாது', 'மாயநதி', 'கூடு' ஆகிய ஐந்து சிறுகதைத் தொகுப்புகளையும் 'சக்கை', 'புனிதம்', 'அற்றைத்திங்கள்', 'ஆலகாலம்', 'ஹரிலால் த/பெ மோகன்தாஸ் கரம்சந்த் காந்தி', 'தேய்புரி பழங்கயிறு' ஆகிய ஆறு நாவல்களையும் எழுதியுள்ளார். 'காந்தியைத் தவிர காந்தியை வேறு யாரால் கொல்ல முடியும்?' (2024) என்பது இவரது முதலாவது கட்டுரை நூல். 'சமர்க்களம்' (2024) இவரது ஆறாவது சிறுகதைத் தொகுப்பு.

சமர்ப்பணம்

இன்றும் நம்பிக்கையோடு வாழும் காந்தியர்களுக்கு...

பொருளடக்கம்

கலைச்செல்வியின் கதைகள் – இரண்டு பின்னல்கள் 09
– பாவண்ணன்

என்னுடைய காந்தி 19

கதைகள்

1. முகத்துவார நதி 25
2. மிலியின் சகோதரன் 46
3. ஆடல் 67
4. புளகிதம் 81
5. சமர்க்களம் 96
6. உதிர்ந்த இலை 114
7. ரொட்டியும் கல்லும் 130
8. ஒளியின் நிழல் 149
9. தங்க நொடிகள் 178

கலைச்செல்வியின் கதைகள் – இரண்டு பின்னல்கள்

– பாவண்ணன்

சில ஆண்டுகளுக்கு முன்பு பெங்களூரில் ஒரு கண்காட்சிக்குச் சென்றிருந்தேன். பல நூற்றாண்டுகளைக் கடந்து இன்றும் பேசுபொருளாக விளங்கும் புகழ்பெற்ற ஓவியங்களின் புகைப்படங்கள் அங்கு வைக்கப்பட்டிருந்தன. எல்லாமே பைபிள் கதைகளை மையமாகக் கொண்டவை. புதிய ஏற்பாடு, பழைய ஏற்பாடு சார்ந்த பல தருணங்களையே அந்த ஓவியங்கள் முன்வைத்திருந்தன. லியோனார்டோ டாவின்சி, மைக்கேல் ஏஞ்செலோ, பெலினி, எல் கிரெசோ என உலகப்புகழ் பெற்ற ஓவியக்கலைஞர்கள் தீட்டிய ஓவியங்கள் அவை. ஒருவகையில் உலக ஓவிய வரலாற்றை அந்தப் படங்களைக்கொண்டே ஒரு பார்வையாளரால் ஓரளவு புரிந்துகொள்ள முடியும். இருபது முதல் இருபத்தைந்து படங்கள் மட்டுமே போதிய இடைவெளியுடன் அந்தக் கூடத்தில் வைக்கப்பட்டிருந்தன.

ஆட்டுக்குட்டியை கையில் ஏந்தியிருக்கும் இயேசு, கன்னிமேரி ஏந்தியிருக்கும் குழந்தை இயேசு, மார்த்தா வீட்டு விருந்துக்குச் செல்லும் இயேசு, தச்சுவேலையில் ஈடுபட்டிருக்கும் தந்தைக்கு அருகில் நிற்கும் சிறுவன் இயேசு, கல்வாரி மலையில் சிலுவையை சுமந்து நடக்கும்போது தடுமாறி விழும் இயேசு, சீடர்களுடன் இறுதிவிருந்தில் கலந்துகொள்ளும் இயேசு, சிலுவையில் அறையப்பட்டு தொங்கும் இயேசு என எல்லாமே இயேசுவை மையமாகக்

கொண்ட ஓவியங்கள். பைபிள் கணங்களையே ஓவியர்கள் ஓவியங்களாகத் தீட்டியிருந்தார்கள். ஒவ்வொரு ஓவியத்துக்கும் பின்னணியாக ஒரு கதை இருந்தது.

எல்லா ஓவியங்களையும் பார்த்த பிறகு கூட, அந்தக் கண்காட்சிக் கூடத்தைவிட்டு வெளியே வரவே மனசில்லை. இன்னொரு சுற்று நடந்து ஒவ்வொரு படத்தையும் மீண்டும் பார்த்தேன். இயேசுவின் கண்களில் நிறைந்திருக்கும் கருணையையும் அமைதியையும் பார்க்கப்பார்க்க மனம் நெகிழ்ந்தபடியே இருந்தது. இறைவனே மானுடனாகப் பிறந்து தமக்குச் சேவை செய்வதை உணராமல், அவரைக் கொல்ல அதிகாரச் செருக்குடன் சிலுவையைச் சுமக்க வைத்து அழைத்துச் செல்லும் கொடுமையை முகம் சுளிக்காமல் பார்க்க முடியவில்லை. ஒருசில கணங்களில் மனிதர்கள் எந்த அளவுக்கு அற்பத்தனமாக நடந்துகொள்கிறார்கள் என நினைத்தபோது வேதனையாக இருந்தது. ஒருபக்கம் அன்பே உருவாக இயேசு. மறுபக்கம் அவரைக் கொல்வதையே தலையாய கடமையெனக் கொண்ட மானுடர். ஒரு கலைஞன் இந்தக் கொடுமையை எங்கு போய்ச் சொல்லமுடியும்? தனக்குத் தெரிந்த கலை வழியாக அதை வெளிப்படுத்துவது மட்டுமே அவனுக்குத் தெரிந்த ஒரே வழி. அதைத்தான் அந்த ஓவியர்கள் நூற்றாண்டு காலமாகத் தொடர்ந்து செய்து வந்திருக்கிறார்கள்.

வீட்டுக்குத் திரும்பி வரும்போதும் கூட அந்த ஓவியங்களையே நினைத்துக்கொண்டு வந்தேன். ஏற்கெனவே பைபிளில் இருக்கும் செய்திதானே என அந்த ஓவியர்கள் நினைக்கவில்லை. அச்செய்திக்கு ஒரு கலைவடிவம் கொடுத்து காலத்தில் நிரந்தரமாக்கிவிட்டனர் அவர்கள். ஒருவரல்லர், இருவரல்லர், உலகெங்கும் நூற்றுக்கணக்கான ஓவியர்கள் அக்கணங்களை மீண்டும் மீண்டும் தீட்டியிருக்கிறார்கள்.

எந்த நாடாக இருந்தாலும் சரி, எப்படிப்பட்ட மொழி பேசும் சூழலாக இருந்தாலும் சரி, அடிப்படையான சில உண்மைகள் ஒருபோதும் மாறாதவை. அவற்றை மீண்டும் மீண்டும் மானுடச் சமூகத்துக்கு நினைவூட்டியபடியே இருக்கவேண்டியிருக்கிறது. இயேசு ஓவியங்கள் மீண்டும் மீண்டும் தீட்டப்பட்டு, மீண்டும் மீண்டும் பார்வையாளர்கள் முன்னால் வைக்கப்படுவதற்கு அதுதான் காரணமாக இருக்கவேண்டும்.

ஓவியங்கள் மட்டுமல்ல, பைபிள் தருணங்கள் கதைகளாகவும் உலகெங்கும் மீண்டும் மீண்டும் எழுதப்பட்டுவந்திருக்கின்றன. ஒவ்வொரு தலைமுறையிலும் யாராவது ஒரு எழுத்தாளர் அவற்றை புதிய தலைமுறை வாசகர்களை நோக்கி முன்வைத்தபடியே இருக்கிறார். பொதுச் சமூகம் சொந்தமாக வாசித்து அறியும் பழக்கத்துக்கு வந்ததுமே லியோ தல்ஸ்தோய் ரஷ்ய மொழியில் சிறுவர்களுக்கான பைபிள் கதைகளை எழுதினார். இந்தியாவிலும் இத்தகு கதைத்தொகுதிகள் வெளிவந்து ஏராளமான வாசகர்களைச் சென்றடைந்தன. புத்தர் வாழ்க்கை சார்ந்த கருத்துகளும் இத்தகு கலை முயற்சிகள் வழியாகவே தலைமுறை தலைமுறையாக மனிதர்களிடையில் இன்றுவரை நீடித்துவருகின்றன.

தமிழ்ச்சூழலிலும் இத்தகு தொடர் கலைமுயற்சிகளுக்கான எடுத்துக்காட்டுகள் உண்டு. இரண்டாயிரம் ஆண்டுகளாக திருக்குறள் நம் சமூகத்தில் நீடித்திருக்கும் வழிவகைகளைத் தொகுத்துப் பார்த்தால் அது புரியும். தொடக்கத்தில் திருக்குறள் கருத்தை மையமாகக் கொண்ட தனிப்பாடல்கள் உருவாகின. பிறகு ஓவியங்களும் சிற்பங்களும் உருவாகின. கடந்த நூற்றாண்டில் மேடையுரைகளில் குறள்வழிக் கருத்துகள் முன்வைக்கப்பட்டன. பொது இடங்களிலும் பொதுப் பேருந்துகளிலும் திருக்குறள் வரிகள் எழுதிவைக்கப்பட்டன. 'அன்பும் அறனும் உடைத்தாயின் பண்பும் பயனும் அது' எனத் திருமண அழைப்பிதழ்களை அச்சிட்டு வழங்கும் பழக்கம் இன்று நிலைத்துவிட்டது. நிலைத்த உண்மைகள் என்றபோதும், புதிய தலைமுறைகளின் ஆழ்நெஞ்சில் பதியும்வண்ணம் மீண்டும் மீண்டும் தெரிவிக்கவேண்டிய தேவை இருக்கிறது.

கலைச்செல்வி எழுதியிருக்கும் காந்தி கதைகளின் தொகுதிக்கான முன்னுரையில் இந்தச் செய்திகளையெல்லாம் குறிப்பிடுவதற்கு ஒரு காரணம் இருக்கிறது. காந்தியடிகள் மறைந்து எழுபத்தைந்து ஆண்டுகள் ஓடிவிட்டன. காந்தியடிகளின் பெயரை மட்டுமே அறிந்த புதிய தலைமுறையினர் இன்று வாழ்கிறார்கள். நடைமுறை ஆதாயங்களுக்காக காந்தியப் பாதையிலிருந்து விலகி வாழ்ந்ததால் நாம் இழந்தது அதிகம் என நினைத்துக் குற்ற உணர்வு கொள்பவர்களும் இருக்கிறார்கள். காந்தியக் கருத்துகளைச் செல்லாக்காசுகள் என்று எள்ளி நகையாடுகிறவர்களும் இன்று நம்மிடையில் இருக்கிறார்கள். இப்படிப்பட்ட சூழலில் நம் சூழலை நோக்கி காந்திய விழுமியங்களை முன்வைக்கவேண்டிய

அவசியம் இருக்கிறது. நுண்ணோக்கி வழியாகப் பார்க்கும் ஓர் ஆய்வாளரைப்போல நம் புரிதல்களின் எல்லையை விரித்தறிய காந்தியடிகள் சந்தித்த நெருக்கடியான தருணங்களை ஆய்வுக்குட்படுத்தி புதிய இடைவெளிகளைக் கண்டடையவேண்டியிருக்கிறது. அவற்றின் வழியாகப் புதிய உண்மையை உணர்ந்துகொள்ள வேண்டியிருக்கிறது.

எழுத்தாளர் கலைச்செல்வி தம் இடைவிடாத வாசிப்பின் வழியாக காந்தியடிகளின் நடவடிக்கைகளைக் கண்முன்னால் நடைபெறும் ஒரு காட்சியை உற்றுப் பார்ப்பதுபோல ஆர்வத்துடன் பார்க்கிறார். கதைக்குப் பொருத்தமான கணங்களை ஆர்வத்துடன் தேர்ந்தெடுத்துக்கொள்கிறார். காந்தியடிகளை மட்டுமல்ல, காந்தியடிகளைச் சுற்றி எப்போதும் இருந்த பல்வேறு ஆளுமைகளின் வாழ்க்கை வரலாற்றையும் படித்துத் தேர்ந்திருக்கிறார். அதனால் காந்தியடிகளின் ஒவ்வொரு நடவடிக்கையையும் குறிப்பிடும்போது, அந்த நேரத்தில் அவரோடு இருந்தவர்கள் யார்யார் என்கிற விவரங்களை எல்லாம் துல்லியமாக அளிக்கிறார். அந்தப் புரிதல், காட்சியமைப்புக்கும் உரையாடல் அமைப்புக்கும் மிகுந்த உதவியாக இருக்கிறது. உடனடியாக ஒரு நம்பகத்தன்மையை அளிக்கிறது.

பயிற்சி வழக்கறிஞர்கள் பழைய வழக்குப்பதிவுகளை எடுத்துப் படிக்கும்போது ஒரு புதிய வெளிச்சத்தைக் கண்டு பரவசம் கொள்வதுபோல இச்சிறுகதைகளை எழுதும் தருணங்களில் கலைச்செல்வியும் ஒருசில இடங்களில் பரவசம் கொண்டிருப்பார் என்பதை உறுதியாகச் சொல்லமுடியும். அந்தப் பரவசம் எதிர்காலத்தில் அவர் பெறப் போகும் பல விருதுகளைவிடப் பெரிய ஒன்று. அது இவ்வுலகில் ஒருவராலும் அளிக்கமுடியாத ஒன்று. மிகப்பெரிய தரிசனம்.

தி.சு. அவினாசிலிங்கம் 'நான் கண்ட காந்தி' என்றொரு நூலை எழுதியிருக்கிறார். காந்தியடிகளோடு பழகிய நினைவுகளை அதில் பதிவு செய்துள்ளார். காந்தியடிகளின் தென்னாப்பிரிக்க ஆசிரமத்தில் கஸ்தூர் பா வுடன் நெருங்கிப் பழகும் வாய்ப்பைப் பெற்ற மிலி கிரகாம் போலக் காந்தியடிகளோடு பழகிய நினைவுகளை ஒரு புத்தகமாக வெளியிட்டுள்ளார். இப்படி உலகெங்கும் வசிக்கும் நூற்றுக்கணக்கான ஆளுமைகள் காந்தியடிகளோடு பழகிய நினைவுகளை நூலெழுதிப் பதிவு செய்துவிட்டுச் சென்றிருக்கின்றனர். காந்தியடிகளின் மறைவுக்குப்

பிறகு பிறந்த தலைமுறையைச் சேர்ந்தவர்கள் நாம். நமக்கு இந்த நூல்கள் வழியாகத் திரண்டெழும் உருவமே காந்தியடிகள். அவர் வாழ்ந்த காலத்தில் அவருக்கு அருகில் வாழ்ந்த மற்றவர்களைவிட, அவரைச் சீர்தூக்கிப் பார்த்து புரிந்துகொள்வதற்கு நமக்கு வாய்ப்புகள் அதிகம். கலைச்செல்வி அத்தகு வாய்ப்புகளைத் தேடிக் கண்டடைகிறார். கதைத்தருணத்தை ஒட்டி முன்னும் பின்னுமான உரையாடல்களை அமைத்து கதையைப் பின்னிச் செல்கிறார். அவருடைய படைப்பாளுமை அத்தருணத்தைக் கொஞ்சம்கொஞ்சமாக ஒரு படிமமாக மாற்றி இலக்கியவெளியில் நிலைநிறுத்துகிறது.

இத்தொகுதியில் மிகமுக்கியமான ஒரு சிறுகதை 'முகத்துவார நதி'. காந்தியடிகள் இந்தியாவுக்கு வந்த பிறகு முதன்முதலாக அவுரித்தொழிலாளர்கள் உரிமைக்காக நடத்திய சம்பாரண் சத்தியாகிரகத்தை ஒட்டிய சிறுகதை. லட்சுமணபுரியில் நடைபெற்ற காங்கிரஸ் மாநாட்டில் கலந்துகொள்வதற்காக காந்தியடிகள் வருவதும் மாநாட்டில் அவரைச் சந்திக்கும் ராஜ்குமார் சுக்லா அவரிடம் அவுரி விவசாயிகளின் துயரங்களை எடுத்துரைப்பதுமான காட்சியிலிருந்து கதை தொடங்குகிறது. அவர் விவசாயத்தில் ஈடுபட்டிருக்கும் எல்லா விவசாயிகளையும் சந்தித்து உரையாடி தகவல் சேகரிக்க முனைகிறார். காவல்துறை அவரைத் தடுத்துக் கைது செய்கிறது. அவரை நீதிமன்றத்துக்கு அழைத்து விசாரணை செய்யும் நீதிபதி அவருடைய வாதத்தைக் கேட்ட பிறகு அவர் மீது விதிக்கப்பட்ட தடையை விலக்குவதோடு கதை முடிவடைகிறது. "என்னுடைய நாட்டில் நான் எங்கு போகவேண்டும், எங்குபோகக்கூடாது என்பதை ஒருசில ஆங்கிலேய அதிகாரிகள் முடிவெடுத்து எனக்கு உத்தரவிட முடியாது" என்ற எண்ணம் கொண்ட காந்தியடிகள் தம் வேலைகளில் தொடர்ந்து ஈடுபடுகிறார்.

இது வரலாற்றில் நடைபெற்ற நிகழ்ச்சி. ஆனால் கலைச்செல்வி இந்த நிகழ்ச்சியை மட்டும் முன்வைக்கவில்லை. இத்துடன் பொருத்தமான வேறொரு கதையையும் இணைத்துக்கொள்கிறார். மூன்று சகோதரிகளை அடுத்துப் பிறந்த இளைஞன் கங்காதர். வீட்டில் அவனுக்குத் திருமணம் முடிவுசெய்கிறார்கள். சகோதரிகள் அனைவரும் இளம்விதவைகள். வீட்டோடு இருப்பவர்கள். மிகச்சிறிய வீட்டில் இவர்களுக்கிடையில் புதுமணப்பெண்ணோடு இல்வாழ்க்கை நடத்த கங்காதருக்கு விருப்பமில்லை. ஆனால்

அச்சம் காரணமாக அவரால் யாரிடமும் தன் மனத்திலிருப்பதை வெளிப்படையாகச் சொல்லமுடியவில்லை. அதனால் மணப்பெண்ணிடமும் சொல்லாமல் சகோதரிகளிடமும் சொல்லாமல் வீட்டைவிட்டு வெளியேறி சம்பாரணுக்கு வந்து காந்தியடிகளைச் சந்திக்கிறார்.

காந்தியடிகளின் இடத்தில் வேறு எந்தத் தலைவர் இருந்தாலும் அவரை வரவேற்று போராடும் குழுவோடு இணைத்துக்கொள்வதுதான் உடனடியாக நிகழ்ந்திருக்கும். அதுதான் இயற்கை. ஆனால் காந்தியடிகள் அவரிடம் விசாரணை நடத்துகிறார். அவரைப் பற்றிய விவரங்களைத் தெரிந்துகொள்கிறார். வாழ்விழந்த சகோதரிகளுக்கு நடுவில் வாழ விரும்பாமல் வெளியேறிய அந்த இளைஞனுடைய நிலைபாட்டை அவர் பாராட்டவில்லை. மூன்று பெண்களுக்காக நான்காவதாக ஒரு பெண்ணை பலி கொடுத்துவிட்டதாகவே சொல்கிறார் காந்தியடிகள். எங்கு செல்லவேண்டும், எங்கு செல்லக்கூடாது என முடிவெடுக்கிற உரிமை தன்னைப் போலவே அந்த இளைஞனுக்கும் இருக்கிறது என்பது காந்தியடிகளுக்குத் தெரியாத விஷயமல்ல. ஆனால் அந்த இளைஞர் தன் முடிவை ஒரு ஆவேசத்தின் வெளிப்பாடாகச் செயல்படுத்தினாரே தவிர. விரிவான கலந்துரையாடலின் விளைவாகத் தன் முடிவை அவர் அடையவில்லை.

முகத்துவார நதியில் எப்போதும் வண்டல் புரண்டுவரும். நதியோடு வந்து ஒதுங்கும் வண்டல் அருகிலிருக்கும் பள்ளத்தை மேடாக்கும். மேட்டையும் பள்ளமாக்கும் என்பதை நாம் புரிந்துகொண்டால் தன்னை நாடிவரும் ஒவ்வொருவரையும் புடம்போட்ட தங்கமாக மாற்றுகிற காந்தியடிகளையும் புரிந்துகொள்ளமுடியும். சம்பாரண் சத்தியாகிரகப் போராட்டத்தையும் கங்காதரின் மனப்போராட்டத்தையும் ஒரு கோட்டில் கொண்டுவந்து நிறுத்துகிறார் கலைச்செல்வி. இனி, எந்தப் பயணத்தில் ஒரு நதியின் முகத்துவாரத்தைப் பார்க்க நேர்ந்தாலும் காந்தியடிகளை நம் மனம் ஒருகணம் நினைத்துப் பார்த்துக்கொள்ளும். கலைச்செல்வியும் நினைவுக்கு வருவார்.

'முகத்துவார நதி' படிமத்தைப்போலவே கலைச்செல்வி கண்டுபிடித்திருக்கும் மற்றொரு புதிய படிமம் 'உதிர்ந்த இலை'. இந்தியாவை இரு துண்டுகளாகப் பிரித்து சுதந்திரநாள் அறிவிக்கப்பட்டுவிட்டது. தலைநகரமான தில்லியில்

கொண்டாட்டத்துக்கான ஏற்பாடுகள் நடைபெறுகின்றன. அதே சமயத்தில் கல்கத்தாவில் மதக்கலவரம் வெடித்து நூற்றுக்கணக்கானோர் கொல்லப்படுகின்றனர். அங்கே அமைதியை நிலைநாட்டும் பொருட்டு தம் நண்பர்களுடன் கலவர பூமியை நோக்கிப் பயணத்தை மேற்கொள்கிறார். பிரதமராகப் பொறுப்பேற்க இருக்கும் நேரு, அத்தருணத்தில் காந்தியடிகள் தில்லியில் இருக்கவேண்டும் என்னும் ஆவல் கொண்டவராக உள்ளார். அவர் அனுப்பிவைக்கும் சிறப்புத்தூதுவர் தில்லியிலிருந்து கலவர பூமிக்குச் சென்று காந்தியடிகளைச் சந்தித்து நேருவின் அழைப்பைத் தெரிவிக்கிறார். காந்தியடிகள் அதற்கு உடன்பட மறுக்கிறார். அங்கிருக்கும் போராட்டக்காரர்களிடமிருந்து நல்லிணக்கமாக வாழும் உறுதிமொழியைப் பெறாமல் தில்லிக்குத் திரும்பமுடியாது என தெரிவித்துவிடுகிறார். தன்னைத் தேடி வந்த தூதுவரை வழியனுப்புவதற்காக வாசல் வரைக்கும் வரும் காந்தியடிகள் அப்போது மரத்தடியில் உதிர்ந்து விழுந்திருந்த ஓர் இலையைக் குனிந்து எடுத்து தன் அன்பளிப்பாக நேருவிடம் கொடுத்துவிடுமாறு சொல்லி அனுப்புகிறார்.

அக்கணமே உதிர்ந்த இலைக்கு ஒரு படிமத்தன்மை படிந்துவிடுகிறது. கலவரத்தில் உயிர்துறந்த அப்பாவிகள் அனைவரும் ஒருவகையில் உதிர்ந்த இலைகளே. தனக்கு எது முக்கியம் என்பதை இப்படி எளிமையான முறையில் சுட்டிக்காட்டும் உள்ளம் கொண்டவராக இருக்கிறார் காந்தியடிகள். நேருவுக்கும் அதைப் புரிந்துகொள்ளும் மனம் இருக்கிறது. அந்தக் கதையை வாசித்த கணத்திலிருந்து எந்த மரத்தடியில் உதிர்ந்திருக்கும் இலையைப் பார்த்தாலும், எனக்கு ஒரு கணம் காந்தியடிகளின் நினைவும் மதக்கலவரத்தின் நினைவும் வந்துபோவது வழக்கமாகிவிட்டது. இதற்கு முன்பு குமாரன் ஆசான் எழுதிய வீழ்ந்த பூ கவிதை (வீண பூவ்) நினைவுக்கு வருவது வழக்கம். இப்போது காந்தியடிகளும் கலைச்செல்வியும் சேர்ந்துகொண்டனர்.

தொகுப்பில் இன்னொரு முக்கியச் சிறுகதை 'ஆடல்'. கஸ்தூர் பா, காந்தியடிகளின் இல்லறவாழ்க்கையில் ரகசியத்துக்கே இடமில்லை. திருமணமான தொடக்க ஆண்டுகளைத் தவிர, தென்னாப்பிரிக்காவுக்குப் பயணமான நாள்முதல் ஆகாகான் சிறையில் இறந்துபோனது வரை எல்லாமே வெளிப்படையாகவே உள்ளன. தென்னாப்பிரிக்காவுக்குச் சென்ற நாள்முதல் அவருடைய வாழ்க்கை முழுக்கமுழுக்க ஆசிரம வாழ்க்கையாகவே

கலைச்செல்வியின் கதைகள் – இரண்டு பின்னல்கள் ✱ 15

உள்ளது. கோச்ரப் ஆசிரமம், சபர்மதி ஆசிரமம், வார்தா ஆசிரமம், தில்லி என எல்லா இடங்களிலும் அவ்விருவருடைய வாழ்க்கையும் திறந்த புத்தகமாகவே இருக்கிறது. அவரைச் சுற்றி ஏராளமானவர்கள் எப்போதும் நிறைந்திருக்கின்றனர். இருவரும் எப்படிப் பழகினார்கள், என்னென்ன பேசிக்கொண்டார்கள் என அனைத்தும் பிறர் பார்வையில் பதிவாகிக் கிடக்கின்றன. ஆனாலும் நம் சூழலில் பலர் இருவருக்கும் இடையில் எண்ணற்ற கருத்து வேறுபாடுகள் இருந்தது போன்ற ஒரு கற்பிதத்தை உருவாக்கி, தொடர்ந்து அதைப்பற்றியே உரையாடி ஒரு மாயச்சித்திரத்தை எழுப்புவார்கள். கலைச்செல்வி தன் ‘ஆடல்’ சிறுகதையின் வழியாக அந்த மாயச்சித்திரத்தைக் கலைந்துபோகச் செய்கிறார்.

துப்பாக்கிக்குண்டுக்கு இரையாகி காந்தியடிகள் கீழே சரிந்த கடைசிக் கணத்தை தன் கதைக்கான பின்னணியாக எடுத்துக்கொண்டிருக்கிறார் கலைச்செல்வி. காந்தியடிகளின் நெஞ்சிலிருந்து ரத்தம் வெளியேறுகிறது. அவர் கண்கள் மேலே பார்க்கின்றன. அவருக்கு மூச்சுவிடச் சிரமமாக இருக்கிறது. வானத்தைப் பார்க்கும் அவர் கண்கள் மேகத் திரளுக்கு நடுவில் தன் மனைவி கஸ்தூரின் முகத்தைப் பார்ப்பதாகவும் இருவரும் உரையாடிக்கொள்வதுமாக கதையைக் கட்டமைத்திருக்கிறார் கலைச்செல்வி. அந்த உரையாடலில் இன்று ஒருவர் காந்தி - கஸ்தூர் இல்வாழ்க்கையில் நிகழ்ந்ததாக நம்பி பொதுவெளியில் பேசிக்கொள்கிற எல்லா ஐயங்களையும் தொகுத்துக் கேள்வி பதில்களாகக் கட்டமைத்து, அவற்றின் புதிர்களை விடுவிக்கிறார்.

ஒரு கட்டத்தில் காற்றில் கஸ்தூரின் முக்காடு விலகிவிடுகிறது. அதைச் சுட்டிக்காட்டிச் சரியான மறைத்துக்கொள்ளுமாறு சொல்கிறார் காந்தியடிகள். அவர் மகாத்மாவாக இருந்தாலும் ஓர் ஆணாகவே இருப்பதைச் சற்றே கேலியுடன் சுட்டிக் காட்டிப் பேசுகிறார் கஸ்தூர். தொடர்ந்து நிகழும் உரையாடலில், அடுத்த பிறவியிலும் தன்னோடு இருக்க கஸ்தூருக்கு விருப்பம் இருக்கிறதா என காந்தி கடைசியாக ஒரு கேள்வி கேட்கிறார். அதற்கு விருப்பம் இருப்பதாகத் தெரிவிக்கிறார் கஸ்தூர். வாழ்நாளெல்லாம் கசப்பை அளித்தவராக கஸ்தூர் கருதியிருந்தால், அக்கேள்விக்கு எதிர்மறையான பதிலை அவர் அளித்திருக்கலாம். ஆனால் அதை விடுத்து, அவர் ஏன் அடுத்த பிறவியிலும் மனைவியாக வாழ விருப்பமென்று தெரிவிக்க வேண்டும் என்பதை நாம்

யோசிக்கவேண்டும். 'இம்மை மாறி மறுமையாயினும் நீயாகியர் என் கணவனை யானாகியர் நின் நெஞ்சு நேர்பவளே' என்னும் குறுந்தொகை வரி ஒருகணம் நினைவுக்கு வந்து போகிறது.

கஸ்தூர் - காந்தி உரையாடல்களில் இந்தக் கடைசிக் கேள்வி பதில் மிகமுக்கியமானது. இருவருடைய வாழ்க்கையிலும் பிணக்கு போலத் தோற்றமளித்த எதுவும் உண்மையில் பிணக்கே அல்ல, அது ஒரு தோற்றப்பிழை என உணரவைத்துவிடுகிறது. நிகழும் விவாதங்களும் கசப்புகளும் ஒருபோதும் அடிப்படை அன்பின் பிடியிலிருந்து விலகாதபடி அவர்கள் வைத்துக்கொண்டார்கள். சிற்சில சமயங்களில் நாம் வைத்திருக்கும் அளவுகோல்கள் பயனற்றவை என்பதை சூழல் நம்மை உணரச் செய்துவிடுகிறது. அது இயற்கையின் ஆடல்.

இத்தொகுப்பில் ஒன்பது கதைகள் உள்ளன. ஒன்பது கதைகளிலும் காந்தியடிகளின் வாழ்க்கைக்காட்சிகள் முன்பின்னாக அடுக்கிவைக்கப்பட்டிருக்கின்றன. அசல் பாத்திரத்துக்கு நிகராகக் கதைப்பாத்திரமும் வரலாற்றை ஊடுருவி உலவுகின்றனர். நவகாளி யாத்திரையை முன்வைத்துப் புளகிதம், சமர்க்களம் என இரு கதைகளை எழுதியிருக்கிறார் கலைச்செல்வி. இரண்டுமே 'கரணம் தப்பினால் மரணம்' கதைகள். இரு கதைகளையும் இருநூறு விழுக்காடு கவனத்தோடும் கூர்மையோடும் ஒரே ஒரு சொல் கூடப் பிசகிவிடாதபடி எழுதியிருக்கிறார் கலைச்செல்வி. வெள்ளப்பெருக்கில் படகை ஓட்டிக்கொண்டு வருவதுபோல மிகவும் லாகவமாகக் கதையைத் தொடங்கி அழகாகக் கொண்டுசெல்கிறார்.

வசுமதி என்பது ஓர் ஆற்றின் பெயர். அந்த ஆற்றங்கரையோரத்துக் கிராமங்களில் மதக்கலவரம். ஏராளமானவர்கள் இறந்துவிட்டார்கள். வியாபாரத்துக்கு எங்கோ வெளியூருக்குச் சென்றிருந்தவன் எல்லாவற்றையும் பார்த்துச் சீற்றம் கொள்கிறான். பிணங்களைப் பார்க்கும்போது அல்லது அதைப்பற்றிய செய்தியைக் கேள்விப்படும்போது கரையில் முன்பொருமுறை மீன்கள் செத்து கரையொதுங்கிக் கிடந்த காட்சியை நினைத்துக்கொள்கிறான். அந்தக் காட்சிகள் அவனை விசை கொண்டவனாக்குகிறது. கைக்குக் கிடைத்த ஒரு பழைய துப்பாக்கியை எடுத்துக்கொண்டு காந்தியடிகளைச் சுடும் திட்டத்தோடு கிராமத்தைவிட்டுப் புறப்படுகிறான். புளகிதம் என்னும் சிறுகதை இப்படித்தான் தொடங்குகிறது. அவனுடைய

பயணத்தை பல்வேறு காட்சித்தொகைகளின் பயணம் என்றே சொல்லவேண்டும். எல்லாமே சிறுசிறு சித்திரிப்புகள். அனைத்தும் சிறப்பாகவே அமைந்துள்ளன.

காந்தியடிகளை ஆய்வு செய்வது என்பது ஒரு பின்னல். அவர் காலத்து மனிதர்களையும் சூழலையும் ஆய்வு செய்வது என்பது இன்னொரு பின்னல். இரண்டையும் அழகாகப் பின்னிப்பின்னி ஒவ்வொரு கதையையும் நகர்த்திச் செல்கிறார் கலைச்செல்வி. இத்தனை ஆண்டுகளாக பல்வேறு நாவல்களையும் சிறுகதைகளையும் எழுதி எழுதி கைவரப் பெற்ற திறமை அவருக்கு மிகவும் உதவியாக இருக்கிறது.

கலைச்செல்விக்கு என் வாழ்த்துகள்.

என்னுடைய காந்தி

காந்தி அவர்களைக் குறித்து கதை அல்லது கதைகள் எழுத வேண்டும் என்ற எந்தத் திட்டமோ நோக்கமோ இல்லாமலேயே அவரைப் பற்றி எழுதத் தொடங்கியிருந்தேன். அது எனது 'ஆலகாலம்' என்ற நாவலில் காந்தியை ஒரு கதாபாத்திரமாக எடுத்துக் கொண்டதிலிருந்து தொடங்கியிருந்தது. இரண்டு வருட காலத்தில் *ஹரிலால் S/o மோகன்தாஸ் கரம்சந்த் காந்தி*, *தேய்புரி பழங்கயிறு* என்ற இரண்டு நாவல்கள், *காந்தியைத் தவிர காந்தியை யாரால் கொல்ல முடியும்?* என்ற கட்டுரைத் தொகுப்பு, தவிரவும் சிறுகதைகளென மளமளவென்று என்னை எழுத வைத்தது. இவ்வளவு எழுதிய பிறகும் கூட எதுவும் குறைந்து விடவில்லை என்பது ஆச்சர்யமான ஒன்றுதான். எதுவும் எனில், அவரைப் பற்றிய தகவல்களும் சரி, அவர் மீதான அபிமானமும் சரி எதுவும் குறைந்துவிடவில்லை. ஒரு மனிதனின் வாழ்வு இத்தனை விரிவு பெற்றிருக்குமா... என்ன?

இன்று காந்தியைப் பற்றிப் பேசுவதே பாவம் என்பது போன்ற அரசியல் சூழல் நிலவுகிறது. அவரைப் பற்றிச் சிறிதளவும் அறிந்து கொள்ள விரும்பாமல் வெகு மேலோட்டமான கண்ணோட்டத்தோடு மூர்க்கமாக அவரை எதிர்ப்பது ஒரு அறிவுஜீவித்தனமான வாதமாக முன் வைக்கப்படுகிறது. காலாவதியான கருத்துகளுக்குச் சொந்தக்காரராகவும் அகிம்சை என்ற பிதற்றலை உச்சரித்துக் கொண்டே வன்முறை வழியில் இறந்து போனவர் என்றும் இந்துக்களின்

பலத்தை முடக்கிப் போட்டவர் என்றும் சனாதனி என்றும் தீண்டத்தகாதோராகச் சமூகத்தால் ஒடுக்கப்பட்டவர்களின் எதிரியாகவும் இந்துக்களின் துரோகியாகவும் இஸ்லாமியரின் எதிரியாகவும் தனித்தனிப் பிரிவுகளில் அவர் மீது வஞ்சம் கொள்பவர்களுண்டு.

உண்மையில் அவர் யார்தான்?

அவர் வன்முறையால் நிறைந்த ஒரு நூற்றாண்டுக்கு அகிம்சை கொள்கை வழியே மாற்று வழிகளைக் காட்டியவர். ஆயுதம் தாங்கிய கிளர்ச்சிக்குப் பதிலாக சாத்வீகம். துப்பாக்கிக்கு மாற்றாக வழிபாடு, கலவரத்துக்கு மாற்றாக நட்பான புன்னகை. அவரிடம் பகட்டான சொற்பிரயோகங்கள் இல்லை... வாய்ஜாலங்கள் இல்லை. அழைப்பு விடுக்கும் அங்க மொழிகளில்லை. வலுவான அகன்ற தோள்களில்லை. ஓங்கி ஒலிக்கும் குரல் வளமில்லை. அவர் பின்னே திரள்வோருக்கு அதிகாரம் பதவிகள் கிடைக்கும் என்ற உத்திரவாதங்கள் எதுவும் இல்லை. அவரும் எந்த அதிகாரப் பதவிகளையும் வகித்தவரில்லை. ஆனால் சுதந்திரப் போராட்டத்தின் மையம் அவராக இருந்தார்.

அவர் பணம் சம்பாதிக்கும் தொழிலை எப்போதோ துறந்து விட்டார். சொத்துகள் ஏதும் அவர் வசமில்லை. மேல்சட்டை உட்பட எதுவுமே அவரிடமில்லை. அவர் பொது வாழ்க்கைக்குள் தனி வாழ்க்கையை நிறுவிக் கொள்கிறார். பதிமூன்று வயதில் தொடங்கிய தாம்பத்திய வாழ்க்கையைத் தனது முப்பத்தேழாவது வயதில் முடித்துக் கொள்கிறார். ஆசிரமமே வீடு... அது அவரது குடும்பத்தார் உட்பட எல்லோருக்குமானது. அதேநேரம் அங்கு தங்கியிருப்பது அத்தனை எளிதான விஷயமுமன்று. கட்டாந்தரையில் படுக்க வேண்டியிருக்கும். ருசியற்ற உணவு, சமையல் முதல் கழிப்பறை சுத்தம் வரை எல்லா வேலைகளையும் எல்லோரும் சுழற்சி முறையில் செய்ய வேண்டியிருக்கும். கழிப்பறை சுத்தம் செய்தல் என்பது சாதிப் பின்னல்களால் கட்டப்பட்ட இந்தியாவில் சாதியப் பாகுபாட்டுக்குள்ளிருப்பது என்பதையும் கருத்தில்கொள்ள வேண்டும். அவர் தென்னாப்பிரிக்காவில் உருவாக்கிய ஃபோனிக்ஸ், டால்ஸ்டாய் பண்ணை முதல் இந்தியாவில் நிறுவிய ஆசிரமங்கள் வரை அடுத்ததாக அவர் செய்யவிருந்த அரிசன முன்னேற்றப் பணிகளுக்கான முன்னோடி நடவடிக்கையாக அமைந்தன என்றும் கூறலாம். அவர் தொடங்கிய ஆசிரமங்கள் விவசாயம், கைத்தொழில் என்ற கடின உழைப்புக்கு

அடிகோலின. அவை அவர் கட்டமைக்க விரும்பிய இந்தியாவின் மாதிரி வடிவம். உலகம் இவற்றைக் கற்றுக்கொள்ள வேண்டும் என்று விரும்பினார்.

அவரைப் பின்பற்றுவோர் உடுத்தும் கரடுமுரடான கதர் உடுப்பைப் போல அவர்களின் வாழ்க்கையும் கடினமாகிவிடலாம். அவர்கள் ஜெயில் தண்டனை உட்பட எல்லாத் தியாகத்துக்கும் தயாராகி விட வேண்டும். இயேசு கூறியதைப் போல ஒரு கன்னத்தில் அறை வாங்கிக் கொண்டால் மறு கன்னத்தை அடிப்பதற்கு வாகாகத் திருப்பிக் காட்ட வேண்டும். இது கடினமானது, நிதர்சனத்திலிருந்து விலகியிருப்பது என்றாலும் அவரிடம் மக்களைத் தன் பக்கம் திரும்பிக்கொள்ளும் மந்திரசக்தி இருந்தது.

அவர் பயணங்களின் வழியே இந்தியாவை குறுக்கும் நெடுக்குமாக அளக்கிறார். இதன் மூலம் இந்தியாவின் பல்வேறுபட்ட மதங்கள், மொழிகள், சாதிப்பின்னல்கள், வாழ்க்கைமுறைகள், கலாச்சாரம், பழக்கவழக்கம், வழிபாடுகள் போன்றவற்றோடு இங்கு நிலவும் பொருளாதாரச் சூழல், சுகாதாரப் பிரக்ஞை போன்றவற்றையும் அறிந்துகொள்கிறார். செல்லுமிடங்கள்தோறும் அவருக்குப் பெருத்த வரவேற்பு. மக்கள் அவரை மகாத்மாவாக ஏற்றுக் கொள்கிறார்கள். மனிதனை அடுத்த நிலைக்கு எடுத்துச் செல்லும்போது வாழும் கடவுளாக வழிபடத் தொடங்கிவிடுவது இயல்பு. ஆனால், அவர் பிடிவாதமானவர். அதை முற்றிலுமாக நிராகரிக்கிறார். மாறாக, எளிய மக்களைத் தேடிச் செல்கிறார். யார் வேண்டுமானாலும் எப்போது வேண்டுமானாலும் அவரைச் சந்திக்கலாம். ஆலோசனைகள் கேட்கலாம்... அது அரசியலாக இருந்தாலும் சரி, ஆன்மிகம், மருத்துவம், குடும்பம் என எத்துறை சம்மந்தப்பட்டதாக இருந்தாலும் சரி, அவரிடம் அதற்கான பதில்கள் இருந்தன. அவர், அவற்றை கைப்பட எழுதிய கடிதங்களாகவும் தனது பத்திரிகைகளில் செய்திகளாகவும் பயணங்களில் சொற்பொழிவுகளாகவும் ஆசிரமமோ, சிறையோ தங்குமிடம் எங்கிருப்பினும் தன்னால் நடத்தப்படும் பிரார்த்தனைக் கூட்டங்கள் வழியாகவும் சொல்லிக் கொண்டேயிருந்தார். தகவல் தொழில்நுட்பம் பெரிதாகப் பெருகாத அக்காலக்கட்டத்திலும் அவரது செய்திகள் தேசம் முழுவதும் பரவின. சத்தியாகிரகம், உண்ணாவிரதம், ஒத்துழையாமை இயக்கம் என்று அவரது அணுகுமுறைகள் புதிதாகத் தோன்றின என்றாலும் எளிய வார்த்தைகளால் இந்திய மக்களின் ஆன்மாவை தொடும் திறன் அவருக்கிருந்தது.

அவரை பின்பற்றுவோர்க்கு அவர் ஒரு துறவி. அவரை விரும்பாதோர் அவரை இரட்டை நாக்குக்காரர் என்றனர். விடுதலைக்கான போராட்டத்தில் அகிம்சையேந்தி நின்ற அந்த வீரருக்கு ஆள்பவரின் மீது கூடத் துளியும் துவேஷமில்லை. தங்களின் வெளியேறும் நேரத்தைத் துரிதப்படுத்திய அவரை அவர்கள் தந்திரம் மிக்க அரசியல்வாதி, பிடிவாதக்காரர், கருத்தைத் திணிப்பவர் என்று நினைத்தனர். ஆனாலும் அவரை விரும்பவும் செய்தனர். அவரைப் புரிந்து கொள்ள முயன்றனர். வின்ஸ்டன் சர்ச்சில் தனது சிறு உடலாலும் பேரளவு இதயத்தாலும் தங்களின் சாம்ராஜ்ஜியத்தின் செருக்கைச் சிதைத்துக்கொண்டிருந்த காந்தியை உற்று நோக்குகிறார். அதனால்தான் அவரை அரை நிர்வாண பக்கிரி, போலியான தேவதூதர் என்று வசை மொழிகிறார். உலகம் அவரைக் கவனிக்கத் தொடங்குகிறது.

அவர் எல்லோரையும் ஒரே தட்டில் வைத்துப் பார்க்கும் திறன் கொண்டவர். அவரைப் பொறுத்தவரை வைஸ்ராயிலிருந்து சாதாரண மனிதன் வரை எல்லோருமே சமம்தான். போலவே, அவர் தன் வாழ்நாளில் மிக அரிதான பேருயர்வையும் இறுதி காலத்தில் தன் கொள்கைகள் மிக மோசமாகச் சரிந்து விழுவதையும் நேரிடையாகச் சந்திக்கிறார். நாடு விடுதலையை நெருங்கிக் கொண்டிருக்கும் தருணத்தில் பிறப்பால் இந்துவான அவரை முஸ்லிம்கள் தன்னவராக ஏற்கவில்லை. இந்துக்களுக்கும் அவர் மீது முழு நம்பிக்கை இல்லை. ஆள்வோரையும் ஆளப்படுவோரையும் அவருடைய நீதிக் கொள்கைகளும் வித்தியாசமான அணுகுமுறைகளும் ஆச்சர்யப்படுத்திக் கொண்டேயிருந்தன. அவருடைய ஒத்துழையாமை இயக்கம் நாடு முழுவதும் பெரும் தாக்கத்தை விளைவித்துக் கொண்டிருந்தபோது அது தன் எல்லையை மீறுகிறது என்ற காரணத்துக்காக அதை அப்படியே நிறுத்திவிடுவதில் அவருக்கு எவ்வித மனச்சலனமும் இருந்ததில்லை. 1947 ஜூன் மாதம் 4ஆம் நாள், கடைசி வைஸ்ராய் மவுண்ட்பேட்டனிடமிருந்து அழைப்பு. டெல்லியில் ஒதுக்கப்பட்ட காலனி பகுதியொன்றில் தங்கியிருந்த அவர், அந்த அழைப்பை ஏற்று ஆறு மணிக்கு வைஸ்ராய் இல்லத்துக்குச் செல்கிறார். ஏழு மணிக்குப் பிரார்த்தனைக்கான நேரம். பேச்சு வார்த்தையினிடையே வைஸ்ராயிடம் மன்னிப்புக் கேட்டுக்கொண்டு பிரார்த்தனை மையத்துக்குத் திரும்பிவிடுகிறார். ஆனால், அப்போது அவர் எல்லாமே கை மீறிவிட்டதை உணர்ந்திருந்தார். பிரிவினை உறுதிப்பட்டுவிட்டது. தான்

கட்டிய அகிம்சை கோட்டை தன்னெதிரே நொறுங்கி விழுந்து கொண்டிருப்பதைக் கண்டு விரக்தியின் விளிம்புக்குச் சென்றாலும் தன்னை நிதானித்துக் கொண்ட அந்த எழுபத்தெட்டு வயதான முதியவர் வங்காளத்தில் தனி ராணுவமாக நின்று மதக் கலவரம் எழாமல் பார்த்துக் கொள்கிறார்.

அவர் தன்னுள்ளிருந்து இயங்கும் ஆத்மாவின் குரலுக்குக் கட்டுப்பட்டவர். கீதையின் நெறிகளைப் பின்பற்றியவர். ராமராஜ்யம் விரும்பியவர். சாதாரணர் காணாத உச்ச நிலைகளைக் கண்ட போதிலும் அதற்கான செருக்கேதும் கொள்ளாமல் கடமைகளைச் செய்வதில் மட்டுமே ஆர்வம் கொண்டவர், பலன்களை எதிர்பாராதவர். ஒருவேளை இவையெல்லாவற்றுக்குமான சக்தியை அவர் சத்தியத்திலிருந்தும் அகிம்சையிலிருந்தும் பெற்றுக் கொண்டிருக்கலாம். ஏனெனில் அவர் சத்தியமே கடவுள் என்றார்.

அவரை அறிவதற்காக நிறைய நூல்கள் படிக்க வேண்டியிருந்தது. நிறைய அறிமுகங்களும் கிடைத்தன. காந்தியக் கொள்கையின் மீது பற்றும் பிடிப்பும் கொண்டவர்கள் இன்றளவும் இருக்கிறார்கள் என்பதை உணர்ந்துகொள்ள முடிந்தது. இது நம்பிக்கையின் ஒரு நுனி. நான் உணர்ந்த காந்தியைக் கதைகளின் வழியே எடுத்து வைக்கும்போது ஏதோ ஒரு சிறு திருப்தி. இக்கதைகளின் வழியே அவரது உள்ளொளியின் சிறு துளியையாவது காண்பிக்க முடிந்திருந்தால் கூட அது எனக்குப் பெருமைதான்.

இதற்கு முன்னுரை எழுதித் தர வேண்டி காந்தியரும் எழுத்தாளரும் எனது நண்பரும் வழிக்காட்டியுமான திரு.பாவண்ணன் அவர்களை அணுகியபோது அவர், இது என் கடமை, என்றார். ஆம்... காந்தியர்களால் அப்படிதான் கூறவும் முடியும். நன்றியெனக் கூறி அவ்வுணர்வை நான் சிறுமைப்படுத்த விரும்பவில்லை.

எதிர் வெளியீடு அனுஷ் அவர்களுக்கும் அட்டை வடிவாக்கம், பிழை திருத்தம் உள்ளிட்ட அத்தனை பணிகளை மேற்கொண்டோருக்கும் என் பணிவான வணக்கம்.

தொடர்புக்கு
94433 65575
Email: kalaiselvi312try@gmail.com
Blog: writerkalaiselvi.blogspot.com

அன்புடன்
கலைச்செல்வி
(21.09.23)

01

முகத்துவார நதி

கடலோர நிலத்துக்காரனான அவன் காகேசம் கிராமத்தை நோக்கிப் பயணம் புறப்பட்டிருந்தான். அது அவனுடைய படுவூர் கிராமத்திலிருந்து கிட்டத்தட்ட பத்து மைல் தொலைவிலிருந்தது. கடற்காற்று லேசாக மணலைக் கிளப்பிக் கொண்டு வீசியதில் கண்களைச் சுருக்கிக்கொண்டு நடந்தான். அணிந்திருந்த மேல்சட்டையில் காற்று புகுந்துகொண்டு உடலை உப்பலாக்கிக் காட்டியது. காய்ந்த புன்னை இலைகளையும் கொய்யா இலைகளையும் அடுப்பெரிப்பதற்காகச் சேகரித்துக்கொண்டிருந்த பெண்கள் இவனைக் கண்டதும் "எப்போ வந்தே கங்காதர்?" என்றனர் புருவம் உயர்த்தி.

வானில் முகிற்கூட்டம் கவிழ்ந்தும் கலைவதுமாக இருந்த நாளொன்றில் அவன் படுவூரிலிருந்து கிளம்பியிருந்தான். அப்போது வயலில் கதிர்கள் முற்றத் தொடங்கியிருந்தன. அறுவடைக்குப் பிறகான நல்ல நாளொன்றில் காகேசத்தைச் சேர்ந்த கங்கம்மாவுடன் அவனுக்குத் திருமணம் நிச்சயிக்கப்பட்டிருந்தது. அதற்கு முன்பே அவன் வீட்டைவிட்டு வெளியேறுவதை அறியாமல் அவனுடைய அக்கா கிருஷ்ணவேணி எதிரிலிருக்கும் குளத்தில் பானையைத் துலக்கியெடுத்து வந்து வழக்கம்போல அடுப்பில் உலைநீரை ஏற்றியிருந்தாள். அவளைத் தவிர அவனுக்கு பார்வதி, கோமதி என்று மேலும் இரண்டு சகோதரிகள் இருந்தனர். அதில் கோமதி அவனுக்கு இளையவள். இவர்கள் நால்வரைத் தவிர சீதம்மா, கண்டமய்யா தம்பதிகளுக்கு ராகவன் என்ற மூத்தமகனுமிருந்தான். அவனுக்குத் திருமணமாகி மனைவி பூஜ்ஜியா இரண்டாவது குழந்தையைச் சுமந்துக் கொண்டிருந்தாள். சகோதரிகள் மூவரும்

கூடத் திருமணமாகி வெளியில் சென்றவர்கள்தான். பிறகு ஒருவர்பின் ஒருவராக மூவருமே சுவற்றிலடித்த பந்தாக வீடு திரும்பிவிட்டனர்.

கிளம்பிவிட்டானெனினும் செல்லுமிடம் குறித்து கங்காதரனுக்கு எந்தத் தெளிவான திட்டமுமில்லை. அவனுக்குத் தெரிந்த ஒரே வெளியூர் நண்பனான நிமன்பிரசாத்துக்குக் கடிதம் எழுதியபோது அவன், லட்சுமணபுரியில் நடக்கவிருக்கும் காங்கிரஸ் மாநாட்டுக்குச் செல்லவிருப்பதாகவும், வேண்டுமானால் அங்கு சந்திக்கலாமென்றும் பதிலெழுதியிருந்தான். நிமன் பீகாரைச் சேர்ந்தவன். படகுத்துறைகளுக்கு வந்து செல்லும் படகொன்றின் விற்பனை முகவராக நதி முகத்துவாரத்தில் கொண்டு வந்து சேர்க்கும் வண்டலைப்போலப் படுவூருக்கு வந்திருந்தான். அங்கு தேங்காய், புன்னை எண்ணெய், மா, பலா, பூசணி, வெள்ளரிக்காய்கள் எனப் பருவத்துக்கேற்ப வியாபாரம் நடக்கும். வெயில் காயும் நாட்களில் சகோதரிகள் மூவரும் மரவல்லிக்கிழங்குகளை வடாமாக்கியும் கடல் இழுத்துச் சென்று மீண்டும் கரையொதுக்கும் தென்னைமரங்களின் மட்டைகளைச் சீவி உருவாக்கும் துடைப்பக்கட்டுகளையும் கொட்டைகளை உடைத்து பருப்பாக்கிய முந்திரிகளையும் விற்பனை செய்ய வரும் வகையில் கங்காதரனுக்குப் பழக்கமாகியவன். படகுத்துறைகளில் பொருட்கள் வந்து சேரும்வரை படுவூரில் தங்க நேரிட்டவகையில் அவனுக்கு நெருக்கமாகியும் போனான். நண்பன் என்றாலும் வயதில் மூத்தவனாக இருப்பதால் அண்ணா என்றழைப்பான் கங்காதரன்.

தோட்டத்தில் படர்ந்திருந்த கொடியிலிருந்து பூசணிக்காயை அறுத்து எடுத்து வைத்திருந்தாள் பார்வதி. சமையல் பொறுப்பு கிருஷ்ணவேணியைச் சார்ந்தது. பூசணிக்காயும் தக்காளியும் துவரைப் பருப்போடு சேர்த்து தடிமனான குழம்பு செய்து கொள்ளலாம் என்று திட்டமிட்டிருந்தாள். சீதம்மா பூசணிக்காயை அரிவதற்காக அரிவாள்மனையோடு சமையலறையின் கதவோரமாக அமர்ந்திருந்தார். அவர் மனமோ ஒன்றின் மேல் ஒன்றாக அடுக்கி வைக்கப்பட்டு சுவரோரமாகச் சார்த்தி வைக்கப்பட்டிருந்த பானைகளிலிருக்கும் ஊறுகாய்கள் கல்யாணத்திற்குப் போதுமானவையா என்று யோசித்துக் கொண்டிருந்தது. முன்னரே கணக்கிட்டு வைத்துக் கொண்டால் போதாததற்கு அக்கம்பக்கத்தில் வாங்கிக் கொள்ளலாம்.

பருவம் தப்பிய காலத்தில் மாங்காய்கள் கிடைப்பது அரிது. கல்யாணத்துக்கான காய்கறிகளை விளைவிப்பதற்காகப் பெண்கள் மூவரும் ஆற்று வண்டலை அள்ளிக் கொண்டு வந்து தோட்டத்திலிட்டு வளமாக்கி வைத்திருந்தனர்.

நிமனை லட்சுமணபுரியில் காங்கிரஸ் மாநாட்டுப் பந்தலில் சந்தித்தபோது மேடையில் அம்பிகாசரண் மஜூம்தார் தலைமையுரையாற்றிக் கொண்டிருந்தார். இரண்டாயிரத்துக்கும் மேற்பட்டோர் கலந்து கொண்டிருந்த அந்தக் கூட்டத்தின் மேடையில் பளபளப்பான முகங்களுக்கு மத்தியில் சற்றும் ஒவ்வாதவராக அமர்ந்திருந்த அவரைக் கங்காதரனுக்குச் சுட்டிக்காட்டி "இந்தாளு தென்னாப்பிரிக்க அரசாங்கத்தையே ஒரு ஆட்டு ஆட்டீட்டு வந்துட்டாருல்ல..." என்றான். ஊரூராக அலைபவன் என்பதால் நிறைய மொழிகளும் அரசியலும் அறிந்தவன்.

"யாரு? அந்தாளா?" என்றான் கங்காதரன். ஊரை விடுத்திருந்ததால் ஏற்பட்ட விடுதலையுணர்வு மனதில் சற்று தெளிவுண்டாக்கியிருந்தது. எங்கோ இடுக்கிலிருந்து தப்பி வந்த வெயில் மேடையிலிருந்த அந்த மனிதரின் முகத்தில் வெளிச்சமாகப் படிய அவர் லேசாகக் கண்களைச் சுருக்கியபடி அமர்ந்திருந்தார். இடுப்பில் வேட்டியும் மேலே சட்டையும் தலையில் கத்தியவாரி முண்டாசும் அணிந்திருந்தார். சுமாரான தோற்றம். "இவரு பேரு?" என்றான்.

"காந்தி... மோகன்தாஸ் காந்தி."

சோற்றுப்பானையைத் தோட்டத்திலிருந்த கல்லில் சார்த்தி வடித்து விட்டு தக்காளிச் செடியிலிருந்து சமையலுக்கு தேவைப்படும் தக்காளிகளையும் தாளிதத்துக்கான கறிவேப்பிலையும் பறித்து எடுத்துக்கொண்டாள் கிருஷ்ணவேணி. கூட்டும் பருப்பும் தாளிதமும் கலந்த வாசம் அந்தச் சிறிய வீட்டை மூழ்கடித்துக் கொண்டிருந்தபோது கண்டமய்யா பூசையில் அமர்ந்திருந்தார்.

"கங்காதர் இன்னும் வர்லயா?" எல்லோரும் சாப்பிட்ட பிறகும் கங்காதரன் வந்திருக்கவில்லை.

"வயக்காட்ல காவலுக்கு ஒக்காந்திருப்பானாக்கும்."

"ராகவனில்ல காவலுக்கு ஒக்காந்திருந்தான்!" என்றார் கண்டமய்யா.

“அண்ணா காகேசம் பக்கம் போயிருக்கப்போவுது” மூத்த சகோதரனைக் கேலி செய்தாள் பார்வதி. கோமதிக்கு நகைச்சுவையோ கிண்டல் கேலியோ வராது. இழப்பு அவளை மாற்றிவிட்டதா அல்லது இயல்பே அதுதானா என்றறியவியலாத இளமையிலேயே அவள் வாழ்க்கை தொலைந்திருந்தது. ஆறும் கடலும் சேரும் கழிமுகமென்பதால் மழைக்காலங்களில் நிலத்தையும் நீரையும் பிரித்தறிய முடியாத சாம்பல் வண்ண வெளிக்குள் கிராமமே ஆழ்ந்துபோகும். கடல் பேரோசைக் கொண்டு எழும்பும். காற்றும் மழையும் ஒன்றையொன்று விஞ்சும். பார்த்துக் கொண்டிருக்கும்போதே நதி கடலாக மாறிவிடும். காலளவு நீர் இடுப்பளவில் உயர்ந்து மார்பு, கழுத்து என ஏறிக் கொண்டே வரும். நீந்தினாலும் கரையேறுவதற்குத் துறை புலப்படாது. அது வெகுதூரத்திலிருந்து உருட்டிக்கொண்டு வரும் வளங்கள் மண்ணைச் செழிப்பாக்கும். வயல்கள் முத்துமுத்தான தானியங்களைப் பெற்றெடுக்கும். பள்ளங்கள் மேடாகும். படுவூர், காகேசம் போன்ற கிராமங்கள் கூட முகத்துவார வெள்ளப்பெருக்கு ஏற்படுத்திய மண் திட்டுகள்தான் என்பார்கள். இன்று உயிர்கள் பெருகி அங்கு ஜீவக்களை மிளிர்கிறது. முகத்துவாரங்களால் பள்ளத்தை மேடாக்கவும் மேட்டை ஓடையாக்கவும் முடியும். சில சமயங்களில் மேடுகள் தாவரங்களோடு அடித்துக்கொண்டு போய் கடலில் விழுந்து மாளும். ஏரிகளாக மாறிவிடும் வயல்களில் நீர் வற்றி விளைச்சல் பெருக வேண்டுமென இராமாயண பாகவதப் பிரசங்கங்களின்போது பெண்கள் மனதார வேண்டிக் கொள்வர். ஊரே பக்திப் பரவசத்தில் மூழ்கியிருக்கும். பிரசங்கிகளுக்கு தட்சணைக்குப் பஞ்சமில்லாததால் அடுத்த ஆண்டுக்கான வருகையைச் சம்பிரதாயமாக நிச்சயித்துவிட்டுக் கிளம்புவார்கள்.

“நானும் உங்கூட வர்றேண்ணா...” நிமன் சொந்த ஊருக்குக் கிளம்பியபோது நண்பனிடம் கோரிக்கை வைத்தான் கங்காதரன். சிறிது காலமாகத் தன்னோடு ஒட்டிக்கொண்டு அலைந்தவனை விட்டுவிட்டுச் செல்ல நிமனுக்கும் மனதில்லை.

“ஆனா, உங்க ஊர்ல இருக்கற மாதிரி சம்பாரண்ல கடலெல்லாம் இல்லை... பரவால்லயா” என்று சிரித்தான் நிமன். அவன் பீகார் மாகாணத்தில் சம்பாரண் ஜில்லாவிலிருக்கும் பேதியாவைச் சேர்ந்தவனாம்.

“சம்பாரண் ஜனகர் ஆண்ட புனிதமான பூமியல்லவா?” அன்று படுவூரில் பூசணிக்காய் மூட்டைகளை ஏற்றிவிட வந்த தந்தையிடம்

நிமன் பேச்சுவாக்கில் சம்பாரணைப் பற்றிச் சொன்னதும் அவர் 'ராமா... ராமா...' என்று கன்னத்தில் போட்டுக்கொண்டது நினைவுக்கு வந்தது. சந்தனமும் விபூதியும் மணக்க பூஜையை முடித்துவிட்டு வரும்போதே அவருக்கு மனை போட்டு இலையை விரித்துவிடுவாள் பார்வதி. கூஜம் கிராமத்திற்கு வாக்கப்பட்டுச் சென்றவளுக்கு ஆறு மாதமே அங்கு வாழ்வு. அங்கெல்லாம் உருளைக்கிழங்கு அமோகமாக விளையுமாம். கணவனையும் அவன் ஊரையும் பற்றி மொத்தமாக அது மட்டுமே அவளுக்குத் தெரிந்திருந்தது. மூத்தவள் கிருஷ்ணவேணிக்குத் திருமணமானது கங்காதரனுக்குச் சன்னமாகத்தான் நினைவிலிருந்தது. அது வெயில்கால நாளொன்றில் நடந்திருந்தது. அவள் அப்போது பெரியவளாகவில்லை. வறட்சியில் குளமெல்லாம் வற்றியிருந்தது. சமையலுக்கான நீரைக்கூட ஊற்று இறைத்துதான் பயன்படுத்தினார்களாம். அவள் பெரியவளாகிக் கணவன் வீட்டுக்குப் போவதற்குள் அவள் கணவனைக் கடல்கொண்டு போயிருந்தது. புகுந்த வீட்டையே அறியாதவள் என்றாலும் இப்போதும் அங்கிருந்து மாங்காய்களும் நெல்மூட்டைகள் சிலவும் அவள் பங்காக வந்துவிடுகிறது.

கங்காதரனின் வீடு குளத்தையொட்டியே அமைந்திருந்தது. வீட்டுக்கும் நீர்நிலைக்குமிடையே சிறு மண்பாதை ஓடியது. அங்கிருந்தே தாழ்வாரம் தொடங்கிவிடும். தாழ்வாரத்தை அடுத்திருந்த முற்றம் சற்றே உள்ளொடுங்கியிருந்தது. அநேகமாக வெளிப்புழக்கங்கள் அங்கேயே முடிந்துவிடும். முன்னறையில் நெல் மூட்டைகள் அடுக்கப்பட்டது போக மீதமிருந்த இடம் புழங்குவது உறங்குவது உண்பதென நேரத்திற்கேற்ப வடிவு கொள்ளும். மூத்தவன் ராகவனின் திருமணத்துக்குப் பிறகு அதில் சிறுபகுதி தடுக்கப்பட்டு அவனுக்கும் பூஜ்ஜியாவுக்குமான அறையாக மாறியிருந்தது. மீதமிருந்த கூடத்தில் கிருஷ்ணவேணியும் பார்வதியும் கோமதியும் தாய் சீதம்மாவோடு படுத்துக்கொள்ள கங்காதரனும் கண்டமய்யாவும் முற்றத்தில் ஒதுங்கிக் கொள்வார்கள். சமையலறையை அடுத்திருந்த ஒற்றைத் தாழ்வாரத்தின் பனையோலைக்கூரை கடற்காற்று அதிர்ந்து வீசும்போது எதிர்த்து நிற்பதே பெரிது என்பது போலப் படபடக்கும். வீட்டின் பின்புறத்தில் தோட்டமும் பக்கவாட்டில் முந்திரி மரங்களுமிருந்தன. வேனிற்காலமெனில் வீடு சூட்டுக்குள் அமிழ்ந்தது போலிருக்கும். ஆண்கள் இரவு படுக்கைக்கு ஜமுக்காளமும் கையுமாகக் கடலருகேயிருக்கும் மணற்குன்றுக்குச்

சென்றுவிடுவர். வியர்த்து வழியும்போது வீட்டுக்குள்ளோ முற்றத்திலோ படுத்துக்கொள்வது பெரும் அவஸ்தைதான். ஆனால் ராகவனின் தடுப்பறைக்குள் மழையையும் வெயிலையும் தாங்கிக் கொள்ளும் கவசம் ஏதேனுமிருக்கலாம். இருவரும் பொழுது புலரும்வரை வெளியே வருவதில்லை.

மனையில் அமர்ந்ததுமே கண்களை மூடி 'ராமா... ராமா' என்று பிரார்த்தித்துவிட்டு முதல் கவளத்தைப் பிசைந்து வாயில் வைத்துக் கொள்வார் கண்டமய்யா. பூஜ்ஜியா அலுமினியப்பேலாவில் மகனுக்குச் சோறு பிசைந்து எடுத்துக்கொண்டு தோட்டத்துக்குச் சென்றாள். கணவனை இழந்தவர்கள் என்பதால் சகோதரிகள் மூவரும் அந்திக்குச் சிறிது அவலை நீரில் நனைத்து வாயில் போட்டுக் கொண்டு இரவு உணவை முடித்துக்கொள்வார்கள். அம்மா காலையில் வடித்த சோற்றில் நீரைக் கொட்டி உப்பு ஊறிக்கிடக்கும் நார்த்தங்காயைத் தொட்டுக்கொண்டு சாப்பிட்டு முடித்தபிறகு பார்வதி பூசனைப் பாத்திரங்களைத் துலக்கி தயாராக எடுத்து வைத்துவிட்டு கையளவு சாணத்தைக் கரைத்து எடுத்து வந்து எச்சலிட்ட இடத்தைத் தூய்மைப்படுத்தினாள். அப்போதும் அவன் வீடு திரும்பிவிடுவான் என்றுதான் குடும்பம் நினைத்தது.

"சம்பாரண் எங்கே இருக்கு...?" என்றான் கங்காதரன். புரியாத ஊரோ, பாஷையோ நண்பன் இருக்கும்போது கவலையேதுமில்லை.

சம்பாரண் கங்கைக்கு வடக்கே வெகுதூரத்தில் இமயமலையின் அடிவாரத்தில் அமைந்திருக்கிறதாம். கிட்டத்தட்ட நேப்பாளுக்கு பக்கத்தில்... என்றான்.

படுவூரிலிருந்து கிளம்பும்போது யாருமறியாமல் தன்னுடன் இரண்டொரு உடுப்புகளை எடுத்து வைத்துக்கொண்டான். வாசலில் திருமணத்துக்குப் பந்தலமைப்பதற்காக முடையப்பட்ட கீற்று மட்டைகள் வெயிலில் காய்ந்து கொண்டிருந்தன. வழியில் பசுக்களை மேய்ச்சலுக்கு அழைத்து வந்த கோமதி, "துணியைக் கொளத்துக் கல்லோரம் வச்சிட்டு போ அண்ணா. தொவச்சு வச்சிடுறேன்" என்றாள்.

"இல்ல... நானே தொவச்சிக்கிறேன்" என்றான். திருமணம் நிச்சயமானதிலிருந்தே சகோதரிகளின் கண்களைப் பார்த்து நேருக்கு நேராகப் பேச முடிவதில்லை.

“இப்பவும் உங்க ஊர்ல அவுரியைத்தான் பயிர் செய்றீங்களாண்ணா?” அவர்கள் சம்பாரண் செல்வதற்காக ரயிலில் முஜாபர்பூர் சென்று கொண்டிருந்தனர். நிமன் என்றோ சொல்லியிருந்தது நினைவுக்கு வந்திருந்தது.

“தோட்ட முதலாளிகளோட பேச்சை மீற முடியாது கங்காதர்.”

அதையேதான் லட்சுமணபுரியில் ராஜ்குமார் சுக்லாவும் காந்தியிடம் சொல்லிக் கொண்டிருந்தார். அவரும் பேதியாவைச் சேர்ந்தவர்தானாம். தோட்ட முதலாளிகளின் பிரச்சினை தாளவியலாமல் போய்க் கொண்டிருப்பதால் இது குறித்து காந்தியிடம் முறையிட்டு எப்படியாவது அவரை சம்பாரணுக்கு அழைத்துச் சென்று விட வேண்டும் என்பதற்காகத்தான் சுக்லா லட்சுமணபுரிக்கு வந்திருந்தாராம்.

“காந்தி என்ன அரசாங்கமா நடத்திக் கொண்டிருக்கிறார், முறையிடுவதற்கு?” என்றான் கங்காதர்.

அங்கிருந்த பிரஜ்கிஷோர் பிரசாத் என்ற சம்பாரணைச் சேர்ந்த வக்கீலும் சுக்லாவும் அவர் தென்னாப்பிரிக்காவில் ஏதோ சாதனைகளையெல்லாம் செய்திருக்கிறார் என்றனர். ஆனால் காங்கிரஸ் மாநாட்டில் சம்பாரண் விவசாயிகளின் நிலைமைக் குறித்து கண்டனத் தீர்மானம் நிறைவேற்ற வேண்டுமாய் காந்தியிடம் கோரியபோது உண்மை நிலவரம் தெரியாமல் நான் எதுவும் செய்ய முடியாது என்று சொல்லிவிட்டாராம். ராஜ்குமார்சுக்லா காந்திக்கு உண்மை நிலவரத்தைக் காட்டும் பொறுப்பு என்னுடையது என்று அவரை அழைத்துக் கொண்டு சம்பாரண் சென்றுவிட்டாராம்.

‘தடக்கு... தடக்கு... தடக்கு...’ என்று ரயில் ஊர்ந்து கொண்டிருந்தது. இந்நேரம் அவனைக் காணாமல் வீடு தடுமாறிப்போயிருக்கும். அவன் இப்போது இரண்டு வீடுகளுக்குக் கடமைப்பட்டிருந்தான். இருந்தும் யாருமறியாது எல்லாவற்றையும் உதறிவிட்டு ஓடி வரும் துணிச்சலை அவன் கோழைத்தனம் என்று ஒப்புக் கொள்ளவில்லை. இரண்டு வீடுகளிலும் திருமண வேலைகள் களைகட்டிக் கொண்டிருந்தது. கங்கம்மா வீட்டில் நிலமும் தோப்புகளும் நிறையவே இருப்பதாகச் சொல்லிக் கொண்டார்கள். அங்கு உருளைக்கிழங்கும் அரைக்கீரையும் நல்ல விளைச்சல் கொடுக்கும். ஆண்டுக்கு இரண்டு முறை துவரை விதைப்பார்கள்.

சிவதாணு தனது மகள் கங்கம்மாவை கங்காதரனுக்குத் தருவதாக ஒப்புக் கொண்டதில் கண்டமய்யா பூரித்துப்போனார். ஆண் வாரிசு இல்லாத வீடு அது. ஆளில்லாத வீட்டின் சொத்து இளையவனுக்குச் சேர்ந்துவிடும். இருக்கும் தென்னந்தோப்பைப் பெரிதாகக் கூறு போட வேண்டிய அவசியமிருக்காது. தோப்பினூடே காலாற நடந்து சென்று கல்யாணத்துக்குத் தேவைப்படும் தேங்காய்களின் இருப்பை உறுதிப்படுத்திக் கொண்டார். சீதம்மாவும் பண்டமாற்றில் உளுந்தும் வள்ளிக்கிழங்குகளும் வாங்கி வைத்திருந்தாள். பெண்கள் மூவரும் நாலைந்து நாட்களுக்கு மும்முரமாக முனைந்து கல்யாண விருந்துக்கான வடாம்களைத் தயாரித்துப் பானையில் நிரப்பிவிட்டனர். கடல் நீரை கொதிக்க வைத்து வடித்து உப்பையும் சேகரித்தாயிற்று. விருந்தினர்களுக்காக பசுக்கொட்டிலில் மேலும் இரண்டு பசுக்கள் வாங்கி கட்டப்பட்டன. இதில் பெண்கள்பாடுதான் திண்டாட்டம். மாடுகளை மேய்ச்சலுக்கு அழைத்துச் செல்வதும் அந்தியில் பால் கறந்தபின் அவற்றைக் கொட்டிலில் கட்டிப்போட்டுவிட்டுக் கழுநீரும் பிண்ணாக்கும் கலந்த தீனி வைப்பதுமாக இருக்க வேண்டும். அவை மேய்ச்சலுக்குச் செல்லும் நேரத்தில் சாணங்களை அள்ளிக் குழிக்குள் கொட்டிவிட்டுக் கொசுக்கள் அண்டாமல் கொட்டிலைச் சுத்தம் செய்ய வேண்டும். விடிந்தும் விடியாத காலைப்பொழுதில் அவை கால் மாற்றி கால் வைத்துக்கொண்டு குரலெடுத்து அழைக்கும் மாத்திரத்தில் ஓடிப்போய் நிற்க வேண்டும். சிலிர்க்கும் அதனுடலைத் தட்டித் தடவிப் பசும்புல் கொடுத்து கன்றைப் பிரித்து நிறுத்திவிட்டு பால் கறக்க வேண்டும். கூடவே விவசாய வேலைகள் வேறு. ஆளும்பேருமாகச் சேர்ந்து நெல்லடித்து வீட்டில் கொண்டு வந்து சேர்க்க வேண்டும். எத்தனை பேர் இருந்தாலும் அத்தனை பேருக்கும் வேலையிருக்கும் நேரத்தில்தான் அவன் வீட்டைவிட்டுக் கிளம்பியிருந்தான்.

நெல்வயல்களைத் தாண்டி, தென்னந்தோப்புகளைத் தாண்டி உருளை வயல்களையும் கீரைப்பாத்திகளையும் தாண்டி அடுத்திருந்த சிறுகுன்றைக் கடந்து வடக்கே பிரிந்து சென்ற காகேசம் செல்லும் வழியைக் கடந்து இடையே குறுக்கிட்ட சிறு ஏரியில் தாகம் தீர நீரையள்ளிப் பருகிவிட்டு நடந்தபோது படுவூர் எங்கோ தொலைவிலிருந்தது.

ரயில் பயணத்திற்காகக் கட்டி எடுத்து வந்த ரொட்டிகளை உண்டு விட்டு நிமன்பிரசாத் உறங்கத் தொடங்கியிருந்தான்.

கங்காதரனுக்கு ரொட்டி கொஞ்சமும் பிடித்தமானதாக இல்லை. இனிப்புப் போட்டு மசித்தகீரையைச் சூடான அரிசி சோற்றிலிட்டு மாங்காய் ஊறுகாயைத் துணைக்கழைத்துக் கொண்டு சாப்பிடுவது அவனுக்குப் பிடித்தமானது. கங்கம்மாவைக் கூட அவனுக்குப் பிடித்துத்தானிருந்தது. பெயர் பொருத்தமே அபாரம் என்றது ஊர். திருமணம் முடிவான தினத்தன்று சர்க்கரைப்பொங்கல் சாப்பிட்ட கையைக் கழுவிக் கொள்வதற்காகச் சென்றபோது கங்கம்மாவைப் பார்த்திருந்தான். ஒல்லியான சிவந்த தேகம். மெலிதான குரலில் பேசிக் கொண்டிருந்தவள் அவனைக் கண்டதும் வெட்கப்பட்டு நின்றுவிட அவள் தாயார்தான் நீரிருக்கும் குவளையை அவனை நோக்கி நகர்த்தி வைத்தாள். மழைக் காலங்களில் பெரிய ஏரியாக மாறிவிடும் நிலம் பிறகு வயலாகிவிடுவதும் பயிர்கள் வளர்ந்தபின் பசும் விரிப்பாகிப் போவதும் கூட அவனுக்குப் பிடித்தமானதுதான். அப்போது ஆடுமாடுகள் கூட கொண்டாட்டம் கொண்டுவிடும். இவ்வாண்டு மழையின்போது வெள்ளம் சாய்த்துவிட்டுப்போன மாந்தோப்புகள் படுவூருக்கும் காகேசத்துக்குமான பாதையை மேலும் தோதாக்கி வைத்திருந்தது. ஆனால், போவதற்குப் பாதை மட்டும் போதாதல்லவா? வலது கையை மறைத்து நெற்றி மீது வைத்துக்கொண்டு கண்களை மூடி படுத்திருந்த அவனை ரயில் தாயாக மாறித் தாலாட்டியது.

சம்பாரணில் பூமி அதிக வெப்பமாகவும் பயிர்கள் உயிர் வாசமற்றும் இருந்தன. படுவூரில் இருப்பதுபோலப் பார்வைப்படும் தூரத்தில் அலைகளால் நிலத்தை அளந்து கொண்டிருக்கும் கடலும் நிலமும் இங்கில்லை. ஆங்காங்கே தென்பட்ட மாந்தோப்புகள் கூட அவனுக்கு அந்நியமாகத் தோன்றின. மக்கள் வளமற்றவர்கள் போலிருந்தனர். பழகியறியாத பிரதேசம் என்பதால் அவ்வாறு தோன்றுகிறது என்றான் நிமன்பிரசாத்.

சம்பாரண் விவசாயிகள் காந்தி என்பவரையும் காங்கிரஸ் என்பதையும் அறிந்திருக்கவில்லை என்றாலும் ஏதோ இரட்சகர் வந்ததுபோல காந்தி தங்கியிருந்த இல்லத்தை நோக்கிக் குவிந்து கொண்டேயிருந்தனர். பிரச்சினையே வாழ்க்கையாகிவிட்ட இந்த சூழலிலும் தோட்ட முதலாளிகளை எதிர்க்க தங்களில் யாருமே முன்வராத நிலையில் எங்கிருந்தோ ஒருவர் வந்து தங்களின் குறைகளைக் கேட்க தளைப்படுகிறார் என்பதே அவர்களுக்குப் பெரிய ஆறுதலாக இருந்தது. காந்தி முஜாபர்பூர் ரயில் நிலையத்தில் நள்ளிரவு நேரத்தில் சுக்லாவோடு வந்திறங்கியபோதே ஆச்சார்ய

கிருபளானியும் அவரது மாணவர்களுமாகப் பெரும் கும்பல் கூடி விட்டதாம். இதை சுக்லா சொன்னபோது “எப்படியோ அவரை இங்கே வரவழைச்சிட்டே” என்றான் பிரசாத். கங்காதரனுக்கு அவரைச் சந்திக்க ஆவல் எழுந்தது.

காந்தி அதிகாலையிலேயே எழுந்து கொண்டார். செய்யவேண்டிய வேலைகளுக்கான திட்டங்களையும் அதற்கேற்ப ஆட்களையும் நியமித்துக்கொண்டார். நிலக்கடலையும் பேரிச்சம்பழமும் எலுமிச்சைச்சாறுமான தனது சிறு சிற்றுண்டியை வேலையைத் தொடங்கும் முன்பே முடித்திருந்தார். செய்தித்தாள்களும் உருதுமொழி பத்திரிகைகளும் தனது இந்த நடவடிக்கை குறித்து எம்மாதிரியான கருத்துகளை வெளியிட்டு வருகிறது என்பதைக் குறித்து அறிந்து கொண்டார். சுக்லாவின் தயவில் செய்தித்தாள்களை அருகாமை நகரத்திற்குச் சென்று வாங்கி வந்து சேர்ப்பிக்கும் பணி கங்காதரனுக்குக் கிடைத்திருந்தது. மனுக்களை வாங்கவும் அவர்களின் கோரிக்கைகளை மொழிபெயர்க்கவும் குறிப்பெடுக்கவுமென அவருக்கு உதவியாக வழக்கறிஞர்களும் உடனிருந்தனர்.

“ஒவ்வொரு விவசாயியும் தான் சாகுபடி செய்யும் நிலத்தின் இருபதில் மூன்று பகுதிக்கு அவுரியைப் பயிர் செய்ய வேண்டுமாம். விளைச்சலில் பெரும்பங்கையும் நிலச்சுவான்தாரர்களுக்குக் கொடுத்து விட வேண்டுமாம். செயற்கை சாயத்தின் வருகைக்குப் பிறகு இந்தியாவில் உற்பத்தி செய்யப்பட்ட அவுரியின் விலை கடும் வீழ்ச்சியைவ் சந்தித்தபோது தங்களுக்கு ஏற்பட்ட இழப்பையும் தோட்ட முதலாளிகள் விவசாயிகளிடமிருந்து பணமாக வசூலித்துக் கொண்டார்களாம். பணமில்லாதவர்களின் வீடு வாசல் நிலங்களை பிடுங்கிக்கொள்வதும் அவர்களின் குழந்தைகளையும் கடுமையான உடலுழைப்பில் ஈடுபடுத்துவதுமாகக் கொடுமை செய்கின்றனர் காந்தி அவர்களே...”

காந்தி அவர்களின் குறைகளைப் பொறுமையாகவும் கூர்மையாகவும் கேட்டுக்கொண்டிருந்தார். அவரது கண்கள் பேசுபவரின் ஒலிகளையும் முகக்குறிகளையும் அமைதியாக உள்வாங்கிக் கொண்டிருந்தது. அத்தனை சாத்வீகமான தன்மைக்கேற்ப அவர் அத்தனை வயதானவர் அல்ல என்று சுக்லா சொன்னதைப் போல அவருக்கு நாற்பத்தேழு நாற்பத்தெட்டிருக்கலாம் என்று கணக்கிட்டுக் கொண்டான் கங்காதரன்.

"நான் அதிக வேலைப்பளுவை உங்களுக்குக் கொடுத்துவிட்டேன் மகாத்மா" என்றார் சுக்லா.

"என்னை மகாத்மா என்று அழைக்காதே... பாப்பூ என்று அழைத்துக் கொள். அது உத்தமம்."

"இங்கு வந்ததால் உங்களுக்கு அதிக வேலைகள்... இல்லையா பாப்பூ?" என்றான் மீண்டும்.

"அதிக வேலை என்பதால் சூரியன் சிரமப்படுவதாக நாம் என்றாவது அனுதாபம் கொண்டிருக்கிறோமோ? அப்படியிருந்தும் அதனைப்போல ஒழுங்காக வேலையைச் செய்பவர் யாருண்டு? இத்தனைக்கும் நம்மைப் போல வேலைகளைத் தேர்ந்தெடுத்துக் கொள்ளும் உரிமைகூட அதற்கில்லை. நாம் கூடக் கடவுளின் இஷ்டத்துக்கு நம்மைச் சரணாகதி செய்து பூஜ்யமாகிவிட்டால் எத்தனை நன்றாக இருக்கும்?"

"அப்படியானால் தேர்ந்தெடுக்கும் உரிமையை வலிய விட்டுக் கொடுத்துவிட வேண்டும் என்கிறீர்களா பாப்பூ?" என்றான் கங்காதரன். அவரிடம் இயல்பாகப் பேச முடிந்தது அவனால்.

"அப்படித்தான் நினைக்கிறேன். கடவுளுடன் முற்றிலும் ஐக்கியப்படுத்திக் கொண்டு நல்லதையும் கெட்டதையும் வெற்றியையும் தோல்வியையும் அவருக்கே விட்டுவிட்டு எதைப் பற்றியும் கவலைப்படாதவராக இருக்க வேண்டும். இதில் ஒரு நன்மை இருக்கிறது தெரியுமா?"

"நம் பொறுப்பை வேறொருவருக்கு அளித்துவிட்டால் நமக்கு அதை சுமக்க வேண்டியதில்லையே?"

"ஆமாம்... அதேதான். ஆனால் துரதிர்ஷ்டவசமாக இன்னும் அந்த நிலையை நான் அடைந்துவிடவில்லை."

எனக்கு அந்த நிலை வாய்த்துவிட்டால் மனதை அழுத்தும் சுமையிலிருந்து விடுபட்டுவிடுவேன். நல்லதும் கெட்டதும் நாராயணன் செயல் என்று விலகி வந்துவிடும் மனம் வாய்ப்பது பெரும் வரமல்லவா? என்றெண்ணிக் கொண்டான் கங்காதரன்.

"நீங்கள் பிரிட்டிஷாருக்குப் படை உதவி செய்து தர முனைந்திருக்கக் கூடாது மோகன்தாஸ்" என்றார் ராஜேந்திரபிரசாத். அவர் பீகாரின் முக்கியமான வழக்கறிஞர்.

"இந்தியருக்கும் ஆங்கிலேயருக்கும் எவ்வளவோ பேதமிருக்கலாம். நாம் அடிமைகளாக இருக்கிறோம். அவர்கள் எஜமானர்களாக இருக்கிறார்கள். எஜமானனுக்கு ஏற்பட்டிருக்கும் நெருக்கடியை, அவனது பலவீனத்தை அடிமை தனக்கொரு வாய்ப்பாக பயன்படுத்திக் கொள்வது எனக்கு நியாயமாகத் தோன்றவில்லை பிரசாத்" மொழிபெயர்ப்பு செய்யப்பட்ட மனுக்களை அடுக்கிக் கொண்டே பேசினார் காந்தி. வியர்வை பெருகி வழிந்தது. பனையோலைகளின் சலசலப்புக்கும் கடலோசைக்கும் மத்தியில் உறங்கியவனுக்கு இங்கெல்லாமே புதிதாக இருந்தது, அந்த மனிதர் காந்தி உட்பட.

காந்தி எல்லாத் தரப்பு நியாயத்தையும் கேட்டறிய வேண்டும் என்றாராம்.

"முதலாளிங்க அவங்க நியாயத்தைத்தான் சொல்வாங்க..." காலங்காலமாகக் கிடைக்காத தீர்வு ஏதோ இந்த மனிதன் மூலமாகக் கிடைத்துவிடும் என்று நம்பிக் கொண்டிருக்கும் நினைப்பில் மண் விழப்போகிறதே என்று ஆதங்கப்பட்டது ஊர். தோட்ட முதலாளிகளின் பேச்சைக்கேட்டுக் கொண்டு காந்தி கிளம்பிவிட்டால் இதுவரை கொடுத்த புகார்களினால் முதலாளிகளின் கோபம் இன்னும் அதிகமாகிவிடலாம். சர்க்கார் ஆட்களெல்லாம் முதலாளிகளுக்கு நெருக்கமானவர்கள் வேறு. கங்காதரன் கொண்டு வந்த பத்திரிகைகள் கூட அதையேதான் கூறின. காந்தியிடம் பத்திரிகையாளர்கள் வந்தபோது தானே வேண்டிய தகவல்கள் தருவதாகவும் கற்பிதமாக எந்தச் செய்திகளையும் எழுத வேண்டாமென்றும் அவர் கேட்டுக் கொண்டிருந்தார்.

"என்னுடைய வாதங்களை ஏற்றுக் கொள்கிறார்கள் என்பதை எல்லோருக்கும் திருப்தி ஏற்படும் வகையில் என்னால் காட்ட முடியவில்லை என்றாலும் ஏற்றுக்கொள்வார்கள் என்ற நம்பிக்கை எனக்குள் இருக்கிறது" என்றார் காந்தி, அடுத்த நாளுக்கான வேலைத் திட்டத்தை உதவியாளர்களிடம் விவரித்தபோது. அவருக்கு மறுநாள் முஜாபர்பூரில் தோட்ட முதலாளிகளின் சங்கக் காரியதரிசியைச் சந்திக்க வேண்டியிருந்தது.

"இந்த மனிதரிடம் ஏதோ ஒன்று எல்லோரையும் கவர்ந்திழுக்குது அண்ணா... எங்கேயோ வெளியூர்லேர்ந்து வந்த மனிதரைப் பார்த்து மனு கொடுக்கறதுக்கு மக்கள் கூட்டம்கூட்டமா வர்றது ஆச்சர்யமால்ல இருக்கு" என்றான் நிமன்பிரசாதிடம்.

“ஆனால் காந்தி தோட்டமுதலாளிகளின் சங்கக் காரியதரிசியைச் சந்திக்கப் போவது குறித்து மக்களிடம் பயம் வந்துடுச்சு கங்காதர். உள்ளூர் ஆட்கள் செய்யாததையா இந்த வெளியூர் மனிதர் செய்யப்போகிறார்... அவரை நம்பி தோட்டமுதலாளிகளைப் பகைத்துக் கொண்டோமோன்னு நினைக்கிறாங்க.”

“நான் என்னை வெளியாள்னு நினைக்கல காந்தி”, என்றார் அந்தக் காரியதரிசியிடம்.

“ஆனா அதுதானே உண்மை. இது எங்களுக்கான தனிப்பட்ட விஷயம். அதை விசாரிப்பதற்கு உங்களுக்கு என்ன உரிமை இருக்கிறது?”

“சாகுபடியாளர்கள் என்னுடைய விசாரணைய விரும்பினால் அதைச் செய்வதற்கான உரிமை எனக்குத் தானாக வந்துவிடும்” என்றார் பணிவாக.

“இவர்கள் அடாவடிக்காரர்கள். ஆண்டுக்கணக்காக உழைப்பைத் திருடுபவர்கள் அத்தனை லேசில் விடுவார்களா மிஸ்டர். மோகன்தாஸ்?” என்றார் கிருபளானி.

“கடவுள் வழிக்காட்டுவார் என்று நம்பிக்கையுள்ளவர்கள் அவர்களால் முடிந்த சிறந்த காரியத்தைச் செய்துவிடுவார்கள். கவலைப்படுவதேயில்லை. நான் இங்கே கடவுள்னு சொன்னது என் உள்ளுணர்வை” என்று சிரித்தார் காந்தி. அவரைச் சூழ்ந்திருந்த வழக்கறிஞர்கள் கூட்டத்திற்கு அவரது நடவடிக்கை புரியாமலிருந்தது. அவனுக்கும் தன் வாழ்க்கை எதை நோக்கிப் பயணிக்கிறது என்பது புரியாமலிருந்தது. முகத்துவாரத்தில் நீரின் ஆழத்தையும் சுழற்சியையும் எந்நாளும் அளவிட முடியாது. அவன் கிளம்பி வராது போயிருந்தால் இந்நேரம் அவனுக்கும் கங்கம்மாவுக்கும் திருமணமாகியிருக்கும். பிறகு அவர்களிருவரும் முன்னறையை மேலும் ஒடுக்கி தடுப்பாக்கித் தங்களுக்கு ஒரு அறையைச் செய்து கொண்டிருப்பார்கள். தடுப்புக்கு வெளியே கிட்டத்தட்ட அவன் வயதையொத்த சகோதரிகள் ஒன்றுமறியாத சிறுமிகளைப் போன்ற பாவணையில் படுத்திருக்க, “ஓங்க பாட்டி பண்ற அவல் பாயாசத்தோட ருசி எனக்கும் வர்ல... மூத்தவ பூஜ்ஜியாவுக்கும் வரல. புதுசா வர்ற கங்கம்மாளாவது செய்றாளான்னு பாக்கணும்” என்று சீதம்மா உறக்கம் வரும்வரை எதையாவது பேசிக்கொண்டிருப்பாள். ராகவனைப் போல

அவனும் கங்கம்மாவும் அந்தச் சிறிய அறையிலிருந்து குழந்தைகளை உருவாக்கித் தர, சகோதரிகள் அதை வளர்த்தெடுப்பார்கள்.

“நாமெல்லாம் வழக்கறிஞர்கள். அதிலும் நீங்கள் பாரிஸ்டர் வேறு. இவர்களின் அராஜகங்களை வழக்கின் மூலம் அணுகினால் சரியாக வந்துவிடுமே?” என்றார் ராஜேந்திரபிரசாத்.

“இல்ல... நீதிமன்றங்களை அணுகுவதை விட மன்றத்துக்கு வெளியே சமரசமா போறதுதான் நல்லதுன்னு தோணுது. அதை விடவும் வக்கீலுக்கு அநியாயமா கூலிய கொட்டிக் கொடுக்க வேணாம் பாருங்க” என்றபடியே தனக்காக இரண்டு ரொட்டிகளை எடுத்துத் தட்டில் வைத்துக்கொண்டார் காந்தி. “நாளைக்கு திர்ஹூத்தின் டிவிஷன் கமிஷனரைப் பார்க்கப் போறேன். அவங்க தரப்பு என்னன்னு தெரிஞ்சுக்கணும் இல்லையா?”

அவர் படுக்கையை விரித்து அதில் தான் கையோடு எடுத்து வந்திருந்த துணிகள் அடங்கிய மூட்டையைத் தலைக்கு வைத்துப் படுத்துக்கொண்டார். காற்று லேசாக வீசியது. “பாப்பூ... உங்களுக்கு கவலையென்பதே இருக்காதா? நாளைய சந்திப்பை நினைத்துக்கொண்டதால் எனக்கு உறக்கமே வரல. ஒரு நல்ல விஷயம் என்னான்னா நீங்க வெளியூர் ஆளு... இங்கே ஏதாவது பிரச்சுனையாயிடுச்சுன்னா அப்படியே கிளம்பிடலாம். ஆனா நாங்க நாளைக்கு இங்க இருக்கற மக்களை சந்திச்சாகணும் இல்லையா?” என்றான் உதவியாளர் தார்னிதார்.

“தார்னிதார்... இருபது அடி உயரத்தில் கயிற்றின் மேல் ஒருவன் நடந்தான் என்றால் அவனுடைய கவனமெல்லாம் கயிற்றின்மீதே இருக்கும். சற்று கவனம் பிசகினாலும் மரணம் என்பதை அவன் உணர்ந்திருப்பான். பொதுக்காரியத்தில் ஈடுபடும் சத்தியாகிரகி அதை விட அதிகமாகத் தன் நினைவை ஒரே குறியில் செலுத்த வேண்டும். இதை நான் நன்றாகவே உணர்ந்திருக்கிறேன்” அவர் கண்களின் மீது இமைகள் கவிழ்ந்திருந்தன.

திர்ஹூத்தின் டிவிஷன் கமிஷனர், இதிலெல்லாம் தலையிட வேண்டாமென காந்திக்கு மிரட்டலாகப் புத்திமதி சொல்லி அனுப்பி விட்டார் என்ற சேதி கிடைத்தபோது வக்கீல் ராமநவமிபிரசாத் “இவர்கள் நம்மை அணுகவே விட மாட்டாங்க பாப்பூ” என்றார்.

"அப்படியா?" மூக்குப்புறமாக வழிந்த கண்ணாடியை மீண்டும் எடுத்துப் பொருத்திக் கொண்டார். கிருபளானி காந்தியையே கூர்மையாகப் பார்த்துக்கொண்டிருந்தார்.

"பலாத்காரத்தைக் கண்டதும் நாம் தைரியத்தையும் நம்பிக்கையையும் இழந்துடுறோம். அதனால்தான் அது இன்று உலகில் ஒரு சக்தியாக இருக்கிறது. கொஞ்சம் அமைதியாக யோசிச்சு பார்த்தா அப்படி பயப்படுவதற்கு எவ்விதக் காரணமும் இல்லைன்னு புரியும்" வீட்டைத் தூய்மைப்படுத்திக் கொண்டே பேசினார் காந்தி. கங்காதரன் அவருக்கு உதவியாகப் பரவிக்கிடந்த தாள்களை அதனதன் அடுக்கில் எடுத்து வைத்தான்.

"கங்காதர்... அரசாங்கம் மேற்கொண்டு செய்ய முடியாதபடி என் நடவடிக்கைகளைக் கட்டுப்படுத்திவிடலாம். அதுக்கு முன்னாடி நான் சம்பாரணைச் சுத்திப் பார்க்கணும். நாளைக்கு சுக்லாவை வரச்சொல்லு" என்றார் காந்தி.

சுக்லா வந்து சேர்வதற்கு முன்பே நிமன்பிரசாத்துடன் கங்காதரன் வந்து சேர்ந்திருந்தான். அதற்கும் முன்பே காந்தி தங்கியிருந்த கோரக்பிரசாத்தின் வீட்டுக்கு வெளியே திருவிழாக் கூட்டம் போல மக்கள் கூடியிருந்தனர். அங்கிருந்து ஐந்து மைல் தொலைவிலிருந்த கிராமத்தைச் சேர்ந்த விவசாயி ஒருவரின் நிலத்திலிருந்த பயிர்களையும் பழமரங்களையும் யானையை விட்டு நாசப்படுத்தியும் வீட்டுக்கூரையைக் குண்டாந்தடியால் தாக்கியும் போலீசாரின் துணையோடு தோட்ட முதலாளி அராஜகம் செய்துவிட்டாராம்.

"நான் அதை உடனே நேரில் பார்வையிட வேண்டும்" என்றார் காந்தி பரபரப்பாக.

அவர் மோதிகரிக்குச் சென்றபோது ஆதரவோ தலைமையோ துணிச்சலோ இல்லாத அம்மக்கள் தங்களுக்கென்று பேச வந்திருக்கும் அந்த மனிதரை விட்டுவிடத் தயாராக இல்லை என்பதுபோல மொய்த்துக் கொண்டனர். அவர்களின் கண்களில் கிருஷ்ணவேணியைப் போல, பார்வதியைப் போல கோமதியைப் போல ஏக்கம் அப்பிக் கிடப்பதாகத் தோன்றியது கங்காதரனுக்கு.

காந்தியின் பயணத்திற்கான ஏற்பாடுகள் செய்யப்பட்டு பயணிப்பதற்காக யானையொன்றும் வரவழைக்கப்பட்டது.

“யானை மீதேறி செல்வது எனக்குப் புதிதுதான். ஆனால் அதையும்தான் முயன்று பார்த்துவிடுவோமே” என்றார். ஏப்ரல் மாதத்தின் தகிக்கும் வெயிலில் காந்தியும் யானையும் பயணம் புறப்பட்ட சிறிதுநேரத்தில், அவர் இங்கிருந்தால் அமைதி கெட்டுவிடும் என்றும், கிடைக்கும் முதல் ரயிலில் ஏறி சம்பாரணை வீட்டு வெளியேறி விட வேண்டுமென்றும் கிரிமினல் புரோஸிஜர் சட்டத்தின் 14வது பிரிவின் கீழ் மாஜிஸ்டிரேட் ஒரு உத்தரவை காந்திக்கு அனுப்பியிருந்தார்.

“இந்த உத்தரவை நான் ஏற்கப போவதில்லை. வேண்டுமானால் மாஜிஸ்டிரேட் தனக்கு உசிதமென்று தோன்றும் நடவடிக்கையை எடுத்துக்கொள்ளலாம்.”

“இதை நீங்கள் எழுத்துப்பூர்வமாகத் தர முடியுமா மிஸ்டர்.காந்தி?”

“ஓ... தாராளமாக” என்ற காந்தியைப் புரியாமல் பார்த்தனர்.

“இது சிறைத்தண்டனைக்குக் கூட வழிவகுத்துவிடும் பாப்பூ.”

“அறிவேன் நான்... நானும் வழக்கறிஞர்தானே?” என்றார் வெடிச்சிரிப்போடு. அங்கு நின்றிருந்த காங்காதரனைப் பார்த்து “என்ன கங்காதர்...? நான் கூறுவது உண்மைதானே?” என்றார். வரவர அவனுக்கு நிமன்பிரசாத்தின் மொழிபெயர்ப்பை விட காந்தியின் உடல்மொழியே அதிகம் புரிந்துவிடுகிறது.

“சம்பாரணுக்கு வந்தபோது இரண்டொரு நாட்களில் திரும்பி விடலாமென்று நினைத்தேன். இப்போது அது முடியாதுன்னு தெரியுது. வேறென்ன?”

மாஜிஸ்டிரேட் கோர்ட்டில் காந்தியின் வழக்கு எண் அழைக்கப்பட்டதும் கோர்ட் அறையை நோக்கி மக்கள் குவிந்தனர். நெரிசலைத் தாக்குப்பிடிக்கவியலாது அறையின் கண்ணாடி சன்னல்களெல்லாம் உடைந்து நொறுங்கின. போலீசாரால் எதையும் அடக்க முடியவில்லை. அடக்கி வைத்தவைகள் உடைந்து நொறுங்கித்தானாக வேண்டும். அவர்களுக்கெல்லாம் இந்த ஒடிசலான அந்த மனிதர் நம்பிக்கை அளித்துவிட்டார், நெகிழ்ச்சியாக இருந்தது காங்காதரனுக்கு.

சர்க்கார் தரப்பில் சாட்சிகள் அழைத்து வரப்பட்டு விசாரணை தொடங்கியபோது காந்தி “வணங்குகிறேன் மாஜிஸ்டிரேட் அவர்களே... இந்த சாட்சிகள் அநாவசியமானது. இதை

நிரூபிப்பதற்காக நம் இருவரின் நேரமும் ஏன் வீணாக வேண்டும்? தங்களின் உத்தரவைப் பெற்றுக்கொண்டு அதற்கு உடன்பட மறுத்து விட்டேன் என்பதை நானே ஒப்புக்கொள்கிறேன்."

அவனைப் போலவே நீதிமன்றத்தின் அத்தனை கண்களும் அவரையே நோக்கிக்கொண்டிருந்தன.

"நீங்கள் அனுமதித்தால் என் வாக்குமூலத்தை இங்கு படிக்கவும் தயாராகவுள்ளேன்."

மாஜிஸ்டிரேட், குற்றத்தை விசாரணையின்றி ஒப்புக்கொண்ட குற்றவாளியை அப்போதுதான் முதன்முதலாகப் பார்ப்பதைக் கண்களால் ஒப்புக்கொண்டு "அனுமதிக்கிறேன் மிஸ்டர்.காந்தி" என்றார்

"இங்குள்ள அவுரி விவசாயிகள் நியாயமான முறையில் நடத்தப்படவில்லை என்று வற்புறுத்தி அழைக்கப்பட்டதன் பேரில்தான் நான் இங்கு வந்தேன். எல்லாத் தரப்பிலும் இதை ஆராயும்பொருட்டு அதிகாரிகளையும் தோட்ட முதலாளிகளையும் சந்திக்க விழைந்தேன். ஜீவகாருண்ய தேச சேவையே என் நோக்கம். இதைத் தவிர வேறு நோக்கம் எதுவும் எனக்குக் கிடையாது. என்னால் இங்கு அமைதி கெட்டுவிடும் என்பதை நான் ஒப்புக்கொள்ள மாட்டேன். ஏனென்றால் ஏற்கெனவே இம்மாதிரியான போராட்டங்களில் எனக்கு அனுபவம் உண்டு. தாங்கள் என்னை வெளியேறச் சொல்லும் உத்தரவை ஏற்க வேண்டிய நிலையிலும், அதேநேரம் செய்ய வந்த காரியத்தை செய்து முடிக்க வேண்டிய கடமையிலும் நான் இருக்கிறேன். ஆனால், இப்போது கடமையைச் செய்யும்பொருட்டு நான் சர்க்காரின் உத்தரவை மீறியிருக்கிறேன். இவ்வாக்குமூலம் என் தண்டனையைக் குறைப்பதற்காக அல்ல. சட்டத்தின் அதிகாரத்தின் மீது நான் கொண்டிருக்கும் மரியாதை குறைவினாலும் அல்ல. எனக்குள்ளிருக்கும் உயர்ந்த சட்டமான என் மனச்சாட்சியின் குரலுக்குப் பணிந்தே இச்சட்டத்தை மீறினேன்."

மொத்தக் கூட்டமும் விறைத்து நின்றது. மாஜிஸ்டிரேட்டின் தடுமாற்றம் அவர் குரலில் தெரிந்தது.

"நீங்கள் கூறியவற்றிலிருந்து குற்றத்தை நீங்கள் ஒப்புக் கொள்கிறீர்களா எனத் தெளிவாகவில்லை."

"நான் என்ன சொல்ல விரும்புகிறேனோ அதைச் சொல்லிவிட்டேன் மாஜிஸ்டிரேட் அவர்களே..."

"அப்படியானால் சாட்சிகளை வரவழைத்து இரு தரப்பு விவாதங்களையும் கேட்போம் மிஸ்டர். காந்தி."

"இது உங்கள் கருத்தானால், கனம் பொருந்தியவரே... நான் குற்றத்தை ஒப்புக்கொள்கிறேன்."

"சரி... என் தீர்ப்பைச் சில மணிநேரம் கழித்துச் சொல்கிறேன் நீங்கள் ஜாமீன் கொடுத்துவிட்டுச் செல்லுங்கள்."

"எனக்கு ஜாமீன் தேவையில்லை. அதைக் கொடுக்கவும் இங்கு ஆளில்லை."

"அப்படியானால் சொந்த ஜாமீன் கொடுத்துவிட்டு நீங்கள் செல்லலாம் மிஸ்டர் காந்தி."

"இல்லை... நான் அதை விரும்பவில்லை. குற்றத்தை ஒப்புக் கொள்கிறேன். நீங்கள் எந்தத் தீர்ப்பைக் கூறினாலும் மனதார ஏற்றுக் கொள்கிறேன் மாஜிஸ்டிரேட் அவர்களே."

"தீர்ப்பை மூன்று மணிக்கு ஒத்தி வைக்கிறேன்" என்றவாறு மாஜிஸ்டிரேட் வெளியேறியபோது அவர் தப்பிப் பிழைத்தோடுவது போலிருந்தது. இந்தியாவில் ஒரு பிரிட்டிஷ் கோர்ட்டின் முன் இத்தகைய வாக்குமூலத்தை யாரும் அளித்திருக்க மாட்டார்கள் என சம்பாரண் ஜில்லாவே வியந்துபோனபோது அவன் மனம் குழம்பியிருந்தது.

பாப்பூ... பெண்களைச் சமுதாயக்கட்டுகளிலிருந்து எங்ஙனம் மீட்பது? அவர்களைக் கட்டாயத் துறவறத்திலிருந்து யார் காப்பாற்றப் போகிறார்கள். இங்கு திரளான மக்கள் கொண்ட நம்பிக்கையைப் போல இந்தக் கட்டுகளிலிருந்து மீறலாமென்றோ இது மாறுமென்றோ அவர்களுக்கு யார் நம்பிக்கையளிப்பது? உலகாயுத சுகத்தைத் துறக்க விரும்பும் முனிவர்கள் மக்கள் நடமாட்டமற்ற காட்டைத் தேர்ந்தெடுத்துக் கொண்டது தற்செயல் அல்ல. மனமானது காட்டின் துஷ்ட விலங்குகளைவிட மோசமான விலங்கு என்பதை அவர்கள் உணர்ந்திருந்தனர். ஆனால் பெண்களுக்கு எதையும் தேர்ந்தெடுத்துக் கொள்ளும் உரிமை இருப்பதில்லை. தங்களுக்குள் முகிழ்த்தெழும் அத்தனை உணர்வுகளையும் உள்ளமிழ்த்தித் தலையில் நீரை ஊற்றிக்

கொள்ள வேண்டும். வேண்டுமானால் சுலபமான வேலைகளைக் கடினமாக்கி எந்நேரமும் அதில் ஈடுபட்டுக்கொள்ளலாம். பசுக்கள் ஈனும் கன்றுகளைத் தம் பிள்ளைகள்போலக் கருதிக்கொள்ளலாம். நாவின் வேட்கையைச் சட்டை செய்யாது விட்டுவிடுவதன் மூலம் உடலின் தேவையை வென்றெடுக்கலாம் என்ற மூத்தோர்களின் பேச்சை மறுபேச்சின்றி கடைப்பிடிக்கலாம்.

"ஆம்... நீ கூறுவது சரிதான். எந்த ஒரு பெண்ணின் மீதும் வைதவ்யம் திணிக்கப்படக் கூடாது. ஆனாலும், உன் சகோதரிகள் விஷயத்தில் அவர்கள் அதை விருப்பமுடன் ஏற்றுக் கொள்கிறவர்களாகத்தானே இருக்கிறார்கள்."

"அதை ஏற்காமல் இருக்க முடியாதே பாப்பூ?"

"உண்மைதான். பெண்கள் தன்னை இன்னும் உணர்ந்து கொள்ளவில்லை. அதற்காக அவர்களை அபலைகள் என்றும் கூற முடியாது. அப்படிக் கூறுவது அவர்களை அவமதிப்பது போன்றது"

"ஆனால், பலம் பொருந்திய ஆண்களுக்கான சமுதாயத்தில் பெண்களின் நிலைமை அப்படிதானே உள்ளது?" நீண்டநாட்களாக மனதை அரித்து வந்த உணர்வைச் சிறிது நாட்களே பழக்கமான அவரிடம் கொட்டினான்.

"கங்காதர்... நீ எதை பலமென்று கூறுகிறாய்? மிருக பலத்தையே பலமென்று கருதினால் ஆண்களை விட பெண்களுக்கு பலம் குறைவுதான். ஆனால், பலம் என்பதை ஒழுக்கபலம் என்று பொருள் கொண்டால் பெண்கள் எண்ணிப் பார்க்கவியலாத அளவுக்கு உயர்ந்தவர்கள்."

"அதற்காக வாழத் தொடங்கும் முன்னே கருகிப்போன வாழ்வை ராமநாமத்தை ஜெபித்துக் கொண்டே கடக்க வேண்டுமா? அதற்காகவா அவர்கள் பிறப்பெடுத்துள்ளனர்?"

"அவர்களுக்கு பாலுறவு மறுக்கப்படுகிறது என்பதுதான் உன் குறையா கங்காதரன்? பாலுறவைத்தான் நீ வாழ்க்கை என்றும் இன்பம் என்றும் அதை அனுபவிக்காமை பாவம் என்றும் கூறுகிறாயா?"

"அது உண்மைதானே பாப்பூ... அவர்கள் வயதையொத்த நாங்கள் நாலடி இடைவெளியில் அறைக்குள் இன்பம் அனுபவிக்கும்போது

அவர்கள் அறைக்கு வெளியே உறங்குவதுபோலப் பாசாங்கு செய்ய வேண்டும். இல்லையெனில், தன் கணவருடன் வாழ்ந்த நாட்களை நினைத்துக்கொள்ள வேண்டும். இது எவ்வகையில் நியாயம் கூறுங்கள்?"

"பாலியல் இன்பம் என்பது இனவிருத்திக்கான செயல்பாடு மட்டும்தான். அதை இன்பத்துக்காகச் செய்வதென்பதே பாவம். அதிலிருக்கும் நாட்டம் நம்மை உலகியலில் கட்டிப் போட்டுவிடும் கங்காதர். இந்தியர்களான நம் முன்னால் சுதந்திரத்தைப் பெற்றாக வேண்டிய நிர்ப்பந்தம் இருக்கிறதல்லவா?"

"சுதந்திரத்திற்காக என் சகோதரிகள் என்ன செய்ய முடியும் பாப்பூ?"

"சேவை... சேவை செய்யலாமே கங்காதரன்! ராமா...ராமா... என்றிருப்பது மட்டும் ஆன்மீகமல்ல. பக்தியோடு சேவையும் கலப்பதுதான் ஆன்மீகம். உன் சகோதரிகள் விருப்பப்பட்டு வேறு மணம் செய்ய ஒப்புக்கொண்டால் நான் அதனை ஆதரிப்பேன். அதேநேரம் அவர்களாக விரும்பி வைதவ்யம் ஏற்றுக்கொண்டால் அவர்களைக் கையெடுத்து வணங்குவேன். ஊனின் களங்கங்களுக்குக் கட்டுப்பட்டு ஊனிலே அடங்கி சிறைப்பட்டுக் கிடக்கும் வலிமையற்ற உணர்வை விட ஊனுக்கு அப்பாற்பட்ட ஆன்ம உணர்வு மேம்பட்டது அல்லவா?"

"பாப்பூ... நீங்க இல்லறம்கிற ஏற்பாட்டைக் குறைவா பாக்கறீங்க."

"அதை விட பக்தியும் சேவையும் உயர்வானது என்கிறேன். நீ மற்றவர்களை மதிப்பிடும்போது அவர்கள் ஏற்றுக்கொண்டுள்ள நெறியைக் கொண்டே மதிப்பீடு செய்ய வேண்டும். உன் மனம் விரும்புவதை அவர்களின் நெறியாகப் பார்க்காதே. உலக இன்பங்கள் மனதைச் சுயநலத்தில் ஆழ்த்திவிடும். புலனடக்கம் கொள்பவர் குடும்பம் நடத்துபவரை விட மேலானவர் என்று கருதுகிறேன்."

"அதை நீங்கள் திருமணமானவர்களுக்கும் வலியுறுத்தவது தவறல்லவா?"

"ஓ... நீ திருமணமானவனோ...?" அவனை நிமிர்ந்து பார்த்துச் சிரித்தார்.

“இல்லை… ஆனால் திருமணம் நிச்சயிக்கப்பட்டவன். திருமணத் தேதி நெருங்கி வரும் வேளையில் வாழ்விழந்த சகோதரிகளுக்கு மத்தியில் வாழ விருப்பமின்றி மனச்சாட்சியின் உறுத்தல் தாங்காமல் கிளம்பி வந்துவிட்டேன்.”

“புரிகிறது கங்காதரன். நீ கிளம்பியது அந்தப் பெண்ணின் விருப்பத்தோடுதானே?”

“இல்லை… அவளுக்கு இது குறித்து எதுவும் தெரியாது.”

“அப்படியானால் நீ மூன்று பெண்களுக்காக நான்காவது பெண்ணை பலி கொடுத்திருக்கிறாய் என்று எடுத்துக்கொள்ளட்டுமா?”

அன்று காலையில் காந்தி கிணற்றில் இறைத்து வாளிகளில் நிரப்பப்பட்டிருந்த நீரைக் கொண்டு தனது தட்டையும் நீரருந்தும் குவளையையும் துலக்கி எடுத்துக்கொண்டு உள்ளே நுழைந்தபோது “பாப்பூ… நீங்கள் இங்கேயே இருந்து கொள்ளலாமாம். ஆட்சேபணை ஏதுமில்லை என்று மாஜிஸ்டிரேட் தீர்ப்பு கூறி விட்டார்” ஓடோடி வந்தவர்களுடன் கங்காதரனும் சேர்ந்து கொண்டான்.

“சரிதான்… நியாயமான தீர்ப்பு. என்னுடைய நாட்டில் நான் எங்கு போக வேண்டும், எங்கு போகக்கூடாது என்பதை பிரிட்டிஷார் எனக்கு உத்தரவிட முடியாது இல்லையா?”

“பாப்பூ… இது அவர்கள் ஆளும் தேசமில்லையா?”

“ஆனால், தேசம் அவர்களுடையதில்லையே?” என்றார் பாப்பூ.

- சொல்வனம் இணைய இதழ்

அக்டோபர் 1, 2021

02

மிலியின் சகோதரன்

மோகன்தாஸ் காந்தியைக் கைது செய்திருந்தார்கள். 1908ஆம் ஆண்டின் அந்த ஜனவரி பத்தாம் நாளன்று ஜோஹானஸ்பர்க்கின் ஃபோர்ட் பிரிசன் சிறையில் அவருடைய உடைகளைக் களையச் செய்து உடல் எடை பார்க்கப்பட்டு அவரது விரல் ரேகைகள் பதியப்பட்டன. பிறகு அவருக்குச் சிறைக்கான உடைகள் அளிக்கப்பட்டபோது பொழுது நகர்ந்து மாலையாகியிருந்தது. இரவு உணவுக்காக எட்டு அவுன்ஸ் ரொட்டி கொடுத்து அவரைச் சிறையறைக்கு அனுப்பியபோது இலண்டனில் சட்டம் பயின்ற அந்த பாரிஸ்டருக்கு அது முன்பின் அறியாத புதிய அனுபவமாக இருந்தது. அவரைத் தவிர அவ்வறையில் பன்னிரண்டு கைதிகள் இருந்தனர். அவர் கையோடு எடுத்துச் சென்றிருந்த பகவத்கீதையையும் டால்ஸ்டாய், சாக்ரடீஸ் ரஸ்கின் ஆகியோரின் புத்தகங்களையும் தம்மருகே வைத்துக் கொண்டார். இரவுணவுக்குப் பின் மரப்பலகை படுக்கையில் படுத்துக் கொண்டார்.

தென்னாப்பிரிக்காவில் டிரான்ஸ்வால் அரசாங்கம் கொண்டு வந்த புதிய ஏசியாட்டிக் அவசரச் சட்டத்தின்படி அங்கு வசிக்கும் இந்தியர்கள் அரசாங்கத்திடம் புதிதாகப் பதிவு செய்துகொள்ள வேண்டுமென்றும் அப்பதிவுச் சான்றிதழை எந்நேரமும் தம்மோடு வைத்திருக்க வேண்டுமென்றும் பதிவுச் சான்றிதழ் இல்லாதவர்கள் கைது செய்யப்படவோ டிரான்ஸ்வாலுக்கு வெளியே அனுப்பப்படவோ வேண்டியிருக்குமென்ற நிலைக்கு எதிராக செப்டம்பர் 11ஆம் தேதி எம்பயர் தியேட்டரில் தெளிவான, தீவிரமான, கவனமாகத் தேர்ந்தெடுக்கப்பட்ட

வார்த்தைகளால், அவசரச் சட்டத்தின் கசப்பான, கொடுங்கோலான உத்தரவுகளுக்குக் கீழ்ப்படிவதை விட டிரான்ஸ்வாலிலிருக்கும் ஒவ்வொரு இந்தியரும் சிறைவாசத்துக்குத் தன்னை ஒப்புக்கொடுக்க வேண்டுமென்று கூறியதன் பின்னணியில் நடந்த தொடர் போராட்டம் மோகன்தாஸுக்கு ஏராளமான ஆதரவாளர்களையும் சிறைத் தண்டனையையும் பெற்றுத் தந்திருந்தது.

ஜோஹானஸ்பர்க்கின் பெல்லீவ் ஈஸ்ட்டில் அவருடன் ஒரே இல்லத்தில் தங்கியிருந்த அவரது உதவியாளரும் வழக்கறிஞருமான ஹென்றி போலாக் எதையோ இழந்தது போல உணர்ந்தான். அவனது மனைவி மிலிகிரகாமுக்கு இதயத்திலிருந்து ஏதோவொன்று நகர்ந்தது போலிருந்தது. அதை நிரப்புவது போல மீள எழுந்த நினைவுகளை அடக்கவியலாதவளாக அமர்ந்திருந்தாள். அவர்களுக்கு இரண்டு சின்னஞ்சிறு குழந்தைகள் இருந்தனர். அவள் தன் மூத்தமகனை விளையாட அனுப்பியிருந்தாள். குழந்தை உறங்க விரும்பாத நேரத்தில் அதை வலுக்கட்டாயமாகத் தூங்க வைப்பது சரியல்ல என்பார் காந்தி. இரண்டாவது மகன் பிறந்த பிறகு அவர் மிலியிடம் “குழந்தைக்கேற்றார்போலத் தாய் தனது பழக்கத்தை மாற்றிக் கொள்ள வேண்டும். இரவோ பகலோ எந்த நேரமாக இருந்தாலும் குழந்தை உறங்கும் நேரத்தில் நீயும் தூங்க முயற்சி செய்” என்பார். இப்போது அவளது இரண்டாவது குழந்தை உறங்கிக்கொண்டிருந்தான். அவளுக்குதான் உறக்கம் வராமலிருந்தது.

மிலி முதன்முதலாக லண்டனிலிருந்து தென்னாப்பிரிக்கா வரும்போது ஜோஹானஸ்பர்க்கின் ஜெப்பி ரயில்நிலையத்தில் வைத்து அவரைச் சந்தித்திருந்தாள். இரவின் சோம்பலை முற்றிலுமாக உதறிவிட்டு அன்றைய நாள் புதிய விடியலுக்குள் நுழைந்து கொண்டிருந்த நேரமது. அவளை அழைத்துச் செல்வதற்காக நடைமேடையில் காத்திருந்த அவளது வருங்காலக் கணவர் ஹென்றி போலாக்குடன் மோகன்தாஸ் என்ற முப்பத்தாறு வயது பழுப்பு நிற மனிதனும் நின்று கொண்டிருந்தார். ஏற்கெனவே கடிதங்களால் அறிமுகமாகியிருந்த மிலியிடம் சிநேகமாக வலதுகரத்தை நீட்டிய அந்தத் தடித்த உதடுகள் கொண்ட மனிதருடன் மனதளவில் இத்தனை நெருக்கமாகி விடுவோமென்று அவள் அப்போது சிறிதும் எண்ணியிருக்கவில்லை. யூதரான ஹென்றியும் கிறித்தவப் பெண்ணான அவளும் மணம்

புரிந்துகொள்வதற்கு ஹென்றியின் வீட்டாரிடம் எதிர்ப்பு இருப்பதை அவர்கள் அறிந்திருந்தாலும் அவர்களால் காதலை விலக்கிக்கொள்ள முடியவில்லை. ஹென்றியை மணப்பதற்காகத் தென்னாப்பிரிக்காவிற்கு வந்த மிலியை அவள் காதலனோடு இணைத்தது மட்டுமின்றி அவர்களைத் தங்கள் வீட்டிலேயே தங்க வைத்துக்கொண்ட அந்த இந்தியரை இது போன்ற எந்தக் காரணங்களும் இல்லாது போனாலும் தன்னால் நெருக்கமாக உணர முடியும் என்றெண்ணிக் கொண்டாள் மிலி.

ஹென்றி தனது வருங்கால மனைவியைக் கண்ட ஆனந்த அதிர்வில், "மிலி... என்னால இதைக் கொஞ்சமும் நம்ப முடியில..." என்றான். அவன் கண்கள் இதயத்தின் பரபரப்பை நீராக ஏந்திப் பளபளத்திருந்தது.

"இந்தியன் ஒப்பீனியனுக்கு அத்தனை சந்தா சேர்ந்துடுச்சா?" என்றார் காந்தி சிரிக்காமலேயே. அவர் தென்னாப்பிரிக்காவிலிருக்கும் இந்தியர்களின் நலனுக்கு முக்கியத்துவம் கொடுக்கும் இந்தியன் ஒப்பீனியன் என்ற இதழை நடத்திக்கொண்டிருந்தார்.

மிலி அந்தப் புதிய நண்பரின் நகைச்சுவைக்குப் புன்னகைத்தபடியே தன்னை நோக்கி நட்பாக நீண்டிருந்த அவரது வலதுகரத்தை லேசாகப் பற்றிக் குலுக்கினாள். நடுத்தர உயரமும் மெலிந்த தேகமும் கொண்ட இந்த மனிதரா அரசாங்கத்தை வண்டு போலக் குடைந்து கொண்டிருக்கிறார்? தோன்றிய நேரத்திலேயே அவ்வெண்ணம் விடுபட்டும் போனது. ஏனெனில் அதை விடக் கவர்ச்சியான ஒரு பண்டம் இப்போது அவளிடமிருந்தது. திண்மையான உடற்கட்டும் நேர்த்தியான உருவமும் கொண்ட இருபதுகளின் நடுவிலிருக்கும் அதற்கு அடர்ந்த தலைமுடியும் மூக்குக் கண்ணாடிக்கு பின் உருண்டையான அறிவார்ந்த விழிகளும் கூரிய நாசியும் அடர்ந்த புருவமும் மெல்லிய உதடுகளும் அந்த நீள்முகத்தில் பொருத்தினாற்போல் அமைந்திருந்த காதுகளும் இருந்தன. இதயக்கூடு இன்பத்தில் தாறுமாறாகத் துடிக்க, அந்தப் பண்டத்தின் கம்பீரமான ஆகிருதிக்குள் தன்னை ஒப்புக் கொடுக்க எண்ணிய உடலைச் சிரமப்பட்டு நகர்த்திக்கொண்டு கரத்தை மட்டும் முன்னே நீட்டினாள் மிலி. புனிதமான ஏதோவொன்றைப் பற்றுபவன்போல ஹென்றி அதை ஒற்றியெடுத்துத் தன் கரங்களுக்குள் பொத்திக் கொண்டான்.

“ஓ... காதலர்கள்” என்று அவர் சிரித்தபோது அவர் கண்களும் சேர்ந்து கொண்டதைப் பின்னாட்களிலும் அவள் பலமுறை பார்த்திருக்கிறாள்.

பெற்றோரை விட்டுவிட்டு கண்டம் விட்டுக் கண்டம் வருமளவுக்குத் துணிச்சல் அளித்திருந்த காதலனை அவன் யூத வார இதழொன்றில் அரசியல் விவகாரங்களைக் குறித்து கட்டுரைகள் எழுதிக் கொண்டிருந்தபோதே அவள் அறிந்திருந்தாள். இப்போது அவன் டிரான்ஸ்வால் கிரிட்டிக் என்ற உள்ளூர் செய்தித்தாள் நிறுவனத்தின் பணியாளன் என்பதோடு ‘இந்தியன் ஒப்பீனியன்’ இதழின் பகுதி நேர ஆசிரியரும் கூட. அவளுமே சீர்த்திருத்த கருத்துகளும் பெண்ணிய சிந்தனையும் கொண்டவள்தான். தன்னைப் போலவே கணவனும் டால்ஸ்டாயின் எழுத்துகளின் மீது தீவிர ரசிகனாக இருப்பது அவளுக்குப் பெருமையாக இருந்தது. கூடவே மோகன்தாஸ் காந்தி என்ற துணிச்சலான மென்மையான இந்தியர் ஒருவருடன் கணவன் கொண்டிருந்த நட்பும் உரிமையும் அவளுக்குப் பிடித்திருந்தது.

திருமணத்துக்குப் பிறகு அவர்கள் ஜோஹானஸ்பர்க்கில், டிராய்வில்லில் ஆல்பர்மர் தெருவிலிருந்த இரண்டு தளங்களையும் எட்டு அறைகளையும் கொண்ட காந்தியின் வீட்டில் புதுமணத் தம்பதிகளாகக் குடியேறினர். அது பிரதான நகரை விட்டுச் சற்றே தள்ளியிருந்த நடுத்தர மக்கள் வசிக்கும் பகுதி. காந்தி தம்பதியினரும் அவர்களின் இளைய மகன்கள் இருவரும் தொலைத்தொடர்பு பணிகளைக் கவனிக்கும்பொருட்டு பணியமர்த்தப்பட்ட ஆங்கிலேயே இளைஞனொருவனுமாக அமைந்திருந்த கூட்டணியில் தாங்களும் இணைந்து கொண்டபோது மிலிக்கு எதுவுமே நெருடலாகத் தோன்றவில்லை. நாடும் உறவும் புதிதென்றாலும் கஸ்தூர் என்ற அவளை விட வயதில் முதிர்ந்த தோழியும் அவள் குடும்பத்தாரும் அதை இயல்பாக மாற்றியிருந்தனர். மோகன்தாஸ் காலையில் சீக்கிரமாகவே எழுந்துகொண்டு அன்றைய உணவுக்கான மாவு தயாரிப்பில் மனைவிக்கு உதவுவார். பிறகு கயிறு தாண்டும் பயிற்சியைச் செய்துவிட்டுப் பழங்களை நறுக்கித் தருவார். காலையுணவுக்குப் பிறகு ஐந்து மைல் தொலைவில் ரிஸ்ஸிக் தெருவிலிருக்கும் அலுவலகத்துக்கு நடைப்பயணமாகவோ மிதி வண்டியிலோ புறப்பட்டுவிடுவார். கையோடு மதியத்துக்கான கோதுமை

ரொட்டியோடு நிலக்கடலையும் வெண்ணெயும் சில பழங்களும் எடுத்துச் செல்வது அவர் வழக்கமாக இருந்தது.

ஐரோப்பிய ஆசிய ஆப்பிரிக்கக் கண்டங்களை உள்ளடக்கிய அவர்களது உணவு மேசையில் இரவுணவு நேரங்கள் பிரார்த்தனைப் பாடல்கள் அதன் விளக்கங்கள் இந்திய, தென்னாப்பிரிக்க அரசியல் எனக் களைக்கட்டி விடும். ஜுலுக்களின் பாம்பாத்தா கிளர்ச்சி நேட்டாலிலும் பரவியிருக்க அது குறித்து இந்தியன் ஒப்பீனியன் இதழில் தான் எழுதவிருக்கும் கட்டுரை தொடர்பாக ஹென்றியுடன் காந்தி விவாதித்துக் கொண்டிருந்தார். காஃபிர்களின் கலகம் நியாயமானதா இல்லையா என்று தன்னால் உறுதியாகக் கூற முடியவில்லை என்றாலும் காயம்பட்டவர்களுக்கு சிகிச்சை செய்வது, உணவளிப்பது போன்ற முடிந்த உதவிகளைச் செய்ய வேண்டியது நமது கடமை என்றார். இப்பணிக்கெனத் தன்னார்வலர்களைத் திரட்டப் போவதாகவும் அதில் தன் பெயரை முதலாவதாகச் சேர்த்துக் கொண்டதாகவும் பணவுதவியோடு ஓவர்கோட்டுகள், தொப்பிகள், காலுறைகள் போன்ற பொருளுதவியும் கேட்கப் போவதாகக் கூறிக் கொண்டிருந்தார்.

“பிரிட்டிஷாருக்கு உதவுவது குறித்து நாம் பலமான எதிர்வினைகளைச் சந்திக்க வேண்டியிருக்கும்...” என்றான் ஹென்றி. தன் சொந்த இனம், குழு அல்லது மதப்பிரிவின் விடுதலையில் மட்டுமின்றி மொத்த மானுடகுலத்தின் ஒன்றுபடுதலில் நம்பிக்கை கொண்டிருந்த அவனுக்கு இந்திய நலன்கள் மீதான அக்கறையும் அதன் பிடிவாதமான குறுகிய மனப்பான்மைக்கும் மதவெறிக்கும் முடிவு கட்ட வேண்டுமென்பதில் ஆர்வமுமிருந்தது.

“ஆனால் நேட்டாலில் நாமிருப்பது பிரிட்டிஷ் அதிகாரத்தின் மூலமாகத்தானே?”

மிலி காந்தியையே பார்த்துக்கொண்டிருந்தாள். அவருடையது அமைதியான குரலெழும்பாத பேச்சு என்றாலும் அதில் தீவிரமும் தீர்மானமும் கலந்திருக்கும். கஸ்தூரிடம் பேசும்போது இதில் கூடுதலாக உரிமையும் கலந்துவிடும் என்றெண்ணிக் கொண்டாள். அவர்களுக்குள் அடிக்கடி வாக்குவாதம் வருவதைப் பார்த்துமிருக்கிறாள். அது பெரும்பாலும் இந்தியாவிலிருக்கும் அவர்களின் மூத்தமகன் ஹரிலாலைப் பற்றியதாக இருக்கும்.

சமையலும் மற்ற வேலைகளும் முடிந்த பிறகு தோட்டத்தைச் சீர் செய்யக் கிளம்பிவிடும் கஸ்தூருடன் மிலியும் இணைந்து கொள்வாள். செடிகளுக்கு நீர் பாய்ச்சுவதும் செத்தைகளைக் கூட்டி எரிப்பதுமாக இருவரும் தோட்டப் பணிகளில் ஈடுபட்டாலும் கூடவே கஸ்தூருக்கு ஆங்கிலமும் கற்றுத் தருவாள். பணிக்குக் கிளம்பும்முன் மோகன்தாஸ் தன் மகன்களுக்கு குஜராத்தி இலக்கணம் கற்றுத் தருவார். குஜராத்திக்குப் பதிலாகப் பிள்ளைகளுக்கு ஆங்கிலம் கற்றுத் தரலாமென்று தனக்குத் தோன்றுவதை ஹென்றி மனைவியிடம் தெரிவித்தாலும் அவரிடம் நேரிடையாகக் கூறுவதில்லை. அவரிடம் விவாதிப்பதற்கென்றே வந்தவள் போல மிலி இருப்பதில் ஹென்றிக்கும் கஸ்தூருக்கும் உடன்பாடுதான்.

"காலன்பாக் இங்கே வரும்போது சாக்லெட்டோ பொம்மைகளோ வாங்கீட்டு வராதீங்கன்னு சொல்லணும் மிலி..." ரொட்டிக்கான மாவைப் பிசைந்துக்கொண்டே பேசினார் கஸ்தூர். அவர்கள் வீட்டுக்கு அடிக்கடி வருகை தரும் பணக்கார நண்பரான ஹெர்மன் காலன்பாக்கின் வாழ்க்கை முறை தன் சின்னஞ்சிறு மகன்களை ஏங்க வைப்பதை அவர் உணர்ந்திருந்தார். மிலி உருளைக்கிழங்குகளை வேக வைக்கும் பணியில் மும்முரமாக இருந்ததால் கஸ்தூரின் பேச்சைக் கவனிக்கவில்லை.

"மிலி... காலன்பாக் வரும்போது இந்த விஷயத்தை ஞாபகப்படுத்துவாயா?"

"சாரி பா. நான் உருளைக்கிழங்கு மேலேயே என்னோட முழுக் கவனத்தை செலுத்திக்கிட்டிருந்தேன். நீங்க சொன்னதைக் கவனிக்கல."

சமையல் மேல் அவளுக்கு ஈடுபாடு வருவதைக் கண்டு ஆச்சர்யமாகப் புருவத்தை உயர்த்திய கஸ்தூர் "காலன்பாக் இங்க வர்றப்போ ராமாவுக்கும் தேவாவுக்கும் எதையாவது வாங்கிட்டு வந்துடுறாரு. இது பழக்கமாகிப் போச்சுன்னா அவர் வர்றதை விட அவர் வாங்கீட்டு வர்ற பொருள் மேல பசங்களுக்கு நாட்டம் உண்டாகிடும். ராமா அவரை மாதிரி சூட், ஷூவெல்லாம் போட்டுக்கணும்னு ஆசைப்படறான்."

"அப்டி விரும்பினாதான் என்ன தப்பு பா?" புருவத்தை உயர்த்தினாள் மிலி. பூசினாற்போன்ற உடற்கட்டும் சற்றே கருமையான நிறமும் கொண்டவள். அவளின் உருண்டையான துறுதுறுக்கும் விழிகள்

கணவனின் அறிவுக்கு ஈடு கொடுக்கும் திறன் படைத்தவை. குட்டை முடியைச் சிறு வளையத்துக்குள் அடக்கியிருந்தாள். கிழங்குகள் நீராவியில் வேகத் தொடங்கியிருந்தன.

"அப்டீன்னா நீ உங்க பாப்புக்கிட்ட சொல்லி மகன்களுக்கு அதெல்லாம் வாங்கித் தரச் சொல்லு" மிலியை சிபாரிசுக்கு அழைத்தாலும் கஸ்தூரின் முகத்தில் அவநம்பிக்கைதான் அதிகமிருந்தது. ஆனால் மிலிக்கு எது குறித்தும் பாப்புவிடம் பேசுவதில் எப்போதும் தயக்கம் இருந்ததில்லை. அவரை தகப்பன் என்ற பொருள்பட பாப்பூ என்று அவள் அழைத்தாலும் மூத்த சகோதரனாகவே எண்ணிக் கொள்வாள். அதுவே அவளுக்கு அவரிடம் கூடுதல் பிரியமும் உரிமையும் அளித்திருந்தது. காந்தியோ, தான் அடிக்கடி கிறித்துவின் சொற்களையும் போதனைகளையும் பயன்படுத்துவது கிறித்தவப் பெண்ணான அவளுக்குப் பிடித்துப் போனதுதான் இந்த அன்புக்குக் காரணமென்று வம்புக்கிழுப்பார்.

அது உண்மையில்லை என்று எண்ணினாலும் அவரது அலுவலக அறையில் கிறிஸ்துவின் படம் மாட்டியிருப்பது குறித்து அவளுக்கு மகிழ்ச்சிதான். அது குறித்து அவரிடம் கேட்டபோது, கிறித்துவின் பொறுமையும் மென்மையும் கருணையுமான உரு தன்னைக் கவர்ந்ததாக அவர் கூறினார். தூற்றப்படும்போதும் தாக்கப்படும்போதும் திருப்பித் தாக்காமல் மற்றொரு கன்னத்தைக் காட்டச் சொல்லி தம் சீடர்களுக்கு உபதேசித்த நிறை மனிதரல்லவா அவர்? என்றார். அப்போது கிறித்துவின் கண்களைப் போல பாபுவின் கண்களும் கருணை கொண்டவையாக இருந்தன என்று அவளுக்குத் தோன்றினாலும் அவரைச் சீண்டிவிட்டு வேடிக்கை பார்க்கப் பிடித்திருந்தது.

"ஆனா நீங்க கிறித்தவத்தை ஏற்கலையே பாப்பூ?"

"ஒரு நல்ல இந்துவாக இருப்பதே நல்ல கிறித்தவனாக இருப்பதுமாகும்."

பாப்புவின் உடனடியான பதில் அவளுக்குச் சிறு கோபத்தை எழுப்பியிருக்க வேண்டும். அவள் இந்தியாவில் நிலவும் சாதிப் பாகுபாடுகள் குறித்து அறிந்திருந்தாள். "கிறித்தவம் போதிப்பதுபோல், உங்கள் மதத்திலும் சகோதரத்துவம் வலியுறுத்தப்படுதுன்னு நெனைக்கிறீங்களா?"

"மிலி... மனிதர்களோட குறைப்பட்ட புரிதல்களைக் கொண்டு மகத்தான மதங்களின் உண்மையான போதனைகளைக் குறைத்து மதிப்பிடக் கூடாது. உலகத்தில் நிலவும் போர்களையும் வெறுப்புகளையும் ஏழ்மையையும் குற்றங்களையும் பார்த்த பிறகும் கிறித்தவ உலகம் சகோதரத்துவத்துடன் வாழுதுன்னு சொல்வாயா நீ?"

"அதுசரி... மனிதனின் இலட்சியங்கள் எப்போதுமே அவர்களுக்கு எட்டாத தொலைவில்தானே இருக்கின்றன" என்றாள் தொய்வாக.

"நாம் இலட்சியங்களை அடைஞ்சுட்டோம்ன்னா போராடி அடைய எதுவுமே இருக்காதில்லையா?"

தியாசபிகல் சொசைட்டியில் இது குறித்து அவர் ஆற்றிய சொற்பொழிவுகளை அவளும் கேட்டிருந்தாள். இந்துமதம், சமூக விவகாரங்களில் சாதியின் முக்கியத்துவம், சமய விஷயங்களில், பலதெய்வ வழிபாட்டின் முக்கியத்துவம், தார்மீக விஷயங்களில், சுய ஒறுத்தலின் முக்கியத்துவம் என்று மூன்று தூண்களின் மீது நின்றுகொண்டிருக்கிறது. சமணமோ வாழும் உயிர்கள் அனைத்தின் மீதும் கவனத்துடன் மரியாதை செலுத்துகிறது. இஸ்லாத்தின் சமத்துவக்கொள்கை சாதியால் பாதிக்கப்பட்டிருக்கும் வெகுமக்களின் விருப்பத்துக்குரியதாக இருக்கிறது. இந்த உள்ளார்ந்த பலத்துடன் வாளின் பலமும் சேர்ந்து கொண்டதால் அது பலரை மதம் மாறச் செய்வதாக அவர் ஆற்றிய உரை இந்தியன் ஒப்பீனியன் இதழில் வெளிவந்தபோது, காந்தி இஸ்லாம் மதத்தை அவமதித்து விட்டதாக முஸ்லிம்களிடமிருந்து கண்டனம் வந்ததையும் அவள் அறிந்திருந்தாள்.

"தாழ்ந்த சாதி இந்துக்கள் முஸ்லிம்களாக மாறினால் அது இஸ்லாத்தோட மேன்மையதானே காட்டுது..." என்றான் போலாக்.

"ஆனால் அவர்கள் வேறு விதமாகப் புரிந்து கொள்கிறார்களே" என்றாள் மிலி.

அன்று இரவுணவு மேசையில் கஸ்தூர் வழக்கம்போல கீதையிலிருந்து சில வரிகளை வாசித்துக் காட்டிவிட்டு, பின் மகன்களுக்கு அதை எளிதாக விளக்கிச் சொல்லிக் கொண்டிருந்தார். "பகவான் கிருஷ்ணன் அனைவரையும் சமமாகப் பார்க்கிறார், பாவிக்கிறார். அவருக்கு யாரும் நண்பருமில்லை. பகைவருமில்லை. அவரை யார் பக்தியுடன் பூஜிக்கிறார்களோ அவர்களிடம் அவர் வந்துவிடுவார்."

“இன்று உங்களிடம் மத்தியஸ்துக்காக வந்தவர்களை நீங்க முற்றிலும் வேறு பாதைக்குத் திருப்பீட்டீங்க அண்ணா... அவங்க இந்த தண்டனையை எதிர்பார்த்திருக்கவே மாட்டாங்க” பகபகவென்று சிரித்தான் ஹென்றி. உண்பதற்கான தட்டுகளை எடுத்து வைத்துக் கொண்டிருந்த மிலி அவர்களை கவனித்தாள்.

“அது தண்டனையில்ல போலாக்... ஒருவன் பிரமச்சரியத்தைக் கடைப்பிடிக்கும் போதுதான் பூரணத்தை நோக்கித் தன் முழுக் கவனத்தையும் செலுத்த முடியும்.”

“ஆனால் அது சாமானிய மனித சிரமங்களைப் புரிந்து கொள்ள உதவாது” என்ற கணவனின் வாதத்தை மீறி மிலி, பாப்பூ... இப்பல்லாம் நீங்க சூசகமாகக் குழந்தை பெத்துக்கறதே தப்புன்னு சொல்ல ஆரம்பிச்சுட்டீங்க” என்றாள்.

“இல்ல. நா அதை தவறுன்னு சொல்லல.”

“திட்டவட்டமா சொல்லலேன்னாலும் குழந்தை பெத்துக்கறது சதையின் மேலுள்ள வேட்கைக்குச் சலுகை கொடுப்பது மாதிரின்னு உங்க பேச்சிலும் நடவடிக்கையிலும் ஒரு தொனி தெரியுது. உடல் வேட்கை ஒண்ணுதான் குழந்தைகளைப் படைப்பதற்கான ஒரே வழி. அது இல்லாமபோனா மனித இனமே அழிஞ்சு போயிடும். அது அத்தனை கொடுமையான விஷயமா என்ன?”

கஸ்தூர் இத்தனை வெளிப்படையாக இவற்றையெல்லாம் பேசி விட முடியுமா என்ற வியப்போடு வேண்டுமென்றே மேசையை நோக்கித் தலையைக் கவிழ்த்துக்கொண்டு எதையோ எடுத்து வைத்துக்கொண்டிருந்தார்.

“ஆமான்னு உறுதியா சொல்ல முடியில. ஏன்னா மனித இனம் நாம் நம்பும் பூரணத்துவத்தை அடையறவரைக்கும் தொடர்ந்து வளர்ந்தாகணுமே. ஆனா வாழ்க்கையில் மாபெரும் லட்சியமும் பணியும் அமையப் பெற்றவர்கள் தங்கள் ஆற்றலையும் பொழுதையும் ஒரு சிறு குடும்பத்தைக் கவனிப்பதில் செலவழிக்கறது சரியா? அவங்க அதை விடப் பெரிய பணிக்காக இங்க வந்தவங்க இல்லையா?”

“எனக்கு ஒண்ணு புரிஞ்சுக்க முடியுது பாப்பூ... பிரம்மச்சரியத்தைக் கடைப்பிடிப்பது பெற்றோராக இருப்பதை விட உயர்ந்த நிலைன்னு நீங்க நினைக்கிறீங்க.”

எல்லோரும் உண்ணத் தொடங்கியிருந்தனர். கஸ்தூரின் மனம் ஒருவேளை மிலி கணவரிடம் சம்மதம் பெற்றுக்கொடுத்து விட்டாளெனில் அவர் மகன்களும் கோட்டும் ஷூக்களும் அணிந்து கொள்வார்கள் என்பதில் லயித்திருந்தது. அது மிலிக்குப் புரிந்ததும் "பாப்பூ... நாமெல்லாமே இப்போ வெவ்வேறு பொறுப்பில இருக்கோமில்லையா?" மெல்லப் பேச்சைத் தொடங்கினாள்.

மோகன்தாஸ் ரொட்டியின் மீது வெண்ணெயைத் தடவிக் கொண்டே "நீ எந்த வகையான பொறுப்பை பத்தி பேசற?" என்றார்.

"இந்து மதம் பகுத்து வச்சிருக்கற பொறுப்பைப் பத்திதான் சொல்றேன். ராமாவுக்கும் தேவாவுக்கும் இப்போ விளையாட்டுத்தனமான, பெற்றோரின் அன்பான அரவணைப்பில வளரும் பருவம் இல்லையா?"

மோகன்தாஸ் புன்னகையோடு வேக வைத்த பயிறுகளை எடுத்து ராமதாஸின் தட்டில் பரிமாறினார். தேவதாஸ் எலுமிச்சை பானத்தைப் பருக எத்தனித்ததைப் பார்வையாலேயே தடுத்து பாலால் செய்யப்பட்ட பதார்த்தத்தை எடுத்து நீட்ட, அதில் இனிப்பு கலப்பதில்லை என்பதால் சிறிது தயங்கி பின் வாங்கிக்கொண்டான். "ம்... சொல்லு" என்றார்.

"அப்றம் மாணவப் பருவம்... பிறகு இல்லறத்தில நுழையணும். அது கவலைகளும் அழுத்தங்களும் நிறைந்த பருவம். அந்தப் பருவத்திலதான் இப்போது நீங்களும் பாவும் இருக்கீங்க."

"யெஸ்... அதுக்குப் பிறகு தியானமும் சிந்தனையுமான மோன நிலையில் வாழ்வின் ஆன்மாவையும் தன் ஆன்மாவையும் காண அவன் தன் கண்களைப் பழக்கப்படுத்திக் கொள்ளலாம்."

"அப்டீன்னா பெண்களோட நிலை? நீங்க சொல்றத பார்த்தா பெண்கள் தங்கள் புறத்தேவைகளைத் துறந்து ஆன்ம வேட்கைக்குத் தங்களை அர்ப்பணித்துக் கொள்ளும் புள்ளியொன்றே இந்து சிந்தனையில் இருப்பதா தோணலியே?"

சூட்டும் காலணிகளும் கேட்கச் சொன்னதற்கு மாற்றாகப் பேச்சு எங்கெங்கோ திசை திரும்புகிறதே என்ற கவலையோடு கவனித்தார் கஸ்தூர்.

“ஓ…” மோகன்தாஸ் தன் கரத்தை உயர்த்தி விரலால் சுட்டினார். “வனம் புக வேண்டிய அவசியமோ துறவுகொண்டு கடவுளை தியானிக்க வேண்டிய தேவையோ பெண்களுக்கில்ல… ஒரு ஆணைத் திருமணம் செய்துகொண்டு குழந்தைகள் பெற்று அவர்களைக் கவனித்துக் கொள்வதைவிட மேலுலகம் போக வேற பயிற்சி தேவையா என்ன அவங்களுக்கு?”

“அதாவது ஆண் அமைதியாக உட்கார்ந்து தியானித்துக் கொண்டிருக்கும்போது பெண் மட்டும் உடல்பாரத்துக்கான சுமைகளைத் தேர்ந்தெடுத்துக்கணும்… அப்டிதானே? பெண் மாபெரும் சக்திங்கிறீங்க. ஆனா நடைமுறையில பெண்ணுங்கிறவ ஆணுக்காகப் படைக்கப்பட்ட பண்டம் போலத்தானே நடத்தப்படறாங்க. மனைவியைக் குறைந்தபட்சம் தனக்கு சமமாக்வாவது நினைக்கலாமில்லையா… அதுவும் இந்தியக் கணவர்கள் ரொம்பவும் மோசம். அவங்களுக்கு எல்லாமே வாய்ச்சிருக்கு. மனைவிகளுக்கோ எப்பவும் வேலை வேலை வேலைதான்…”

பா அரிந்து வைத்திருந்த பச்சை வெங்காயங்களைக் கணவனின் தட்டில் எடுத்து வைத்தார். “மிலி… நீ புறத்தோற்றத்தை யதார்த்தம்னு தவறாகப் புரிஞ்சுக்கிட்டே. சாமானிய தளத்தில் அவள் ஆணுக்கு ஊழியம் செய்யறதுனால இந்தக் கருத்து உனக்கு வந்திருக்கலாம். இப்படி யோசிச்சுப்பாரேன்… தன்னை விடச் சிறியவர்களுக்குத் தொண்டு செய்வது மகத்தானவர்களுக்கு ஒரு பெருஞ்செயல் இல்லையா?”

“இதையெல்லாம் பெண்களை அடிமைப்படுத்தறதுக்குச் சொல்லப்படுற அலங்கரிப்பு வார்த்தைகள்” சட்டென்று மறுத்தாள் மிலி.

கஸ்தூர் பழங்களை வெட்டி மேசையிலிருந்த தட்டில் மகன்களுக்காக நிரப்பிக்கொண்டிருந்தார். பிள்ளைகளின் உணவு விஷயத்தில் கூட கணவர் தலையீடு செய்வது கஸ்தூருக்கு உறுத்தலாக இருந்தது. சில நாட்கள் உப்பில்லாமலேயே உணவுகளைத் தயாரிக்கச் சொல்லுவார். அடிமைப்படுத்தப்பட்ட தொழிலாளர்களினால் காய்ச்சப்படுகிறது என்று காரணம் கூறி சர்க்கரையை நிராகரிப்பார். குழந்தைகளுக்குப் பிடித்தமான வறுத்த உணவுகளெல்லாம் தவிர்க்கப்பட வேண்டிய பட்டியலில் இருந்தன. முட்டைகோஸ் சூப்பும் பச்சை வெங்காயமும்

பிள்ளைகளுக்கு அலுத்துப் போய்விடாதா? மிலிக்குத் தன் தோழியின் தாய்மை ஏக்கம் புரிந்திருந்தது.

மோகன்தாஸ் விளையாட்டாகக் குரலைத் தாழ்த்தி "உனக்கு ஒரு உண்மையைச் சொல்லட்டுமா மிலி... ஆண்கள் இன்னும் அந்த இலட்சிய நிலையை எட்டலை. ஆனா வாழ்வின் உயர்தளங்களில் பெண் ஆணுக்குச் சமமானவளாகவும் சொல்லப்போனா உயர்ந்தவளாவும் இருக்கிறாள்ங்கிற உண்மையை அவங்களோட இதயங்களால் உணர்வாங்க... சரி... அதை விடு... நீ ஏதோ சொல்லணும்னு நெனக்கிறே... சரிதானே?" என்றார்.

மிலி அதைக் கண்டுகொள்ளாதவள் போல, "பெத்தவங்க அரவணைப்புல இருக்க வேண்டிய பருவத்தில பிள்ளைகளுக்கு வேணுங்கறதைச் செய்ய வேண்டியது பெத்தவங்களோட கடமையில்லையா?" கேள்வியோடு நிமிர்ந்த அவரைப் பேச அனுமதிக்காது, "இப்போ இருக்கற காலக்கட்டத்தில கோட்டும் ஷுக்களும் அணியணும்னு நினைக்கறது சிறுவர்களின் எளிய விருப்பம்தானே?" என்றாள்.

கஸ்தூரின் கண்கள் ஆர்வத்தில் பளபளத்தன. ஆனால் அவர் கணவரின் வார்த்தைகள் அத்தனை நாசூக்கானவை. "மனிதன் தனக்குரியதைப் பற்றி எப்போதும் நினைத்துக் கொண்டிருக்க வேண்டிய அவசியமில்லை. அவனுக்குரியவர்கள் அவனில் ஒரு பகுதியே."

"இல்லை பாப்பூ... இப்படிச் சொல்லிக்கிட்டு கணவரோ தந்தையோ தன் வீட்டுப் பெண்கள், குழந்தைகள் மேல் உரிமை செலுத்தறதை என்னால ஏத்துக்க முடியாது" படபடத்த மிலியை அவர் நிதானமாக ஏறிட்டார். பிறகு "ஆப்ரகாம் தன் மகனைக் கடவுளுக்குப் பலிக்கொடுத்த கதை உனக்குத் தெரியுமல்லவா?" என்றார்.

"நல்லாவே தெரியும். ஆனா இந்தக் கதையினால உங்க பாயிண்ட் இன்னும் பலவீனமாயிடுச்சுன்னு உங்களுக்குத் தெரியிலியா? வேணும்னா ஆப்ரகாம் தன்னை பலி கொடுத்திருக்கலாம். மகனை பலி கொடுக்க அவருக்கென்ன உரிமையிருக்கு?"

"மிலி... இந்தக் கதை உங்க வேதத்திலதானே இருக்கு? ஆபிரகாம்ட்ட அவரது மகனை பலி கொடுக்கச் சொன்னது உங்க கடவுள்தானே?"

வெண்ணெயைத் தடவிய கோதுமை ரொட்டியை மடித்து வாயில் வைத்தார் காந்தி.

ஹென்றியோ மற்றவர்களோ எதுவும் பேசவில்லை. மிலி விவாதத்தைத் தொடரவே விரும்பினாள்.

“பாப்பு... கடவுள் ஆப்ரகாமிடம் அப்டியொரு படையல் கேட்டிருப்பாருன்னு எனக்குத் தோணல. கடவுள் எப்படிப்பட்டவருன்னு மனிதன் தன் போக்கில் புரிஞ்சுக்கிட்டதோட விளைவு இது. குழந்தை பிறப்புக்குத் தான் காரணம்ங்கிற உண்மையை அந்தக் குழந்தையை அழிக்க பயன்படுத்திக்கிற உரிமையா எடுத்துக்கிட்டான்னா அந்த ஆணைக் காட்டுமிராண்டின்னுதான் சொல்லுவேன்.”

“அப்படீன்னா நீ உங்க வேதத்தை ஏத்துக்கலைன்னு எடுத்துக்கவா?”

கஸ்தூர் எலுமிச்சை பானத்தை மகனை நோக்கி நகர்த்தி வைத்தார். மிலி விடுவதாக இல்லை என்பதைப் போலிருந்தாள்.

“பாப்பூ... இது உண்மை நிகழ்வா கூட இருக்கலாம். ஆனா ஆப்ரகாம் ஈசாக்கை பலி கொடுக்கணும்னு கடவுள் எதிர்ப்பார்த்தார்ங்கிறதை நான் நம்பல. தன் மனைவி குழந்தைகளோட உயிர் மேல ஒரு மனிதனுக்கு உரிமை இருக்குங்கிற நம்பிக்கை கூட எனக்கு பிடிக்கல.”

“மிலி... ஆப்ரகாமின் துயரமும் நம்பிக்கையும் சோதிக்கப்படுறதா புரிஞ்சிக்கிட்டா இந்தக் கதைக்கு வேறொரு கோணம் கிடைக்குமில்லையா?”

மிலி அவசரமாக “பாப்பூ... நீங்கள் சொல்லுறது இதயத்துக்கு வேண்டுமானால் உவப்பாக இருக்கலாம். ஆனால் என்னோட மூளை அதை ஏத்துக்காது” என்றாள்.

“மிலி... அப்படின்னா உன் மூளை தவறு செய்யுதுன்னு அர்த்தம். அதை நீ நம்பாதே. யாராவது தன்னோட அவயங்களைப் பத்தி எப்பவும் நினைச்சுக்கிட்டோ அதிலே பிரத்யேக கவனம் செலுத்திக்கிட்டோ இருப்பாங்களா? அது அவங்களோட ஒரு பகுதி. அவ்வளவுதான். பிற பகுதிகளை கவனித்துக் கொள்ளும்போதே அதுவும் கவனிக்கப்பட்டு விடுகிறது. அதுபோலத்தான் குடும்பமும்.”

“நோ... நோ... பாப்பூ... இதுல எனக்கு உடன்பாடில்லை. ஒருவன் தன் அன்புக்குரியவங்களுக்கு வேணும்னே மரியாதை கொடுக்காமல் இருப்பதும் அதேசமயம் தங்களுடைய நல்ல தன்மைகளை அந்நியரிடத்தில் காட்டுவதையும் என்னால நியாயப்படுத்தவே முடியாது.”

“நீ எப்போதாவது எவரையாவது அவர் எது சொன்னாலும் சரியாயிருக்கும்னு முழுசா நம்பியிருக்கியா?” அவரும் வாக்குவாதத்தை விடுவதாக இல்லை.

“இதுவரைக்கும் இல்ல. அப்படியே நம்புணும்னா அவங்க எல்லையற்ற அறிவுடையவங்களா இருக்கணும்.”

ராமதாஸ் சாப்பிட்டு முடித்திருந்தான். அவன் தட்டு காலியானது குறித்த திருப்தி கஸ்தூரின் முகத்தில் பிரதிபலித்தது. அவர் தேவதாஸை உண்ணுமாறு கூறினார்.

“நீ யாரிடமும் மண்டியிட மாட்டாய்... அப்படித்தானே?”

“ஆமா... நான் யார்ட்டயும் என்னோட அறிவை முழுசா ஒப்படைக்கறதா இல்ல.”

“அப்டீன்னா உனக்கு குரு என்று யாருமே இருக்க முடியாது மிலி.”

“பாப்பூ... என் பேச்சு உங்களுக்கு அகங்காரமா தெரியலாம். ஆனா நான் உண்மையை தேடி செல்பவளா என்னை நினைக்கிறேன். அது யாரிடமும் முழுசா கிடைக்காது.”

“அதை உன்னால அடைய முடியும்னு நம்புறியா மிலி?”

“இல்ல... எல்லைகளற்ற ஒன்றை என்னோட குறைப்பட்ட அறிவால எப்படி உணர முடியும் சொல்லுங்க?”

“நீ ஒருபோதும் அமைதியடைய முடியாது மிலி”, பாபுவின் குரலில் துயரமிருந்தது. எலுமிச்சைச் சாற்றை மெலிதாக உறிஞ்சினார். கஸ்தூர் அவரையே பார்த்துக் கொண்டிருந்தார். தன் கோரிக்கை நிறைவேறுமா இல்லையா என்பது போலிருந்தது அவரது பார்வை.

“மிலி... ஆன்மாவின் தேவைகளைக் காணக்கூடிய அகக்கண்ணை மறைக்கும் விஷயங்களைக் குழந்தைகளுக்குக் கற்றுக் கொடுக்காம இருக்கறதுதான் நல்லது” என்றார் முத்தாய்ப்பாக. எதிர்பார்த்த பதில்தான். கல்விக்கே அவரிடம் அளவுகோல் இருக்கும்போது

இம்மாதிரியான சிறுபிள்ளைத்தனமான ஆசைகளையெல்லாம் அவர் முன் வைத்துவிட முடியாது. கஸ்தூருக்கு ஏமாற்றமாக இருந்தது. மூத்த மகன்கள் இருவரும் அருகில்லாதது கூட அவருக்கு ஏமாற்றம்தான். மூத்தவன் ஹரிலால் இந்தியாவில் தங்கிவிட்டதாகவும் அவனுக்குத் தன் தந்தையைப் போலக் கல்வி கற்க வேண்டுமென்ற ஆர்வம் இருப்பதாகவும் அவர் மிலியிடம் கூறி வருத்தப்பட்டிருக்கிறார். கணவரோ அதைப் பற்றிச் சிறிதும் கவலைப்படாததோடு பதிமூன்று வயதான இரண்டாவது மகன் மணிலாலையும் ஃபீனிக்ஸ் குடியிருப்பிற்கு அனுப்பிவிட்டார் என்பதிலும் கஸ்தூருக்கு வருத்தமிருந்தது. ஃபீனிக்ஸ் நிலையம் அருகில் நார்த்கோஸ்ட் லைன் பகுதியில் பண்ணையொன்றை விலைக்கு வாங்கி அதை ரஸ்கின் மற்றும் டால்ஸ்டாயின் சிந்தனைகளைக் கறாரான வர்த்தகக் கோட்பாடுகளுடன் இணைக்கும் அவருடைய பரிசோதனை முயற்சி அது. இன்னும் முதிராத அந்தக் குடியிருப்பின் பெரிய நிலப்பகுதியைச் சுத்தப்படுத்துவதும் தாவரங்களை உண்டாக்கிப் பேணுவதும் மகனுக்கு அறிதலையும் அனுபவக் கல்வியையும் பெற்றுத் தரும் என்பது அந்தத் தகப்பனின் கருத்தாக இருந்தது.

கஸ்தூர் காலியான உணவுத் தட்டுகளை அங்கிருந்து அகற்றியபோது மிலி, கிசுகிசுப்பாக "என்னை மன்னித்துவிடுங்கள் பா..." என்றாள். கஸ்தூர் தட்டுகளைத் துலக்குமிடத்தில் வைத்துவிட்டு தன் பின்னாலேயே வந்த மிலியிடம், தான் கற்றுக்கொண்ட குழந்தை ஆங்கிலத்தில் "ஐ டோண்ட் லைக் திஸ் டைப் ஆஃப் ஆடிட்டியூட் ஃப்ரம் ஹிம்..." என்றார்.

மிலிக்கு பாப்புவைப் பார்க்க வேண்டும் போலிருந்தது. குறைந்தபட்சம் கணவரைச் சிறைக்கு அனுப்பிவிட்டு மகன்களோடு காத்திருக்கும் கஸ்தூரையாவது பார்த்துவிட்டு வர வேண்டும். காந்தி ஆம்புலன்ஸ் படையணியை உருவாக்குவதற்காக நேட்டால் செல்ல வேண்டியிருந்ததால் மனைவியையும் மகன்களையும் ஃபீனிக்ஸ் குடியிருப்புக்கு மாற்றியிருந்தார். குழந்தைகள் பிறந்து குடும்பம் பெரிதாகிவிட்டதில் ஹென்றியும் மிலியும் ஆல்பர்மர் தெருவிலிருந்து தனி வீட்டுக்கு குடிபெயர்ந்த பிறகு, காந்தி வேலைநிமித்தம் அந்த நண்பர்களுடன் தங்கிக்கொண்டார். ஃபீனிக்ஸ் செல்வது குறித்து ஹென்றியிடம் பேச வேண்டும் என்றெண்ணிக் கொண்டாள். காந்தி இல்லாத இந்நேரத்தில் கணவனுக்கு வேலைகள் அதிகமிருக்கும் என்பது புரிந்தாலும்

இரண்டு குழந்தைகளை சுமந்துகொண்டு வசதிகள் அதிகமற்ற ஃபீனிக்ஸ்க்கு தனியாகச் செல்வது அத்தனை சுலபமல்ல. முதன்முதலாக அவர்கள் ஃபீனிக்ஸுக்குச் சென்ற போது மிலியும் உடன் சென்றிருந்தாள். இரண்டு பகல்களும் ஒரு இரவும் பிடித்த அந்த ரயில் பயணம் அவர்களை மிகவும் களைத்துப்போக வைத்திருந்தது. சரியாக அமைக்கப்படாத கடினமான பாதையில் இரண்டு மைல் தூரம் மங்கலான விளக்கொளியில் வழியெல்லாம் பாம்புகள் பற்றிய பயத்தில் நடந்து சென்றதும் தேவதாஸ் களைப்பில் அழுதுகொண்டே வந்ததும் அங்கு போய்ச் சேர்ந்தும் இரவு உறங்குவதற்கான ஏற்பாடுகளை அவர்களே செய்துகொள்ள வேண்டியிருந்ததும் இப்போது எண்ணினாலும் பயமுறுத்தியது. இப்போதும் கூடப் பண்ணையில் பாம்புகளுக்கும் நரிகளுக்கும் பஞ்சமிருக்காது. எதையும் யாரும் கொல்லவோ துன்புறுத்தவோ முடியாது. தண்ணீரை அளவாக உபயோகிக்கும்போதே தட்டுப்பாடு ஏற்பட்டுவிடும். அருகில் ஜூலுக்களின் பிரச்சினை வேறு. ரயில் நிலையத்திற்கு அருகிலிருக்கும் சிறிய கடையை விட்டால் பொருட்கள் வாங்க வேறிடம் கிடையாது. சிறு தீப்பெட்டி வாங்க வேண்டுமென்றாலும் பண்ணைக்கும் இரயில் நிலையத்துக்குமிடையே ஆயிரம் ஏக்கர் பரப்பளவிலிருக்கும் பெரிய கரும்புத் தோட்டத்தைக் கடக்க வேண்டியிருக்கும். அங்கிருக்கும் குடும்பங்கள் மொத்தமும் அவ்வப்போது எழும் தேவைகளை எழுதி வைத்துக்கொண்டு ஒட்டுமொத்தமாக வாங்கி வைத்துக்கொள்ள வேண்டும். பாவம் பா... எத்தனை சிரமப்படுகிறாரோ...

அவள் எண்ணங்களைத் தடை செய்வதுபோல உறக்கத்திலிருந்து விழித்துக்கொண்டு குழந்தை அழுதது. அது பாலுக்கான அழுகை. தன் சின்னஞ்சிறு மகனை அள்ளியெடுத்துக்கொண்டாள். கணவன் வருவதற்குள் உணவு தயாரிக்க வேண்டும் என்றாலும் யாருமற்றது போன்று வெறுமையில் மூழ்கியிருந்த வீட்டில் எதையும் செய்ய மனமில்லாது தவித்தாள். இந்நேரம் பாப்பு இருந்திருப்பின் அவரை பார்க்க கூட்டம் வந்துகொண்டேயிருக்கும். வேலை விஷயமாக அவர் தாமதமாக வர நேர்ந்தால் வருபவர்கள் அங்கேயே தங்கிவிடுவதுமுண்டு. அறைகலன்கள் இல்லாத முன்னறை தங்குவதற்கு ஏற்ற இடமாக மாறியிருந்தது. பாப்பூ சொல்வதுபோல உடைமைகளுக்கு அடிமையாவது பெரும் பிசகுதான்போல. ஒருமுறை குஜராத்தைச் சேர்ந்த காந்தியின் சிறு வயது நண்பரொருவர் வியாபாரம் நட்டப்பட்டு, பணமுடை

ஏற்பட்டுப் போனதால் மனம் நொந்து நண்பரைப் பார்ப்பதற்காக டிரான்ஸ்வாலிலிருந்து வந்திருந்தார். அவரின் பின்புலம் காந்திக்குத் தெரிந்திருந்தது.

“நீங்க உங்க வீட்ல இருக்கற அவசியமில்லாத பொருள்களையெல்லாம் வித்துட்டாலே கணிசமான பணம் கிடைக்குமே?” காந்தியின் தடாலடியான இந்த ஆறுதலை அவர் எதிர்பார்த்திருக்கவில்லை. “பரம்பரையாக வந்தவைகளோ பரிசாகக் கிடைத்தவையோ எதுவானாலும் சரி... அவற்றையெல்லாம் பாதுகாப்பதே பெரிய வேலை. பிறகு அதுவே கவலையாகவும் மாறிவிடும். பொருட்களை விட்டு விலகாமல் அவற்றின் மீது அதீதமாகப் பற்று வைத்திருப்பது நம் ஆன்மாவைக் காயப்படுத்திக்கிறதுக்குச் சமம். வாழ்க்கையைப் பொருட்களால் நிறைத்துக்கொண்டால் அதன்பின் நம்மால் எப்போதும் மகிழ்ச்சியாகவே இருக்க முடியாது” என்றார். அந்த நபர் எதற்கோ வந்து எதிலோ மாட்டிக்கொண்டவர் போல அமைதியாகக் கிளம்பி விட, காந்தி, நான் இப்போது என்னோட நண்பருக்கு அன்புள்ள எதிரியாயிட்டேன் என்று சிரித்தது நினைவுக்கு வந்தது அவளுக்கு.

ஆம்புலன்ஸ் சேவைகளை முடித்துவிட்டு வந்த சமயத்தில் பாப்பூ கூட அவளிடம் வகைதொகையாக மாட்டிக்கொண்டுவிட்டார். “பாப்பூ... போர்களைப் பற்றி நீங்க என்ன நினைக்கிறீங்க?” என்றாள். அவள் அப்போது கருவுற்றிருந்ததால் காந்தி அவளைத் தோட்டத்துக்கு நடைப்பயணம் அழைத்துச் சென்றிருந்தார்.

“ஒரு செயலுக்கோ அதன் விளைவுகளுக்கோ அஞ்சி அச்செயலைச் செய்யாமலிருப்பது அறமல்ல” எலுமிச்சைச்செடிகளில் உபரியாகத் தொங்கிய முட்களைக் கழித்து அதற்கான உரக்குழியில் போட்டுக் கொண்டே பேசினார்.

“புரியில பாப்பூ... அப்டீன்னா நீங்க போரை ஆதரிக்கிறீக்கன்னு எடுத்துக்கலாமா?” டாக்டர் பூத் அவளை நிறைய நடக்க வேண்டும் என்று கூறியிருந்தாலும் பிரசவ நாள் நெருங்கிவிட்டதால் நடக்கும்போதே மூச்சிரைத்தது.

“படிப்பினை கிடைக்கற வரைக்கும் பணியாற்ற வேண்டியதுதான். ஒருவேளை உண்மையிலுமே படிப்பினை கிடைச்சிருச்சின்னா அதில் மேலும் ஈடுபடுவதற்கான தேவையே இருக்காது.”

“அப்டீன்னா நீங்க போர்களின் ஆதரவாளர்ன்னு எடுத்துக்கலாமா? அன்பு வெறுப்பையும் வெல்லும்னு சொல்லுவீங்களே நீங்க?” ஆழம் பார்த்தாள்.

“யெஸ்... ஆனா நான் பார்த்தவரைக்கும் என் நாட்டு மக்கள் வன்முறையைத் தவிர்ப்பது சக மனிதர் மேல இருக்கற அன்பினால் அல்ல. கோழைத்தனத்தாலதான். போர்க்களத்தின் வீரத்தை விடக் கோழைத்தனத்தின் அமைதி மோசமானது. பயந்து நடுங்கிட்டு இருக்கறத விட சண்டையிட்டு சாகறது மேல். ஒரு இந்து என்ற முறையில் எனக்குப் போர்கள் மீது நம்பிக்கையில்ல. ஆனால், ஏதாவது ஒரு விஷயம் என்னை ஓரளவுக்காவது அதை ஏற்கச்செய்யுமானால், அது போர்முனையில் நாங்கள் பெற்ற அனுபவமாகவே இருக்கும்.”

மிலி கழுத்தைப் பின்னுக்குச் சாய்த்துக் கொண்டு சிரித்தாள். “பாப்பு... ஆம்பலன்ஸ் உதவி செய்யறேன்னு சொல்லிட்டு போர்க்களத்தில் செலவிட்ட நேரத்தினால் நீங்கள் அடைந்த விநோதமான சிக்கலான முடிவு இது.”

“ஆமா... எதுவும் நிலையானதல்ல” அவரும் அவளுடன் சேர்ந்து சிரித்தார்.

பசியாறி விட்டு மடியிலேயே உறங்கிப்போன மகனைத் தூக்கிப் படுக்கையில் கிடத்திவிட்டு பாப்புவின் அறையை எட்டிப் பார்த்தாள். அவருடைய புத்தக அலமாரியில் சட்டப்புத்தகங்கள், சைவ உணவு முறை குறித்த பிரசுரங்கள், குரான், பைபிள், பகவத்கீதை மற்றும் இந்துசமய நூல்கள் சிலவற்றோடு டால்ஸ்டாயின் படைப்புகளும் நேர்த்தியாக அடுக்கப்பட்டிருந்தன. முன்வரிசையில் ஜான்ரஸ்கினின் ‘கடையனுக்கும் கடைத்தேற்றம்’ என்ற தலைப்பிட்ட புத்தகம் நின்றிருந்தது. திரைச்சீலை காற்றிலாடியது யாரோ நின்றிருப்பது போலத் தோன்ற, உள்ளம் அனிச்சையாகப் பாப்புவோ... என்றது. சிறையிலிருப்பவர் எப்படி வர முடியும்? திரைச்சீலைகள் தொங்க விடுவதில் காந்திக்கு விருப்பமிருக்கவில்லை. அது இயற்கையான வெளிச்சத்தையும் காற்றையும் மறைத்துவிடும் என்றார். மிலி, அது வீட்டின் அழகைக் கூட்டும் என்றாள். ஹென்றி அவர்களுக்கு மத்தியஸ்தம் பண்ண வேண்டியிருந்தது.

“மனித மனமே இயற்கையின் ஒரு பகுதிதானே... இது இயற்கை... அது இயற்கை அல்லன்னு எப்படிச் சொல்ல முடியும்?” என்றான் மனைவிக்கு ஆதரவாக.

“ஓ... நோ... நோ... ஹென்றி... நமக்கது நல்லாவே தெரியும். நமது உள்ளுணர்வின் வழியாக அது மிகத் தெளிவாக நம்மிடம் பேசுகிறது. ஆனால் அதை நாமதான் கூர்ந்து கேட்கணும். நலம் பயக்கும் இயற்கையான விஷயங்களுக்கும் மனித மனதில் உருப் பெறும் தீயசெயல்களுக்கும் வேறுபாடு உள்ளது என்பது என்னுடைய கருத்து” என்றார் அவர் தீவிரமாக. ஆனால் மிலிக்காக அவர் இறங்கி வர வேண்டியதாயிற்று.

காலடியோசை அவள் நினைவை மீட்க, கதவருகே எட்டிப் பார்த்தாள். வெளியே சென்றிருந்த ஹென்றி நண்பர்களுடன் விளையாடிக் கொண்டிருந்த மகனுடைய கையைப் பிடித்தபடி அழைத்து வந்து கொண்டிருந்தான். மதிய உணவு நேரம் நெருங்கியதை உணர்ந்தவளாக, மிலி அவசரமாகக் கோழி முட்டைக்குள் ரொட்டியை முக்கியெடுத்து தணலில் வாட்டினாள். ஹென்றி ரொட்டியைத் தட்டில் எடுத்து வைத்தான். சாப்பாட்டு மேசையில் துருவிய பாலாடைக்கட்டியும் கேரட்டும் எடுத்து வைத்துக்கொண்டு மூவரும் அமர்ந்து கொண்டனர்.

“பாப்புவுக்குச் சிறையில் ‘மீலி பாப்’தான் சாப்பிடக் கொடுக்கிறாங்கன்னு செய்தி படித்தேன். அது அவருக்குச் செரிக்கவே செரிக்காதில்லையா?” என்றாள் வருத்தத்தோடு.

“இல்ல... அந்த பிரச்சனையெல்லாம் இப்போ சரியாயிடுச்சு. அவருக்கு மேசை வச்சிக்கவும் பேனா மைக்குப்பி வச்சிக்கவும் கூட அனுமதி கிடைச்சிருக்கு.”

“நல்ல விஷயம்தான்.”

“ஆமா... ஆனா அதை விட நல்ல விஷயம் என்னான்னா அவர் உடனே விடுதலையாக வாய்ப்பிருக்கு. சமரசத்திட்டத்தின் ஷரத்துகள் பற்றி ஸ்மட்ஸ் உடன் பேச்சுவார்த்தை நடத்த அவரை பிரட்டோரியாவுக்கு அழைச்சிட்டுப் போயிருக்காங்க. வழக்குகளைத் திரும்ப வாங்கப்போறதாகவும் கைதிகளை விடுவிக்கப்போறதாகவும் அரசு ஊழியர்களாக இருந்த சத்தியாகிரகிகளைத் திரும்ப வேலையில சேர்த்துக்கறதாகவும்

அதுக்கு பதிலா சத்தியாகிரகிகள் தாமாக முன் வந்து தங்களைப் பதிவு செஞ்சுக்கணும்னு ஷரத்து தயாராகியிருக்கு."

"பாப்பு இதை ஏத்துக்குவாரா?"

"ஏத்துக்கலாம்" என்றான்.

அவர்கள் உணவை முடித்திருந்தனர். இரவுபகலாகக் குழந்தையை கவனித்துக் கொள்வதால் எழுந்த சோர்வும் உறக்கமின்மையும் அவளை உறங்க வைத்திருந்தது. வெளியறையில் ஹென்றி இந்தியன் ஒப்பீனியனுக்கான கட்டுரைகளை எழுதிக் கொண்டிருந்தான். 'டிரான்ஸ்வாலில் இருக்கும் பதினைந்தாயிரம் ஆசியர்கள், முழு உலகுக்கும் மிகுந்த முக்கியத்துவம் வாய்ந்த ஓர் இனப்போரை எதிர்கொண்டிருக்கிறார்கள். அந்தப் போர், ஆசியர்கள் எப்போதும் அடக்கியாளப்பட வேண்டுமா அல்லது சமத்துவமாக நடத்தப்பட, சக மனிதர்களாகக் கருதப்பட மனிதனும் அடிமையும் என்ற நிலையில் அன்றி, மனிதனும் மனிதனும் என்ற நிலையில் நடத்தப்பட வேண்டுமா என்பதற்கான போராட்டம்...

மிலிக்குக் குறிப்பெடுத்த புத்தகங்களைப் புத்தக அலமாரிக்கருகிலேயே வைத்துவிட்டது உறக்கத்திலும் நினைவிலெழப் பட்டென்று விழிப்பு வந்தது. விழித்துக்கொண்டபோதே செய்ய வேண்டிய வேலைகள் படக்காட்சிகள் போல மனக் கண்களில் ஓடியது. மூத்தமகன் எழுந்து கொள்வதற்குள் இரவுக்கான உணவைத் தயாரிக்க வேண்டும். அதற்குள் இளையவன் எழுந்துவிடுவான். ஹென்றியைக் கிளப்பிவிட வேண்டும். மற்ற வீட்டு வேலைகளை விரைந்து முடிக்க வேண்டும். அதற்கு முன்னதாகக் குறிப்பெடுத்த தாள்களையும் அடிக்கோடிட்ட புத்தகங்களையும் கணவனிடம் கொடுக்க வேண்டும்.

அவள் குறிப்புத் தாள்களைக் கையிலெடுத்தபோது அச்சுக்கு அனுப்ப வேண்டிய கட்டுரைகளோடு அச்சுக்கு அனுப்ப வேண்டாத பிரத்யேக குறிப்பொன்றும் இருந்தது. அது அவன் அவள் கணவனால் எழுதப்பட்ட குறிப்பு. "ஒரு மனிதனை அவனது லட்சியமானது இந்த அளவுக்குப் பீடித்து அவனைத் தன் சொந்த சுகத்தையும் தன் உடல் நலத்தையும் சொந்த ஆர்வங்களையும் குடும்பத்தையும் அவனுக்காக வேலை செய்பவர்களின் மகிழ்ச்சியையும் மறக்கச் செய்வதென்பது மிகவும் அபூர்வமானது. உண்மையை என்ன விலை கொடுத்தேனும் தேடிச் செல்ல வேண்டும் என்ற இப்சனின் கருத்தை நோக்கி நீங்கள் மென்மேலும்

முன்நகர்கிறீர்கள். மிக உயர்ந்த மனிதன் என்பவன் தன்னந்தனியாக நிற்பவனே என்ற டாக்டர் ஸ்டாப்மேனின் வார்த்தைகளை உங்களால் நானும் உணர்ந்து கொள்கிறேன். உங்களை அண்ணா என்று அழைக்க விரும்புகிறேன் திரு.மோகன்தாஸ் கரம்சந்த் காந்தி அவர்களே" என்றிருந்தது. அவள், அதை எடுத்த இடத்தில் வைத்துவிட்டு மற்ற தாள்களைக் கணவனிடம் சேர்ப்பித்தபோது வேலைகளைப் போல குழந்தைகளும் அவள் கால்களைக் கட்டிக்கொண்டன.

ஒருவழியாக எல்லாவற்றையும் முடித்துவிட்டு குழந்தைகளுக்காக வாங்கப்பட்ட உணவுப் பொருட்களையும் சமையற்சாமான்களையும் எடுத்து வைத்துக்கொண்டிருந்தபோது முன்னறையிலிருந்து ஒலித்த குரல் அவளைச் சட்டென்று மலரச் செய்தது. அவள் ஆர்வமும் அன்புமாக எட்டிப் பார்த்தாள். கணித்தது சரிதான். பாப்பு வந்து விட்டார். சிறையிலிருந்து நேராக இங்கேதான் வருகிறார் போலும். அவளை போலவே அவள் மகனும் பாப்புவுக்காக ஏங்கியிருக்க வேண்டும். தன்னிடம் ஒட்டிக்கொண்ட குழந்தையுடன் விளையாடிக் கொண்டிருந்த அவர் மிலியைக் கண்டதும் தலையை உயர்த்தி மென்மையாகச் சிரித்தார்.

அந்தச் சிரிப்பில் சோர்வோ களைப்போ வருத்தமோ ஏதுமில்லை.

- பதாகை
ஏப்ரல் 5, 2021

03

ஆடல்

டெல்லி நகரின் அந்த மாலை நேரம், பகல் நேரத்தில் தலைகாட்டிய வெதுவெதுப்பு மறைந்து குளிருக்குள் நுழைந்து கொண்டிருந்தது. யமுனை நதியைத் தொட்டு மேலெழுந்த காற்று நகரை மேலும் குளிர்வித்துக் கொண்டிருந்தது. சற்று முன்பு வரையிலும் தெய்வீகத்தை உணர வைத்துக்கொண்டிருந்த பிரார்த்தனைக்கான மேடை இப்போது தன் புனிதத்தைத் தொலைத்திருந்தது. இசைக்கருவிகள் இசைப்பாரும் கேட்போருமின்றிக் கிடக்க, ஒலித்தகுரல்களில் பதற்றமும் அழுகையும் தொற்றியிருந்தன. நடைப்பாதையை அடுத்திருந்த புல்வெளிகள் நடந்த துயரை ஏந்திக் கொண்டு நகரும் வழியின்றி திகைத்திருந்தன. தலைக்கு மேலாகக் கவிழ்ந்திருந்த நீலவானத்தில் சிறு மேகக்கூட்டமொன்று திட்டாகக் குவிந்திருந்தது.

“மோகன்... உங்களால எழுந்திரிக்க முடியும். முயற்சி செஞ்சுப் பாருங்க.”

“நிச்சயமா... நிச்சயமா முயற்சி செய்வேன் கஸ்தூர். எல்லோரும் என்னைச் சுத்தி நிற்பதையும் பதறுவதையும் உணர்றேன். நான் இப்பவே பிரார்த்தனை மேடைக்குப் போயாகணும். இல்லேன்னா அவங்க எல்லோரோட நேரமும் வீணாப்போயிடும்.”

“அதிருக்கட்டும். இப்போ நீங்க எழுந்திரிக்கறதுதான் முக்கியம்.”

“ஆனா... ஆனா என்னால கைகால்களை அசைக்ககூட முடியிலயே. கண்களைச் சிமிட்ட முடியில. எனக்கு ரொம்பப் பதற்றமா இருக்கு கஸ்தூர். படேலும் நேருவும் ஒற்றுமையா

இருக்கறது நாட்டுக்கு ரொம்ப அவசியம். இந்த நேரத்தில நான் இப்படி விழுந்து கிடக்கறது நியாயமேயில்ல."

"சரி... அதைப் பத்தியெல்லாம் இப்ப சிந்திக்காதீங்க. நீங்க இப்போ எழுந்திரிக்கறதுதான் முக்கியம்."

"எனக்கு ஆசுவாசப்படுத்திக்க கொஞ்சநேரம் கொடு கஸ்தூர்..."

"ஆனா, நீங்க ரொம்பநேரம் இப்டியே கிடந்தீங்கன்னா உடம்பு அழுக்கும் தூசும் பட்டு அசுத்தமாயிடும். நேத்திலேர்ந்து விடாத இருமல் வேற."

"ராமா... ராமா... உடல்நோவுல எல்லாமே மறந்து போச்சு. அதுசரி... இதெல்லாம் உனக்கெப்படி தெரியும். நீ எங்கருக்கே?"

"அப்படியே மல்லாந்த வாக்கில கண்ணைத் திறந்து பாருங்க."

"என்ன பேசுறே நீ? நாந்தான் திறக்க முடியிலேன்னு சொல்றேன்ல்ல."

மோகனின் கோபத்தைக் கண்டதும் "சரி சரி... நானே சொல்றேன். நான் உங்களுக்கு நேர் மேலே வெண்மேகமா திரண்டு நிற்கிறேன். உங்களைப் பார்க்கறதுக்காகத்தான் இங்க வந்தேன்."

"எனக்காக வந்தியா? இதற்கான முறையான அனுமதிய வாங்க வேண்டியவங்க கிட்டே வாங்கீட்டியா...?"

மோகனின் பேச்சு சிடுசிடுப்பானதையடுத்து கஸ்தூர் முகத்தை இறுக்கமாக்கிக் கொண்டாள்.

"என்னை எப்போதான் நம்பப் போறீங்கன்னு தெரியில. ஆகாகான் சிறைக்கு நானும் சுசீலாவும் கைதாகி வந்தப்பவும் இதையேதானே கேட்டீங்க. நாங்க ரெண்டுபேரும் குறுக்கு வழியில சிறப்பு அனுமதி வாங்கீட்டு, நீங்க இருக்கற ஆகாகான் சிறைக்கு வந்துட்டதா நெனச்சிட்டீங்க இல்லியா?"

சற்று இளக்கமான குரலில் "கஸ்தூர்... என்ன நடந்ததுன்னு சிறையில இருக்கற எனக்கெப்படி தெரியும்?" என்றவர் உடனே "நீ அங்க வரும்போது காய்ச்சல்லயும் வயித்துப்போக்கிலயும் கஷ்டப்பட்டியாமே?" என்றபோது கஸ்தூர் சட்டென்று நெகிழ்ந்தவளாக "அதை விடுங்க... எங்களை அங்கே அழைச்சுட்டு வரும்போது ரயில் நிலையத்தில காத்திருப்புக் கூடத்தில உட்கார்ந்திருந்தோம். நாட்டில பிரிட்டிஷ் அரசுக்கெதிரா செய்

அல்லது செத்து விடுன்னு அவ்வளவு பெரிய போராட்டம் போயிட்டுருக்கப்ப அங்கே மக்கள் வழக்கம்போல வர்றதும் போறதுமா இருந்தாங்க. நிலைய அலுவலர்கள் புகைப் பிடிச்சிக்கிட்டு இயல்பா பேசிட்டிருந்தாங்க. கூலிக்காரர்கள் பிரயாணிகளோட பேரம் பேசிட்டிருந்தாங்க. சுசீலா என் உடம்பு ரொம்ப பலவீனமாவும் காய்ச்சலோடவும் இருக்குன்னு சொன்னா. ஆனா அப்போ என்னோட கவலையெல்லாம் சுயராஜ்ஜிய போரில் உங்களால் எப்படி வெற்றி பெற முடியும்ங்கிறது பத்திதான் இருந்துச்சு."

"நான் ஏன் உன் மேல கோவப்படுறேன்னு இப்பப் புரியுதா கஸ்தூர்... நாம் கைக்கொண்டிருக்கிறது ஒரு நாட்டோட விடுதலை... அதுவும் அகிம்சை முறையில. இது எத்தனை பெரிய விஷயம்? இதுல அவநம்பிக்கை ஏற்பட்டுச்சுன்னா தொடர்ந்து இயங்கியிருக்க முடியுமா?"

"ஓஒ... அவநம்பிக்கை ஏற்பட்டதாலதான் நான் உங்களோட மனைவிங்கிற ஜபர்தஸ்துல குறுக்குவழியை உபயோகிச்சு நீங்க அடைப்பட்டிருந்த ஆகாகான் சிறைக்கே வந்துட்டேன்னு நினைச்சிருக்கீங்க. அப்படித்தானே."

"அதுக்குதான் அப்பவே மகாதேவ்ட்ட விளக்கம் கொடுத்திட்டியே கஸ்தூர்ர்ர்ர்ர்..." வார்த்தை தடுமாறியது.

உடலையே திருகிப்போட்டது போன்ற சரேலென ஊடுருவிய வலியால் அவரால் மேற்கொண்டு எதுவும் பேச இயலவில்லை. அதையறியாமல் கஸ்தூர், "நேத்து இருமலுக்காக செஞ்சு வச்ச கிராம்புப்பொடி தீர்ந்துபோயிடுச்சு. மனுக்கிட்ட தயார் பண்ணச் சொல்லியாச்சா..." என்றாள்.

மோகனிடமிருந்து பதில் ஏதும் வரவில்லை. ஓட்டையாகிப்போன நெஞ்சிலிருந்து இரத்தம் கசிந்து கொண்டிருந்தது. மதியம் களிமண் சிகிச்சைக்குப் பிறகு மனுவும் ஆபாவும் பிடித்துவிட்ட கால்கள் கட்டை போல் கிடந்தன. ஆனால், அதை யாரோ தொடுவதை உணர முடிந்தது. நாளைய நாளிதழ்களில் இச்சம்பவம்தான் பெருஞ்செய்தியோ? இன்றைய நாளிதழில் தாராசிங் என்பவர் காந்தி அரசியலைவிட்டு இமயமலைக்குச் சென்று ஓய்வெடுத்துக் கொள்ள வேண்டும். அவரால்தான் இத்தனை பிரச்சினையும் என்று கூறியிருந்தார். நேற்று கூட அகதியொருவன் இதேபோலவே அவரிடம் நேருக்கு நேராக நின்று கத்தியிருந்தான்.

துளித்துளியாகப் பிசிறிக்கிடந்த துணுக்குகளைத் தன்னுள் இழுத்துக் கொண்டு தன் வடிவை ஒழுங்குபடுத்திக்கொண்டது மேகம். இந்த நான்கு வருடங்களில் தன்னுடலை இழுத்துக்கொண்டு அது எங்கெல்லாமோ அலைந்திருந்தது. இங்கோர்ந்து பாக்கறப்பதான் போர்பந்தரோட வெப்பமில்லா பகற்பொழுதுகளையும் கடற்காற்றால் குளிர்விக்கப்படும் இரவுப் பொழுதுகளையும் நல்லா உணர முடியுது. கடலின் பிரம்மாண்ட விரிவையும் அது வெண்ணலைகளாக நிலத்தில் மோதி உப்பு நுரைகளாக உடைவதையும் கொஞ்சமும் அலுப்பில்லாமல் பார்க்கும் நெற்கதிர்கள்போல, கத்தியவார் மக்களுக்கு இந்த இயற்கையும் அதோட அழகும் எப்பவுமே அலுக்காது, எண்ணங்கள் எழுப்பிய பெருமூச்சில் சிதறிய மேகப்பிசிறுகள், மோகனின் முகத்தில் வலியை மீறி எழுந்த புன்முறுவலைக் கண்டதும் மீண்டும் ஒன்று குவிந்தன.

“கஸ்தூர்... நல்ல ரசிகைதான் நீ.”

“ஆ... நான் என்ன நெனக்கிறேன்னு உங்களால சொல்ல முடியுமா? ஆச்சர்யமா இருக்கு?”

“பதிமூணு வயசிலேர்ந்து உன்னோட சேர்ந்து வாழற எனக்கு நீ என்ன நினைக்கிறேன்னு தெரியாதா?”

அடக்கவியலாமல் எழுந்த சிரிப்பை முடிந்தவரை ஓசைப்படாது காட்டிக் கொண்டாள் கஸ்தூர்.

“ஏன் சிரிக்கிற கஸ்தூர். உன் தந்தை மகன்ஜி கபாடியா மாதிரி செல்வச் செழிப்போ இருபது அறைகளும் இரண்டு தளங்களும் கொண்ட வீடோ என்னிடம் இல்லைன்னு சிரிக்கிறியா? நீ கேட்டாலும் அப்படி அமைச்சுக் கொடுக்கிற எண்ணமெல்லாம் எனக்கிருந்ததில்ல.”

“ஏன்... டர்பன்ல முதன்முதல்ல நாம குடும்பம் நடத்திய வீடு இரண்டு தளங்கள் கொண்ட வீடுதானே?” மீண்டும் சிரித்தாள் கஸ்தூர். “என்னோட மரணத்துக்குப் பிறகு என்மேலே போர்த்தறதுக்காக நீங்க நூற்ற நூலால் நெய்த புடவையை எங்கே பத்திரப்படுத்தி வைக்கறதுன்னு தெரியாம நான் பட்டபாடிருக்கே...”

“எதுக்குத் திரும்பவும் சிரிக்கிற?” எரிச்சலாக ஒலித்தது மோகனின் குரல்.

“ஆகாகான் சிறையிலிருக்கும்போது மகரசங்கராந்திக்கு லட்டு செய்றதுக்காக எள் வரவழைச்சு தரச் சொல்லி கேட்டப்போ நீங்க என்ன சொன்னீங்கன்னு நினைவிருக்கா மோகன்?”

“ம்... நாம இப்போ சிறையில இருக்கோம்ங்கிறதை மறந்திடாதே. வீட்ல செய்ய வேண்டியதெல்லாம் இங்க வந்து செய்ய நினைக்காதேன்னு சொன்னேன். அதுக்கு நீ...”

“பொறுங்க... பொறுங்க... நமக்கு வீடுன்னு ஒண்ணு இருந்ததா மோகன்? அய்யோ என்னாச்சு மோகன்... உங்க முகம் ஏன் இப்டி வெளிறியிருக்கு? ரொம்ப வலிக்குதா? இனிமே உங்களால எழுந்திரிக்க முடியாது போலருக்கே.”

“ஆமா... தோட்டா, உள்ளுருப்புகளைத் துளைக்கிதுன்னு நினைக்கிறேன். அதான் மரணவலி வலிக்குது.”

“கொஞ்சம் பொறுத்துக்கோங்க... மரணம் வலி நிரம்பியதுதான். நான் என் கடைசி நாட்களில் ரொம்ப கஷ்டப்பட்டிருக்கேன். படுக்கவும் முடியல. உட்காரவும் முடியில. விளக்கெண்ணெய் குடிச்சா எல்லாம் சரியாகிடும்னு ஒரு நினைப்பு. நம்ப பிள்ளைகளைப் பார்க்கணும்னு ஆசை. உங்களோடயே என் மொத்த நேரத்தையும் செலவழிக்கணும்னு ஒரு ஆவேசம்...”

“ஒரு நிமிஷம் கஸ்தூர்... உன்னோட மரணத்தறுவாயில பென்சிலின் மருந்து போட அனுமதிக்கலேன்னு உனக்கு வருத்தமா?”

“நிச்சயமா இல்லை. அதெல்லாம் முடிஞ்ச கதை. என்னோட மரணம் போல நாள் கணக்கில கஷ்டப்படாம உங்களுக்கு எல்லாமே வெகுசீக்கிரத்தில முடிஞ்சுடும். அதுவரை பேசிக்கிட்டிருப்போம்.”

“நல்லது. நீ எதாவது எங்கிட்டே தெரிஞ்சுக்க விரும்புனா கேளு. நான் இந்த வலியை மறக்கணும்.”

ஆனாலும் பதற்றமான குரல்கள் வலியை அதிகப்படுத்திக் கொண்டேயிருந்தன. “விடாதீங்க... பிடிங்க... அவன்தான். அய்யோ பாவீ... எங்க பாப்பூவ கொன்னுட்டீயேடா... பாப்பூ... பாப்பூ... அய்யோ... அகிம்சைய போதிச்சவருக்கு இப்படி வன்முறையான முடிவா?”

“மோகன்... மோகன்... ஏன் பதிலையே காணோம்? நா பேசுறது கேக்குதா?”

"மன்னிச்சுக்கோ கஸ்தூர்... நினைவுகள் தாறுமாறா போவுது. சரி... திரும்பவும் கேளு."

"இத்தனை வலிமையான அரசாங்கத்தை எதிர்த்து நிக்கணும்னு ஏன் முடிவெடுத்தீங்க மோகன்? எதை வேணும்னாலும் செய்யக்கூடிய ஆற்றல் அதிகாரத்துக்கு இருக்கும்போது உங்களுடைய முடிவு தவறுன்னு நீங்க எப்பவாவது நினைச்சிருக்கீங்களா?"

"ஓ... இதைத்தானே நீ ஆகாகான் சிறையிலயும் கேட்டுக்கிட்டே இருந்தே."

"ரயில்நிலையத்தில அன்னைக்கு மக்களோட நடப்பை பார்க்கும்போது எனக்கு உங்களோட செயல்பாடுகள் தப்போன்னு தோணுச்சு. அதே சமயம் போராட்டத்தின் விளைவுகளை மக்கள் எத்தனை நாள்தான் தாங்கீட்டு இருப்பாங்களோன்னு பதற்றம் வேற."

"அதுக்கு நான் விளக்கம் கொடுக்க வந்தப்போ நீ என்னோட வார்த்தைகளைக் காதுல வாங்கிக்கக்கூட தயாரா இல்லையே. அதனாலதான் எனக்குக் கோபம் வந்துச்சு. இப்ப என்ன செய்யணும்னு எதிர்பார்க்கிறே? நீயும் நானும் அரசாங்கத்துக்கிட்டே மன்னிப்புக் கடிதம் கொடுத்துடலாமான்னு கேட்டேன். நான் எதுக்காக மத்தவங்கள்ட்ட மன்னிப்பு கேட்கணும்னு அதுக்கும் கத்துனே... நீங்களும் எப்படி மன்னிப்பு கேட்க முடியும்னு கோபப்பட்டே... நீங்க செஞ்சதெல்லாம் தொகுத்துப் பாருங்க. உங்களால சின்னப் பொண்ணுங்கள்ளாம் சிறையில அகப்பட்டிருக்காங்க. மகாதேவ் போயே போயிட்டான். அடுத்தது நான்தான்னு கத்துனே. உடல் படுத்தின பாட்டுல நீ உன்னையே மறந்துட்டே... மரணம் வலிதான். ஆனா விடுதலை."

"போதும். நீங்க விடுதலை விடுதலைன்னு கூப்பாடு போட்டதெல்லாம் போதும். நீங்க ஏன் அவங்கள வெளியேறணும்னு சொன்னீங்க. நம்ப நாடு அளவில பெருசு. அவங்க விரும்பினா இங்கேயே தாராளமா தங்கிக்கலாம்னு சொல்லியிருக்கலாம்ல."

"கஸ்தூர்... நானும் அதைத்தானே சொன்னேன். ஆட்சிப் பொறுப்பிலேர்ந்து அவங்க விலகிட்டா நமக்கும் அவங்களுக்கும் என்ன பிரச்சினை இருந்துடப் போவுது? விருப்பமிருந்தா அவங்க சகோதரர்களா இங்கேயே தங்கிக்கலாம்னு சொல்லலையா நான்?"

பிறகு எழுந்த அர்த்தமான மௌனத்துக்குப் பிறகு "சகோதரர்கள்ங்கிற வார்த்தை அர்த்தமிழந்து... அர்த்தமிழந்து..."

"மோகன்... மோகன்... என்னாச்சு உங்களுக்கு. எதையோ முணுமுணுக்கிறீங்க. எனக்கு எதுவுமே காதில விழல."

"சகோதரர்கள்ங்கிற வார்த்தைக்கு என்ன அர்த்தம்னு தெரியில கஸ்தூர்" குரல் சற்று விம்மலாக வெளிப்பட்டது.

"மோகன்... அதோட இப்போதைய அர்த்தம்தான் உங்களை சாய்ச்சு கட்டையாக்கிப் போட்டுருக்கு புரியுதா."

"எனக்கு எதையும் ஞாபகப்படுத்தாதே கஸ்தூர். வலி என் உணர்வுகளை ஆக்கிரமித்துவிடும். நாம கொஞ்ச நேரம் இப்படியே பேசிக்கிட்டிருப்போம். இது உனக்கான நேரம்னு நினைச்சுக்கோ."

"இல்ல... உங்க முகம் ரொம்ப வாடிப்போயிடுச்சு. கொஞ்சநேரம் ஆசுவாசப்படுத்திக்கோங்க."

"உண்மைதான் கஸ்தூர்..." வார்த்தைகளாக வெளிப்பட்டவை ஒலியாக மாறவியலாது தடுமாறின. செய்து முடிக்க வேண்டிய வேலைகள் திரையில் தெரியும் படம் போல ஓடிக்கொண்டிருந்தன. காங்கிரஸ் கமிட்டிக்கான புதிய தீர்மானங்களில் இன்னும் திருத்தம் செய்ய வேண்டியிருக்கறதா என்றுப் பார்க்க வேண்டும். டெல்லியில் அமைதியைத் திரும்பச் செய்வது குறித்து மதத் தலைவர்களிடம் பேச வேண்டும். கற்றுக்கொண்டிருக்கும் பெங்காலி மொழியில் சகோதரத்துவம் என்பது குறித்து நானே சொந்தமாக ஓரிரு வரிகள் எழுத வேண்டும். நேரு, பட்டேல் இருவருக்குமிடையே ஏற்பட்டுள்ள மன விரிசலைப் போக்க வேண்டும்.

இன்று ஏன் பட்டேலுடன் இத்தனை நேரம் பேசினேன்? சரியாக ஐந்து மணிக்குப் பிரார்த்தனை நேரம் கடந்ததை மனுவும் ஆபாவும் கூட உணர்த்தவில்லையே. புல்வெளியைக் கடந்து பிரார்த்தனை மேடையை அடைந்து விட்டிருந்தேனானால் எல்லாம் மாறியிருக்குமோ? ஆனால் இன்று, தி லைஃப் பத்திரிகைக்கான பேட்டியில், நீங்கள் 125 வயது வரை வாழ விரும்புவதாக எப்போதும் சொல்லி வந்துள்ளீர்கள். எந்த நம்பிக்கையில் அப்படிக் கூறினீர்கள் என்று கேட்டபோது, இனிமேலும் அந்த நம்பிக்கையில் இருக்கவில்லை என்றேன். ஏன் அப்படிச் சொல்லுகிறீர்கள்? என்றார் அவர். அதற்கு

நான், உலகில் நடக்கும் பயங்கர நடவடிக்கைகளே அதற்குக் காரணம். நான் இருட்டில் வாழ விரும்பவில்லை என்று கூறியிருந்தேன். ஆமாம்... நான் உண்மை என்று எதை நம்புகிறேனோ அதைதான் சொல்லுகிறேன். நான் காலாவதி ஆகிவிட்டேன். எனது கண்ணாடியும் செருப்புகளும் சிதறிக் கிடக்கின்றன. என் மார்பில் வெதுவெதுப்பாகவும் ஈரமாகவும் எதுவோ பரவுகிறது. அடிவயிறு இருப்பது போலவே தெரியவில்லை. நான் சுடப்பட்டிருக்க வேண்டும். நான் சாவின் சாலையில் அடியெடுத்து வைத்தபோது நேரு தன் அலுவலகத்திலிருக்கிறார். பட்டேல் வீடு திரும்பிக் கொண்டிருக்கிறார். மவுண்ட் பேட்டன் தன் வீட்டில் உரையாடிக் கொண்டிருக்கிறார். மீராபென் இமயமலையிலுள்ள ஆசிரமத்திலிருக்கிறார்.

“நீ எங்க இருக்கே கஸ்தூர்?”

“வானத்தில் மேகமாகக் குவிந்திருக்கிறேன்... இல்லையில்ல... உறைந்திருக்கிறேன் மோகன்” அவள் மனம் கனிந்திருந்தது.

“உங்களால யாரையும் வெறுக்க முடியாது மோகன். நீங்க தென்னாப்பிரிக்காவில இருந்தபோதே இதையெல்லாம் கத்துக்கிட்டீங்க. போயர்களுக்கு எதிரான போரில் பிரிட்டிஷ்காரங்களுக்கு ஆதரவா தன்னார்வலர்களை ஈடுபடுத்தி ஆம்புலன்ஸ் படையை உருவாக்குனீங்க. தன்னார்வலர்கள் உதவி செய்ய முன் வந்தது உங்க மேல வச்சிருந்த மரியாதையால. நீங்க அவங்களை அழைச்சது பிரிட்டிஷ் பேரரசு மேல கொண்டிருந்த மரியாதையால. இல்லையா மோகன்?”

“அவங்களுக்கு வெற்றி கிடைச்சா அரசியல், கல்வி, வணிகம்னு எல்லாத் துறைகளில் நம்ப மக்களுக்குக் கூடுதல் வாய்ப்பு கிடைக்குங்கிற சுயநலமும்தான்” சொல்லி முடிப்பதற்கு முன்பே தோட்டாக்கள் திசைக்கொன்றாக நகர்ந்து உடலை வலிகளால் மூடிக் கொண்டன. தன்னையுமறியாமல் இது மரணம்தான். மரணம்தான். நான் இந்த பூமியை விட்டு சென்றுகொண்டிருக்கிறேன். விரைவில் வேறொங்கோ சென்றுவிடுவேன். அதுதான் எங்கே?

கஸ்தூர் தனக்களிக்கப்பட்ட நேரத்தை நழுவவிட விரும்பவில்லை.

“முதன்முதலாக நான் உங்களோட தென்னாப்பிரிக்காவுக்கு வந்தப்போ நீங்க எனக்காக நேரம் ஒதுக்கணும்ங்கிற ஆசையெல்லாம் இருந்துச்சு. ஆனா முதல் பயணத்தின்போதே நானும் பசங்களும்

பிரிக்கப்பட்டு தனியா போய்ட்டோம். பாஷையும் புரியில. மனுஷரும் புரியில. உங்க நிலைமை வேற என்னாச்சுன்னு தெரியில. அப்றம் வந்த தகவல்ல உங்களை அடிச்சு போட்டுட்டாங்கன்னு சொன்னாங்க."

இடையில் புகும் நோக்கத்தோடு மோகன் மென்மையாகச் சிரித்தார்.

"நானும் அதை யோசிச்சேன் கஸ்தூர். கப்பலேர்ந்து இறங்கி படகில நானும் லாஃப்டனும் பயணம் செய்தப்ப..."

"ரொம்ப பயந்துட்டீங்களா?"

"என்னன்னு சொல்லத் தெரியில. படகு மணல்திட்டைக் கடந்தபோது வலப்பக்கத்தில என்னுடன் விரோதம் பாராட்டும் டர்பன் நகரம். இடப்பக்கம் காடு அடர்ந்த குன்று. அதைத் தாண்டி பெருங்கடல். தாய்நாட்டை விட்டுட்டும் உங்களை விட்டும் எங்கோ தனியா இருந்தேன். அது எந்த மாதிரியான மனநிலைன்னு சொல்லத் தெரியில கஸ்தூர். கரையில இறங்கியதும் அவங்க என்னை அடிச்சபோது கூட அதே மனநிலைதான்."

"கூட்டத்தில யாராவது டாக்டர் இருக்கீங்களா? யாராவது இருந்தா தயவுசெஞ்சு வாங்களேன். பாப்பூ சுடப்பட்டிருக்கிறாரு. அவருக்கு முதலுதவி கொடுக்கணும். ப்ளீஸ் வாங்களேன்..." பரபரப்பும் பரிதவிப்புமாக அங்குமிங்கும் அலைமோதும் குரல்கள் மோகனின் பேச்சை நிறுத்தின. கூடவே உடலைப் பிடுங்கியெடுக்கும் வலி வேறு. 'பாப்பூ... பாப்பூ...' அடிவயிற்றிலிருந்து எழுந்த உணர்வுப்பூர்வமான ஓலங்களும், தாங்கவே முடியாதென்று வெடித்து சிதறிய மனதோடு கண்ணீர் வழிய திகைத்து நின்ற கூட்டமுமாக மைதானம் நிதானமிழந்திருந்தது. பிர்லாமாளிகையின் முன் முண்டியடித்த கூட்டத்தைச் சமாளிக்கவியலாமல் நுழைவாயில் மூடப்பட்டது.

"மோகன்... உணர்விழக்காதீங்க. இந்த மக்களைப் பாருங்க. இது உங்களுக்காகச் சேர்ந்த கூட்டம். அவங்கள ஏமாத்திடாதீங்க. எழுந்திரிக்க முடியுமான்னு கடைசியா ஒரு முயற்சி பண்ணிப் பாருங்களேன்."

"சரி... நிச்சயமா முயற்சி பண்றேன். அதுவரைக்கும் நீ எங்கிட்ட பேசிக்கிட்டே இரு கஸ்தூர்... அது உன் கடமையும் கூட. ஏன்னா நீ என் மனைவி."

“அந்த மனைவிங்கிற ஸ்தானத்துக்குக் கூட இரண்டு தடவை பிரச்சினை ஏற்பட்டுருக்கில்லையா மோகன்?”

“அப்டியா...? நான் எதையும் யோசிக்கக் கூடிய நிலையில இல்ல. அதிகமா பேசவும் முடியில.”

“தென்னாப்பிரிக்காவில நாம பீனிக்ஸ் குடியிருப்பில இருந்தப்ப நீங்க, இன்னும் கொஞ்சம் நாள்ல நான் மனைவிங்கிற அந்தஸ்தை இழக்கப்போறேன்னு சொன்னவுடனே பயந்தே போயிட்டேன். கிறித்தவ முறைப்படி பண்ற கல்யாணம்தான் செல்லும்னு அரசாங்கம் சொல்லிடுச்சாம். அய்யோ... இதென்ன கூத்து. சட்டத்துக்கு முன்னாடி வைப்பாட்டின்னு பேர் வாங்கறதை விடப் போராட்டத்தில கலந்துக்கிட்டு சிறைக்குப் போனாலும் தப்பில்லேன்னு தோணுச்சு எனக்கு. நான் சிறையிலயே செத்துப் போயிட்டா எனக்கு சிலை வச்சு வழிபடறதா சொல்லிச் சிரிச்சீங்க நீங்க.”

“ம்... நீ முதன்முதல்ல சிறைக்குப் போனது அப்போதானே?”

“ஆமா... ஒரே இடத்தில பார்த்த முகங்களையே பார்த்துக்கிட்டு அடைப்பட்டுக் கிடக்கிறது ரொம்பக் கொடுமை. அதுவும் சிறையில இருக்கோம்ங்கிற நினைப்பே பயத்தை உண்டாக்கிடும். சின்ன சின்ன விஷயங்கள் கூட ரொம்பப் பெருசா தெரியும். யாரையும் மன்னிக்கப் பிடிக்காது. அற்பமான விஷயத்துக்கெல்லாம் சண்டை போடுவோம்.”

“நீ சண்டைக்காரி கஸ்தூர். அதுசரி கனவான் வீட்ல பிறந்த பெண்ணில்லையா? அதிகாரம் செய்ய கேக்கவா வேணும்.”

“அப்டீன்னா நீங்க சொல்றதைக் கேட்காம நான் தான்தோன்றியா நடந்துக்கிட்டேன்னு சொல்றீங்களோ?”

“அப்டீன்னும் சொல்லல. ஆனா ஹரிஜனர்களுக்குத் திறந்து விடாத கோயில்களுக்குப் போகக்கூடாதுன்னு சொல்லியும் பூரி ஜெகந்நாதர் ஆலயத்துக்குப் போயிட்டு வந்தீல்ல?”

“நீங்க அனாவசியமா பேசறீங்க மோகன்... அதுக்குதான் அப்பவே மன்னிப்பு கேட்டுட்டேன் இல்லையா?”

“ஆனா அதுக்கு நான்தான் உங்கிட்டே மன்னிப்பு கேட்டுருக்கணும். ஏன்னா நான்தான் உன்னோட ஆசிரியர். உன்மேல கவனம் செலுத்தாமவிட்டது என் தப்புதான்...”

"நீங்கள் புகட்டறதையெல்லாம் என்னால அப்படியே ஏந்திக்க முடியாது மோகன்."

"அப்டீன்னா நீ என்னோட பேச்சைக் கேட்டுக்கறதுமாதிரி நடந்துக்கறது... அன்னைக்கு மன்னிப்புக் கேட்டதெல்லாம் கூட வெறும் பாவனைகள் தானா?"

"என்னை பத்தி நீங்களே ஒரு முடிவுக்கு வர வேணாம். நீங்க சொல்ற விஷயம் எனக்குச் சரின்னு தோணினா நான் அதன்படி நடப்பேன். தென்னாப்பிரிக்காவில மலச்சட்டிய கையிலெடுக்கும்போது என் முகம் மாறினதுக்காக நீங்க ரொம்பவும் கோவப்பட்டீங்க. உங்களோட பேச்சுக்கு என் செயல் கட்டுப்படலாம். ஆனா நான்? அதுவும் இந்த விஷயத்தில, ஆயிரமாயிரம் தலைமுறைகளா இந்துமதத் தலைவர்கள் என்ன போதிச்சாங்களோ அதை நான் புறக்கணிக்கணும். அதுவும் மகிழ்ச்சியோட புறக்கணிக்கணும்னு எதிர்பார்த்தீங்க. இது வன்முறை இல்லையா? இது கூட அகிம்சைக்குப் புறம்பானதுதான். ஆனா உங்களோட அதிர்ஷ்டமோ என்னமோ பிறகு நீங்க சொல்ற நிறைய விஷயம் எனக்கு சரின்னு தோண ஆரம்பிச்சிடுச்சு. ஏன்னா நீங்க என் மேல அக்கறையாவும் இருந்தீங்க."

"நல்லது. அதையாவது உணர்ந்திருக்கியே. நிமோனியா காய்ச்சல் வந்து நீ டெல்லியில படுத்துக்கிட்டப்போ தந்தி மேல தந்தி அடிச்சேன் நினைவிருக்கா? தேவதாஸ் வீட்ல வச்சு சுசீலா உன்னைப் பாத்துக்கிட்டா. நீ என்னோட கடிதங்களையெல்லாம் தலையணைக்குக் கீழே வச்சு படிச்சிட்டே இருப்பியாமே."

"நம்ம பிள்ளைங்கள்ளாம் நல்லாயிருக்காங்களா...?" சட்டென்று ஏற்பட்ட நெகிழ்வில் குரல் கரகரத்தது. பிறகு அது உடனே கோபமென எழுந்து "ஹரிலால் நமக்குப் பிறந்திருக்கவே கூடாது" என்றது.

"ஆமா. அவனால் நிறைய சங்கடம். நிறைய நிறைய சங்கடமெல்லாம் அனுபவிச்சாச்சு."

"அவனும் உங்களால நிறைய அனுபவிச்சிட்டான். அவன் உங்களோட மறுபாதி மோகன். இருண்ட காந்தி அவன். நீங்க ஒளிரும் ஹரிலால். அவனோட ஏக்கங்களையும் ஆசைகளையும் திமிற முடியாதபடி உங்கக் கொள்கையால மூடி வச்சிட்டீங்க. அது ஒருகட்டத்தில வெடிக்கத்தானே வேணும். அவன்

அப்படித்தான் இருக்க முடியும். அவனால அப்படித்தான் இருக்க முடியும்." அழுத்தம்திருத்தமாகச் சொல்லிவிட்டு கஸ்தூர் அழத் தொடங்கினாள்.

"கஸ்தூர்... தயவு செஞ்சு புரிஞ்சுக்கோ... நான்..."

"போதும். நீங்க பேச வேண்டாம். புரிதல்ன்னா என்னன்னு தெரியுமா உங்களுக்கு? உங்களைச் சுற்றிலும் பெண்கள். பெண்கள். பெண்கள். அதுவும் சரளாதேவிகோசலுக்கு நீங்க ஆன்மிகக் கணவர் வேற."

"ஓஓ... இதைத்தான் உன்னோட மனைவி அந்தஸ்துக்கு வந்த ரெண்டாவது சோதனைன்னு சொன்னியா?"

"ஆமா... ஆமா... ஆமா..."

"கோவப்படாதே கஸ்தூர். இது எனக்கு முக்கியமான தருணம். இந்த நேரம் நீ என்னோட சேர்ந்திருக்கறதே பெரும்பாக்கியம்."

மனம் இரங்கியவளாக "என்னோட கடைசிக்காலத்தில நீங்க எங்கிட்ட காட்டிய நேசமும் பொறுப்பும்தான் என்னை இங்க வரவழைச்சிருக்கணும் மோகன்."

வலியை நோக்கிச் சிந்தையைக் குவித்து அதை உள்வாங்கிக் கொண்டபோது வலி நின்றிருந்தது. "கஸ்தூர்... கஸ்தூர்... நமக்குள்ளே சண்டை வேண்டாம். நீ சொல்ல வந்ததைச் சொல்லு. வலியோட போராடிக்கிட்டே போய்ச் சேர்ந்திட்டேன்னா இனி நாம பேச முடியாமலே போயிடலாம்."

"மோகன்... உங்க வாழ்க்கையே சோதனையும் போராட்டமும்தானே. உங்களோட மகிழ்ச்சின்னா அந்தச் சோதனையிலிருந்து கிடைக்கும் வெற்றி மட்டுமே. இதுக்கு மத்தியில உங்க வாழ்க்கையைப் பங்குபோட நான் வந்துட்டேன். வாழ்க்கையோட கொண்டாட்டங்களை நீங்க வாழ்வியலுக்கு எதிரானதா நினைச்சிட்டீங்க. எங்களையும் நினைக்க வச்சீங்க. மோகன்... ஒண்ணு சொல்லட்டுமா... உங்க வாழ்க்கை காலத்தில் விடுதலைக்கான அவசியம் இல்லாம போயிருந்தா கூட நீங்க சுதந்திரப் போராட்டம் மாதிரி வேற ஒண்ணைத் தேர்ந்தெடுத்திருப்பீங்க. நல்ல உணவு, இசை, காதல், காமம் இதெல்லாம் அடிப்படை இச்சை. அது வாழ்க்கையைச் சுவையானதா மாத்தும். இதெல்லாம் உங்களுக்குப் புரியப்போறதே இல்லை."

‘கஸ்தூர்... தயவு செஞ்சு கோபப்படாம பேசு. அதைத் தாங்கற மனநிலை எனக்கிப்போ இல்ல. வீட்டு வேலைகள், ஆசிரமப்பணி, நோயாளிகளைக் கவனிக்கிறது, தொண்டர்களைச் சந்திக்கறதுன்னு நீயும் உன் சுமையைப் பெருக்கிட்டேதான் போனே...”

“ஆமா... உங்க அன்பையும் பொழுதையும் நான் மட்டுமே பகிர்ந்துக்கணும்னு என்னைக்கும் நினைச்சதில்லை. உப்பு சத்தியாகிரகத்தில நீங்க கைதான பிறகு...”

“தெரியும். நீ சொல்ல வேணாம். காவலர்களால தாக்கப்பட்ட தொண்டர்கள் இருக்கிற கிராமங்களுக்குக் கால்நடையாகவும் மாட்டுவண்டியிலும் பயணம் செஞ்சு அவங்களுக்கு தைரியம் சொல்றதும் சபர்மதி ஆசிரமத்துக்கு வர்றவங்கள தொடர்ந்து சந்திக்கறதுமா இருந்துருக்கே. மணிலாலையும் ராமதாஸையும் சபர்மதி சிறையில வச்சி சந்திச்சப்போ கூட நீ மனம் கலங்கல. இத்தனைக்கும் அவங்க காவலர்களோட கடும் கவனிப்பில நிறைய அனுபவிச்சதை அவங்க முகமே காட்டிக் கொடுத்திருக்கும். இதைத் தானே சொல்ல வர்றே. இதைத்தான் நான் நிறைய தடவை கேட்டாச்சே. உன்னோட மனசில அவங்க அனுபவிச்ச வேதனை நிழலா படிஞ்சிருக்கு. அதனாலதான் அது தியாகமா படுது.”

இருவருக்குமிடையே மௌனம் சுமையாகக் கிடந்ததைக் களைந்து விட முனைந்தாள் கஸ்தூர்.

“மோகன்... உங்கள் உடல்லேர்ந்து கசியும் இரத்தவாடைக்கு ஈக்கள் மொய்க்குது பாருங்க. என் கையெல்லாம் பரபரங்குது மோகன். நான் பக்கத்திலிருந்தா விசிறியால வீசிவிடுவேன். நீங்க எழுந்திரிக்கறதுதான் நல்லது.”

“உன் சுத்தக்கார புத்தி இன்னும் போகலயா?” வலியோடு சிரிக்க முயன்றபோது எதுவுமே முடியாமல் ஆகியிருந்தது புரிந்தது.

“நீங்க உங்க கையால குண்டுகளை வெளிய எடுத்துப் போட்டுடுங்க. நெஞ்சுப் பகுதியில இரத்தம் வர்ற இடத்தில கைய வச்சு தேக்கிக்கங்க. அது போதும். எழுந்திரிச்சிடலாம்.”

“இல்ல... நான் எழுந்துகொள்ள முடியாதுன்னு முடிவு பண்ணீட்டேன். இனி என்னால் நடக்க முடியாது. பேச முடியாது. பயணம் செய்ய முடியாது. மனு கையில வச்சிருந்த கண்ணாடிக் கூடுக்கும் குறிப்பேடுக்கும் இனிமே வேலை இருக்காது. என்னோட வெண்ணிறச் சால்வை இப்ப சிவப்பு

நிறமா மாறியிருக்கும். புல்தரையில படுக்கையை விரிச்சு சூரிய ஒளியில் குளிர் காய வேண்டிய அவசியம் இருக்காது. பிப்ரவரி மாதம் வார்தா போறதுக்கு ஏற்பாடு செய்யச் சொல்லியிருந்தேன். இனிமே எதற்குமே வாய்ப்பில்லை. உணவு உண்ண வேண்டாம். புன்னகை புரியத் தேவையில்லை. எண்ணமோ ஞாபகமோ கூட வேணாம். கடைசியா என் காதுல ஒலிக்கிற உன்னோட குரல் நின்னுடுச்சுன்னா என் மூச்சு மேலெழும்பி மேகத்தில கலந்திடும் கஸ்தூர்."

குளிர்காலச் சூரியன் ஒடுங்கி மேற்கே சென்றபோது லேசாக எழுந்த காற்று உடலைச் சிலிர்க்க வைத்தது. அது கஸ்தூரின் ஆடையை படபடக்க வைத்தபோது, மோகன், "கஸ்தூர்.... உன் முக்காடை இழுத்துவிட்டுக்கொள். விலகுது பார்" என்றார்.

கஸ்தூர் கலகலவென்று சிரித்தபடி "நீங்க மகாத்மாவாக இருந்தாலும் ஆண் என்பதை உணர்த்திட்டீங்க..." என்றாள். பிறகு, "வாழ்க்கை மொத்தத்தையும் அசாதாரணங்களால நிரப்பிக் கொண்ட நீங்க சாதாரணமான வாழ்க்கை எப்படியிருக்கும்ங்கிறத அனுபவத்தில உணரணும். அது அடுத்த பிறவியிலாவது உங்களுக்கு வாய்க்கட்டும்."

"சரி... அதிருக்கட்டும். நீ அப்பவும் எங்கூட இருக்க விரும்புறியா?"

"ம்... விரும்பறேன்" என்றாள் கஸ்தூர்.

கேள்விக்கும் பதிலுக்குமிடையே வினாடி நேர இடைவெளி இருந்ததாக இருவருமே நினைத்துக்கொண்டனர்.

– **சொல்வனம் இணைய இதழ்,** ஏப்ரல் 10, 2021
– **காந்தியைச் சுமப்பவர்கள்,** பரிசல் வெளியீடு, 2022
– ***ONDU GALIGE VIRAMA – MATHTHONDU,*** கன்னட இதழ் 2022
– ***MARANANIKI OKA KSHANAM MUNDU,*** *KAUMUDI TELUGU WEB MAGAZINE, FEB 2022*

❀ ❀ ❀

04

புளகிதம்

மேகங்களுக்குப் பின்னிருந்த இளஞ்சூரியன் தன் வெளிச்சக்கரங்களால் பூமியைப் பிரகாசமாக்கிக் கொண்டிருக்க, அதன் தங்கப் பிரதிபலிப்பைத் தன்னுள் உள்வாங்கிக் கொண்டாலும் வசுமதியாறு தயக்கத்துடனேயே நகர்ந்துகொண்டிருந்தது. கோசல்வாடி, நீரவாடு, மணலாடு, காந்தாசி எனத் தனது கரையெங்கிலுமிருக்கும் கிராம மக்களின் புழக்கம் தன்னுள் குறைந்து போனதில் அது திகைத்து தடுமாறியிருக்க வேண்டும். கிராமங்களை ஆற்றோடு இணைக்கும் ஒற்றையடிப் பாதையில் செழித்து வளைந்து கிடக்கும் மூங்கில்களின் அணைப்பிற்குள் நீர் முடிச்சிட்ட கூந்தலோடும் தோள்களில் துவைத்து வழியும் துணிகளோடும் இடுப்பில் நீர்க்குடத்தோடும் இரவு கவியும் வரை ஓயாது இயங்கிக் கொண்டிருக்கும் பெண்களோ வியாபாரம், வெளி விவகாரமென தன்னுள் சுறுசுறுவென்று இயங்கும் ஆண்களோ தன்னுடன் கடனே என்றும் கடமையே என்றும் இயங்குவதும் கோவிலுக்குள்ளிருந்தபடியே தன்னைக் கண்காணித்துக் கொண்டிருக்கும் காளியம்மன் அங்கில்லாததும் அதன் துள்ளாட்டத்தைச் சுணங்க வைத்திருந்தது. கரையோரங்களில் சிறுபடகுகளும் பரிசல்களும் செருகிக் கிடக்க, இரண்டொன்று அசைந்தாடிக் கொண்டே பயணம் புறப்பட்டிருந்தது. சதுப்புகளில் ஒதுங்கிக் கிடந்த குப்பைகளை உணவென எண்ணிய மீன்கள் தனது கரிய உடல்களை நெளித்து முன்னேறின. சில நாட்களுக்கு முன் தின்னக் கிடைத்த மனித மாமிசங்கள் அவற்றின் ஆவலைத் தூண்டியிருக்க வேண்டும்.

தாறுமாறாக வெட்டப்பட்ட மூங்கில் மரங்கள் கன்னாபின்னாவென்று கிடக்க அதன் சிம்புகள் வழியெங்கும் சிதறிக் கிடந்தன. ஊணான் கொடிகள் பரவிக் கிடந்த புதர்களின் மீது சிறு குருவிகள் 'க்வீக்... க்வீக்...' என ஒலியெழுப்பியபடி தலையை வலஇடமாகத் திருப்பி விட்டு திகைத்துப் போனவையாய் எங்கோ பறந்து போயின. எதையுமே அறியாததுபோல அணிலொன்று நடுவுடலை லேசாக உயர்த்தி வாலைத் தூக்கிக்கொண்டு எதையோ கொறித்துக் கொண்டிருந்தது. அங்கு தரையிறங்க வந்த பறவைக் கூட்டம் இரத்தவாடை தாளாது வெருண்டு பதறிப் பறந்தன. காட்டுப்பாதையில் விறகுக்காகச் செல்பவர்கள் வழிகளில் சிதறிக் கிடந்த இலந்தை முட்களை அப்புறப்படுத்த மறந்தவர்களாக நடந்து சென்றனர். கதுவா, கரையோரத்தில் கிடந்த பாறையின் மீது அமர்ந்திருந்தான். வசுமதி, குசலம் விசாரிப்பதுபோல அவனது பாதத்தின் மீதேறி கடந்து சென்று கொண்டிருந்தது. எந்த நேரத்திலும் மழை பெய்து விடும் அறிகுறிகளோடு வானம் இருளத் தொடங்கியது. மழை வீசினால் வசுமதி இரத்தவாடையை அடித்துக் கொண்டுபோய்க் கடலில் சேர்த்துவிடும். ஆனால் எல்லாவற்றையும் எதிலாவது கொண்டு போய்ச் சேர்த்துவிட முடியாது.

இங்கும் கூட வானிலை எப்போதும் மழை வருவது போலவேயிருந்தது. மாலை நெருங்கும்போதே பெரிய குடையைக் கவிழ்த்தது போல் அரையிருள் சூழ்ந்துவிடுகிறது. பிரார்த்தனைக் கூட்டம் தொடங்கியிருந்தது. கதுவாவும் அந்தக் கூட்டத்தில் ஒருவனாக அமர்ந்திருந்தான். உடலை லேசாக நகர்த்திக் கொண்டபோது அவன் அணிந்திருந்த குர்த்தாவின் மிகையான துணிச்சுருளில் பதுங்கிக் கிடந்த பொருள் உடலோடு அழுந்தி தனது சில்லிப்பை அவனது உடல் வெப்பத்துக்குள் பரப்பியது. சிலிர்ப்பை ஏற்படுத்தும் சில்லிப்பு. அதனை அவன் வசுமதியின் கரைக்கப்பால் வானத்தை இணைக்கும் காட்டுப்பாதையில் நடந்து சென்றபோது செத்தைகளூடே கண்டெடுத்திருந்தான். தனது இழுவிசைக்குள் உயிரறுக்கும் திறனை ஒளிந்து வைத்திருந்த அந்தச் சிறிய உலோகத்தை வன்முறையாளர்கள் எப்படியோ தவறவிட்டிருந்தனர். துப்பாக்கியைக் குனிந்து கையிலெடுத்தபோது ஏற்பட்ட நடுக்கம் பிறகெப்போதும் இருக்கவில்லை. சொல்லப்போனால் அந்த விசைதான் நவகாளி என்ற ஜில்லாவின் பெயரை மட்டுமே தெரிந்து வைத்திருந்த அவனை மேற்கு வங்காளத்திலிருந்து ரயில் வண்டி, மோட்டார்

படகு, பரிசல், நடைப்பயணம் எனப் பலவழிகளிலும் பயணிக்க வைத்து அங்கு வந்து சேர்ந்திருந்தது.

தென்னைகளும் கமுகு மரங்களும் நிறைந்த ஈரம் சொட்டும் அப்பூமியில் மனித மனதின் ஈரங்கள் வற்றிப் போயிருந்தன. கல்கத்தாவில் நடத்திய கொலைவெறியாட்டத்தின் தொடர்ச்சியை அவர்கள் கிழக்கு வங்காளத்தின் நவகாளியில் அரங்கேற்றியிருந்தனர். அப்போதைக்குதான் போர் முடிந்த சமர்க்களம் போன்றிருந்த அப்பகுதிக்கு அவன் விடை தேடி வந்திருந்தான். அடர்ந்த மரங்கள் கவிகையாகப் படர்ந்து சூரியனை மறைத்திருப்பதால் கிராமமே ஒளியிழந்தது போன்றிருந்தது. குறுக்கும் நெடுக்குமாக வாய்க்கால்கள் ஓடிக் கொண்டிருந்தன. அறுப்போரின்றி நெல் வயல்கள் தழைந்தும் சில எரியூட்டப்பட்டு சாம்பலாகியும் கிடந்தன. மூங்கில் பாலங்களைத் தாண்டி சதுப்புகளில் நடந்தபோது புதைந்து கொள்ளும் கால்களை இழுத்து வைத்து நடக்க வேண்டியிருந்தது.

பிரார்த்தனைக்காகக் கூடியிருந்தவர்களை அவன் லேசான பார்வைக்கான பாவனையுடன் மேய்ந்தான். இந்துக்களும் முஸ்லிம்களும் ஏறக்குறைய சமமாகவே இருந்த அந்தக் கூட்டத்தில் பெண்களும் இருந்தனர். அந்த மனிதர் கல்லாலான சிறு மேடையின் மீது கால்களை ஒருக்களித்து அமர்ந்திருந்தார். வட்ட வடிவக் கண்ணாடி சற்றே முன் சரிந்திருந்த மூக்கின் மீது தொற்றிக்கொண்டிருந்தது. அவருக்கு மான்களைப் போன்று நீண்ட ஒல்லியான கால்கள். வழுக்கைத் தலையிலிருந்து இரு புறமும் முளைத்தது போன்றிருந்த காதுகளும் மொந்தையான மூக்கும் அவர்தான்... அவர்தான் என்றது. கண்ணாடிக்குள்ளிருந்த கண்கள் மூடிக் கிடந்தன. அவரருகே அமர்ந்திருந்த மௌல்வி ஒருவர் குர்ஆனின் வசனங்களை மிக மிக இணக்கமான குரலில் வாசித்துக் கொண்டிருந்தார்.

"நம்பிக்கை கொண்டோரில் இரண்டு கூட்டத்தினர் சண்டையிட்டுக் கொண்டால் அவற்றுக்கிடையே இணக்கத்தை ஏற்படுத்துங்கள். அவற்றுள் ஒன்று மற்றொன்றின் மீது வரம்பு மீறினால் வரம்பு மீறிய கூட்டம் அல்லாஹ்வின் கட்டளை நோக்கித் திரும்பும் வரை வலியுறுத்துங்கள். அக்கூட்டம் திருந்தினால் நீதியான முறையில் இருவருக்குமிடையே நல்லிணக்கத்தை ஏற்படுத்துங்கள். நீதி செலுத்துங்கள். நீதி செலுத்துவோரையே அல்லாஹ் விரும்புகிறார்" மௌல்விக்கு இறைத் தூதரே இறங்கி வந்தது போன்று அத்தனை

அணுக்கமான குரல். மீண்டும் அதையே கூறினார். “அவற்றுள் ஒன்று மற்றொன்றின் மீது வரம்பு மீறினால் வரம்பு மீறிய கூட்டம் அல்லாஹ்வின் கட்டளை நோக்கித் திரும்பும் வரை வலியுறுத்துங்கள்.”

எதை வலியுறுத்துவது? யாரிடம் வலியுறுத்துவது? பதிலடிகளால் இனிமேல் வலியைத்தான் உணர்த்த வேண்டும். நன்றாகத் தொடங்கிய அன்றைய தினத்தின் முடிவு கோரமாக மாறிவிடும் என்று யார் எண்ணியிருப்பார்கள்? ஏன் இப்படி நடந்தது? யார் யாருக்கு என்ன துரோகம் செய்தார்கள்? அவன் வியாபாரத்துக்காக வெளியூர் சென்றுவிட்டு வீடு வந்து சேர்வதற்குள் எல்லாமே மாறியிருந்தது. காஸிம், அப்துல்லா, நசீர் கூட மாறியிருந்தனர். அவனையும் அண்ணன் மூனுவையும் தவிர வீட்டில் யாருமே மிஞ்சவில்லை. கல்கத்தாவில் கலவரமாம். இந்துக்களின் வீடுகளும் கடைகளும் சூறையாடப்பட்டனவாம். எதிர்த்தவர்களை வெட்டிக் கொல்கிறார்களாம். பெண்களைக் கடத்தி பலாத்காரம் செய்கிறார்களாம். இஸ்லாமுக்குக் கட்டாய மதமாற்றம் செய்கிறார்களாம் என்று மைதானத்தில் மக்கள் பேசிக் கொண்டபோது வாசீம் “ஓ… அப்படீன்னா இந்துக்கள் வாயில் விரலை வச்சிக்கிட்டு அமைதியா இருக்காங்கன்னு சொல்ல வர்றீங்களா…? இந்து மகாசபைக்காரங்களும் இந்துத்துவ அமைப்புகளும் வெறியாட்டம் நடத்துவது உங்களுக்குத் தெரியலையா? இல்ல தெரியாதமாதிரி நடிக்கிறீங்களா?” ஆத்திரத்தில் கண்கள் சுருங்கக் கத்தியதையும் கோபப்பட்டதையும் பார்த்திருக்கிறான். ஆனால் இத்தனை வெறியாட்டத்தை யாரும் எதிர்பார்த்திருக்கவில்லை. ஒன்றாக அமர்ந்து பேசிக் கொண்டிருந்தவர்களின் உள்ளங்களில் யார் வஞ்சகத்தை ஏற்படுத்தியது? நாங்கள் இந்தியாவைப் பிரிப்போம்… அல்லது இந்தியாவை அழிப்போம் என்று ஜின்னாவின் வெளிறிய உதடுகள் உச்சரித்தவை முஸ்லிம்கள் மனதில் உத்தரவாகிப் போனதோ?

அவர்களை மதம் பிடித்துக் கொண்டது. தங்களுக்குள் ஜென்மப் பகை கொண்டிருந்தவர்களைக் கூட அந்த மாயம் கட்டி இழுத்து ஒன்று கூட்டிக் கொண்டது. இரத்தம்… இரத்தம்… எதிரிகளின் இரத்தம்… கிடைத்ததும் ஒருவருக்கொருவர் கை குலுக்கிக் கொண்டாடிக் கொண்டனர். நீ மகத்தானவன். ஆம்… நான் மகத்தானவன்… நாம் மகத்தானவர்கள். இறந்து போக நேரிட்டாலும் நாம் எதிரிகளைக் கொன்றுவிட்டே இறப்போம்.

மனிதனின் வாழ்வுக்கு இதைவிட அர்த்தமுள்ள முடிவு என்ன இருக்க முடியும்? ஆயுதங்களோடு புகுந்திருந்த வன்முறைக் கூட்டத்தின் சிந்தனைகள் நெறிப்படுத்தப்பட்டு ஒன்றென ஆகிச் செயல்வடிவம் எடுத்திருந்தது. துப்பாக்கிகள், வன்ஆயுதங்கள் போதாதென்று மூங்கில்காடுகள் வெட்டிச் சாய்க்கப்பட்டு உயிரெடுக்கும் கழிகளாயின.

மௌல்வி தொடர்ந்தார். "உங்களை எதிர்த்துப் போரிட இயலாதவர்களை எதுவும் செய்துவிடக் கூடாது... நன்மையில் ஒருவருக்கொருவர் உதவி செய்து கொள்வதைப் போலப் பாவத்திலும் பகைமையிலும் ஒருவருக்கொருவர் உதவி செய்துகொள்வது சரியானதாக இருக்காது."

ஆனால், பகைவர்கள் பாவம் செய்ய ஒன்றுகூடிவிட்டதை யாரால் தடுக்க முடிந்தது? தடுக்க வேண்டிய அரசாங்கம்தானே இதை வழி நடத்துவது! நேற்று வரை அணுக்கமாக இருந்தவர்கள் மதம் கிழித்து விட்ட கோட்டை வன்மத்தால் அடர்வாக்கிப் பெண்களின் ஆடையற்ற உடல்களின் மீது உதிரங்களால் வர்ணம் தீட்டத் தொடங்கியபோது யார் வந்து தடுத்தது? எங்கோ தொலைவிலிருக்கும் கல்கத்தாவில் கலவரம் என்றார்கள். அது மின்னல் வேகத்தில் இத்தனை தூரம் பயணித்து இங்கிருக்கும் கிராமங்களைத் துவம்சம் செய்துவிடும் என்று யாருமே எண்ணியிருக்கவில்லை. சீவி எறிந்த வாழைக்குலைகளென தெருவெங்கும் பிணங்கள். ஓட ஓட வெட்டப்பட்டும் தீ வைத்து எறிக்கப்பட்டுமாகக் குப்பையைப் போலக் கிடந்த மனித உடல்கள். வசுமதியின் கரையில் முன்பொருமுறை மீன்கள் இப்படிதான் செத்துக் கரையொதுங்கிக் கிடந்ததாகச் சொல்லக் கேட்டிருக்கிறான். ஏதோ கழிவு கலந்துவிட்டதாம். சமூகத்தில் கூட இப்படித்தான் கழிவு கலந்து விட்டிருந்தது. இந்துக்களுக்கும் முஸ்லீம்களுக்குமிடையே பெரிய அகழி வெட்டப்பட்டு அதில் நிரப்பப்பட்ட இரத்தத்தில் பிணங்கள் சுழித்துக்கொண்டு ஓடுகின்றன. துள்ளத் துடிக்க வெட்டப்பட்ட தகப்பனின் தலையை எந்த முண்டத்துடன் சேர்ப்பிப்பான்? பெண்ணுறுப்புகள் சிதைந்து ஊதி உப்பிக் கிடந்த உடல்களில் எது அவளுடையது? அய்யோ... கபு...

அவனைக் கத்துவா... என்றழைப்பாள் கிசுகிசுப்பாக. வெட்கம் பூசிய கபுவின் முகம் இரத்தம் பூசிக் கிடந்ததில் அடையாளம் தெரியாமல் போனது. காதல் செய்த நாட்களில் நாணம் வழியும் முகத்தின் மீது முக்காடைக் கவிழ்த்துவிட்டுக் கொண்டு

வளையல்கள் சலசலக்க அவள் நடந்து வரும்போதே கதுவாவின் காடு முழுவதும் பூக்கள் மலர்ந்துவிடும். நாணற்புதர்களுக்கு மேல் பசேலென படர்ந்திருக்கும் ஊணான் கொடிகளைப் போல அவளைத் தன் மீது படர்த்திக்கொள்ள எழும் ஆசையைச் சிரமப்பட்டு அடக்கிக்கொள்வான். மூங்கில் காட்டில் மண்டிக் கிடக்கும் சப்பாத்திக் கள்ளிப் புதரைத் தாண்டிச் சென்று சீத்தாப்பழத்தைப் பறித்து வருவதற்குள் அவள் கொடியில் மலரக் காத்திருக்கும் வெள்ளை மொக்குகளைப் பறித்து மூக்குத்தி போல ஒட்ட வைத்துக்கொள்வாள். மெத்தென்ற அவளது உள்ளங்கையைத் தன் கைகளுக்குள் பொத்திக்கொண்டு பேசும்போது விரல்கள் கூச்சத்தில் நெளியும். வழுவழுப்பான கரங்களில் அசைந்தாடும் அரக்கு வளையல்களை விரல்களால் அளைவான். அடர்ந்த புருவத்துக்கடியில் மினுமினுப்பாக மேயும் கண்கள் என்னை அணைத்துக்கொள்ளேன்... என்று அவனிடம் பேசுவதை நம்பி அருகில் நெருங்கும்போது அவள் தன்னை விடுவித்துக்கொண்டு நகர்ந்துவிடுவாள். முக்காடு வழிந்து இடுப்பில் இறங்குமிடத்தில் தொங்கும் குஞ்சங்களை உருவிக்கொண்டு பேச மட்டுமே அவனுக்கு அனுமதி. ஆனால், அவள் அனுமதியின்றி எத்தனை ஆண்கள் அவளை மேய்ந்துவிட்டனர்? நிர்வாணமாகச் சிதைந்து கிடக்கும் உடல்களில் எது அவளுடல்?

அந்த மனிதர் பேசத் தொடங்கியிருந்தார். எத்தனை கிழவர் இவர்... அவன் அனிச்சையாக எழுந்த எண்ணத்தை ஒதுக்கி வைத்துவிட்டு அவர் பேசுவதைக் கேட்பதற்காகக் காதுகளைத் தீட்டிக்கொண்டான். ஏதேதோ அவர் பேசி முடித்தப்பிறகு வங்காள மொழியில் ஒருவர் அதை மொழிபெயர்த்துச் சொல்லத் தொடங்கினார். அங்கிருந்த முஸ்லிம்கள் தொழுகை நேரம் வந்துவிட்டதாகக் கூற, அவர்கள் தொழுது முடிக்கும்வரை காத்திருக்குமாறு மொழிபெயர்ப்பாளரிடம் கூறிய அந்த மனிதர் எதுவுமே நடக்காததுபோல மடியின் மீது தாள்களை வைத்து எதையோ எழுதிக்கொண்டிருந்தார். என்ன எழுதிவிடப் போகிறார்...? ஆயுதம் வேண்டாம்... அகிம்சை வேண்டும் என்பார். துப்பாக்கியால் சுடுவதற்குப் பதில் பிரார்த்தனை செய்யுங்கள். பயங்கரவாதிகளின் குண்டுகளை நெஞ்சில் தாங்கிக் கொண்டு புன்னகை பூத்தபடியே இறந்து போய்விடுங்கள் என்பார். ஊருக்கு உபதேசம் செய்யும் இந்தக் கோழையால் வேறென்ன சொல்லிவிட முடியும்? அல்லது தான் சொன்னபடிதான் நடந்துக் கொள்ள

முடியுமா...? அதிமுக்கியமான அரசியல் பிரச்சினை நடக்கும்போது தாழ்த்தப்பட்டோர் பிரச்சினையைக் கையிலெடுப்பார். போராட்டம் தீவிரப்படும்போது எல்லாவற்றையும் நிறுத்திவிட்டு பிரம்மச்சரியத்தைப் பற்றியும் இனிமா கொடுப்பது பற்றியும் பாடம் நடத்துவார், என்று மூனு இவரைப் பற்றிச் சொல்வான். அதுதான் சரி. இவரை நம்பக்கூடாது.

தொழுகை முடிந்து உரை வாசிக்கப்பட்டபோது கூட்டம் மொத்தமும் அதில் கவனம் செலுத்த, அந்த மனிதர் கால்களை மாற்றிச் சம்மணமிட்டுக் கொண்டு எழுத்தைத் தொடர்ந்தார்.

புயல் வேகத்தில் பிரச்சாரம் செய்துகொண்டு போவதற்காக நான் இங்கு வரவில்லை. உங்களில் ஒருவராக இங்கேயே தங்கப் போகிறேன். என்னிடம் எந்த மாகாணப் பித்தும் இல்லை. நான் இந்தியன் மட்டுமே. குஜராத்தியாக இருப்பதைப் போல வங்காளியாகவும் இருக்கிறேன். இங்கேயே இருந்து அவசியமானால் இங்கேயே இறப்பது என்ற பிரதிக்ஞை கொண்டிருக்கிறேன். முஸ்லிம்கள் மத்தியில் ஒரு இந்துப் பெண் தனியாகப் பயமின்றி தாராளமாக நடமாட முடிகிற வரையில் நான் இங்கிருந்து போக மாட்டேன். பதிலாக இந்துக்களும் எனக்கு ஒரு உதவி செய்ய வேண்டும். நீங்கள் உங்கள் உள்ளங்களிலிருந்து பயத்தை அடியோடு விலக்கிக்கொள்ள வேண்டும். ஆபத்தைச் சமாளிப்பதை விட்டு விட்டு ஓடிப் போய்விடுவது என்பது மனிதனிடமும் கடவுளிடமும் இருக்கும் நம்பிக்கையையும் தன்னிலுள்ள சக்தியையும் மறுக்கும் செயல். நீங்கள் எங்கே பிறந்து வளர்ந்தீர்களோ அங்கேயே வீரமுள்ள ஆண்களாகவும் பெண்களாகவும் இருந்து அவசியம் வந்தால் அங்கேயே சாகவும் வேண்டும். உங்களுக்கு அதைச் செய்யக் கூடிய ரட்சை எது? போலீஸ், ராணுவம் ஆகியோரின் பாதுகாப்பில் நீங்கள் பத்திரமாக உணர முடியுமென்று உங்களுக்குத் தோன்றலாம். ஆனால் ராணுவத்தினரே கூட எங்களைப் பாதுகாப்பவர் கடவுளே என்பார்கள். என்னுடைய ரட்சை என்றும் தவறாத துணையாக இருந்து வரும் ராமநாமமே. புனித குர்ஆன் நல்வழிகளையே போதிக்கின்றது. ஒரு உயிரை நியாயமின்றிக் கொலை செய்தால் அவர் முழு மனிதர்களையும் கொலை செய்தவர் போலாவார். ஒரு உயிரை வாழ வைத்தால் அனைவரையும் வாழ வைத்தவர் போலாவார் என்கிறது இஸ்லாம் மார்க்கம்.

மொழிபெயர்ப்பவர் உரையை வாசித்து முடித்தபோது அவன் கோபத்தில் பற்களைக் கடித்துக்கொண்டான். இவரையும் இவரின்

உதவாக்கரை அகிம்சைக் கொள்கைகளையும் பற்றியெறியும் நெருப்பில் போட்டால்தான் என்ன? என்ன... ஏது... எதற்கு என்று சுதாரிக்கும் முன்பே மக்கள் பிணங்களாகி தெருக்களில் குப்பை மேடுகள் போல அடுக்கிக் கிடந்ததில் என்ன நியாயம் இருந்து விட முடியும்? பிணங்களாவதற்கு முன்பு எங்களுடைய வானிலும் நட்சத்திரங்கள் ஜொலித்துக் கொண்டிருந்ததை இவர் அறிவாரா? இரவு உணவுக்குப் பின் கிராம மக்கள் மத வேறுபாடின்றி மைதானத்திலிருக்கும் பெரிய அரச மரத்தினடியில் லாந்தர் வெளிச்சத்தில் அமர்ந்து எதையாவது பேசிக் கொண்டிருந்து விட்டுத்தானே உறங்கச் செல்வோம்? பேசுவதற்கு ஏதொன்றும் இல்லாதபோது வாசீம் பாடத் தொடங்கி விடுவான். அவன் முஹரம் பண்டிகையின்போது வாத்தியத்துக்கேற்ப சிலம்பமாடுவதில் விற்பன்னன். காளி பூஜைக்கான பூக்களை மொத்தமாக வாங்கி விற்கும் வியாபாரம் அவனுக்கு. நாஸர் வீட்டில் விருந்து விசேஷம் என்றால் ஏற்பாடுகள் அனைத்தும் கந்துனுவின் தலைமையில்தான் நடக்கும். அப்போது யாருக்குள்ளும் எந்தக் கொலைத்திட்டமும் இருக்கவில்லையே? தங்களின் தூண்டுதல்கள் கண்மூடித்தனமான செயல்களாக மாறுவதைத் தலைவர்கள் உணர்வதில்லையா? அதனை நெறிப்படுத்துவதாகச் சொல்லிக்கொள்ளும் இந்தக் கோழை ஒழிந்தால்தான் அவரின் பக்தர்களுக்கு வீரம் பிறக்கும்.

திருமணத்துக்குப் பிறகு கபுவும் அவனும் சேர்ந்து வாழ்ந்த வீட்டில் பனைமரச் சட்டங்களாலான இரண்டு அறைகளிருந்தன. காற்றில் படபடக்கும் கரையோர மூங்கில்கள் இரவுக்குச் சங்கீதம் கற்றுத் தந்து கொண்டிருக்க, அவளுடைய அருகாமையில் சித்திரை மாதம் கூட மாசிக் குளிரைப் போலிருக்கும் அவனுக்கு. மதியமோ இரவோ கணவன் வீடு திரும்பும் நேரத்தை அனுசரித்து சமைத்த வைத்த பீங்கா மீன் குழம்பைச் சோற்றில் அள்ளி ஊற்றிக் குழம்பு மீன்களை நோகாமல் காட்டாமணக்கு இலையில் எடுத்து வைப்பாள். கலவரத்துக்கு முந்தைய நாளிரவு ஈச்சம்பாயில் படுத்தபடியே தசரா பண்டிகைக்கு புவனமுகர்ஜியிடம் சந்தேஷ்ூம் இனிப்பு பீடாவும் நிறைவாக வாங்கி வைத்துக்கொள்ள வேண்டும் என்றாள். எப்போதோ பிறக்கவிருக்கும் தங்கள் குழந்தைக்கு கதுவா... கபு... என்று சிறிய எழுத்துகளில் பெயரிடாமல் நீளமான பெயர் வைத்து அதனை க...து...வா... என்பது போலச் சுருக்கி அழைக்க வேண்டும் என்றாள். எல்லாமே சுருக்கமான பெயர்கள்தான். காந்தி... ஜின்னா... என எல்லாமே. ஒருவர் தன் இனத்துக்காக வாழ்கிறவர். மற்றொருவர் தன் இனத்துக்கே துரோகம் செய்கிறார்.

அவன் ஜின்னா என்ற பெயரைக் கேள்விப்பட்டதோடு அவரை நேரிலும் பார்த்திருக்கிறான். பலாப்பழ விற்பனையில் இடைத்தரகர்களிடையே எழுந்த பிரச்சினையின்போது கரையோரக் கிராமங்கள் அனைத்தும் ஒன்று கூடிச் சுமைகளை கல்கத்தாவிலிருக்கும் பெரிய சந்தைக்கு ஏற்றி அனுப்பிய சரக்கு வாகனத்தில் மூனுவுடன் அவனும் சென்றிருந்தான். மூனு, கதுவாவை விட நாலைந்து வயதே பெரியவன் என்றாலும் அதிக விபரங்கள் அறிந்தவன். அவன்தான் ஜின்னாவின் கூட்டத்துக்கும் அவனை அழைத்துச் சென்றிருந்தான். கூட்டத்தில் உரையாற்றிவிட்டு காரில் ஏறிச் சென்ற ஜின்னாவை அருகிலிருந்து பார்க்கும் வாய்ப்பு கிடைத்தது. ஒல்லியான தேகம். சதைப்பற்றில்லாத கன்னம். சிரிப்பில்லாத உதடுகள்... உயிரைத் தேக்கி வைத்துக் கொண்டாற்போன்ற கண்கள். குச்சிக்கு அணிவித்தது போலக் குழாய் போன்ற நீளக் கால் சட்டையும் மேல் சட்டையும் அணிந்திருந்தார்.

“பாவம்... எவ்ளோ ஒல்லியா இருக்கிறார் இவர்?” கதுவா அப்போது அப்பாவியாக இருந்தான். “பொல்லாதவர். இவர்தான் இந்தியாவிலிருக்கும் முஸ்லிம்களைப் பிரித்துத் தனி நாடு ஆக்க வேண்டுமென்று பிடிவாதமாக இருக்கிறார்” என்றான் மூனு. கதுவாவுக்குப் பிறகெல்லாம் புரிந்தது. நேரடி நடவடிக்கை நாள் என்ற தினத்தைத் திட்டமிட்டுக் கொண்டு இந்துக்களைக் கொன்றதுவரை எல்லாமே அவனுக்குப் புரிந்தது. ஆனால் புரிதலுக்கான விலை மிக அதிகமானது. அதனை ஈடு செய்தேயாக வேண்டுமென்ற தீராத வேட்கை அவனை நவகாளியை நோக்கிப் பயணிக்க வைத்திருந்தது.

அவன் அந்த மனிதரைத் தொடர்ந்து கொண்டிருந்தான். சந்தர்ப்பம் இன்றாவது வாய்க்கட்டும். உடுப்புக்குள் மறைத்திருந்ததை உடலோடு அழுத்தி அதன் இருப்பை உறுதி செய்துகொண்டான். அவர் பிரார்த்தனைக் கூட்டத்திற்கு ஆள் சேர்ப்பதற்காக வீடு வீடாகச் சென்று அழைப்பு விடுத்து விட்டு அங்கிருந்த பாறை போன்ற பெரிய கல்லின் மீது அமர்ந்து எதையோ எழுதிக் கொண்டிருந்தார். அவருக்குச் சளி பிடித்திருக்க வேண்டும். தும்மலும் இருமலுமாக இருந்தார். கடித கற்றைகளும் எரியக் காத்திருக்கும் மண்ணெண்ணெய் விளக்கும் அவரருகே இருந்தன. உதவியாளர்கள் யாரும் அருகிலில்லாதது எப்போதாவதுதான் வாய்க்கும். யாரோ ஒரு சிறுமியிடம் பொக்கையான சிரிப்புடன் பேசிக் கொண்டிருந்தார். மூனுவின் மகளையொத்த வயதுடையவளாக

இருந்தாள் அந்தச் சிறுமி. அவர் ஒரு காலை வளைத்து மற்றொரு காலின் மீது பக்கவாட்டில் தளர்வாக வைத்திருந்தார். காலணிகளின்றி நடந்ததால் கால்கள் புண்ணாகியிருந்தன. அவனிருப்பை அவர் அறிந்திருக்கவில்லை. அவர்களுக்கு ஜின்னா இருப்பதைப் போல இவரால் தான் சார்ந்த மதத்தின் சார்பாக ஏன் இருக்க முடிவதில்லை? நேற்றைய வாக்குவாதங்களை எண்ணிக் கொண்டபோது செய்யவிருக்கும் செயலுக்கான தீவிரம் கூடியிருந்தது அவனுக்கு.

நேற்று பிரார்த்தனைக் கூட்டம் முடிந்த பிறகு அமைதிக் குழுக்கள் சம்மந்தமாக அவரிடம் விவாதிப்பதற்காக இந்துத் தலைவர்கள் சிலர் காத்திருந்தனர். அவர் தனது காத்திரமற்ற குரலில் அவர்களுடன் உரையாடியபோது அவனும் அருகிலிருந்தான்.

"ஒரேயொரு இந்துவாக இருந்தாலும் அவர் முஸ்லிம்களுக்கு நடுவே போய் வசிக்க வேண்டும். சாக வேண்டியிருந்தாலும் அச்சம் கொள்ளக்கூடாது. போராடாமலேயே இறப்பதற்கு வேண்டிய அகிம்சை பலம் அவருக்கு இல்லாமலிருக்கலாம். ஆனால் அவர் தவறுக்கு உடன்படாமல் இருக்கிறார் என்றால் அதுவும் வீரமே. எவ்வளவுதான் கொடியவனாகவும் கல் நெஞ்சனாகவும் இருந்தாலும் வீரனுக்குரிய மரியாதையைக் கொடுக்காத மனிதர்கள் எவரும் உலகில் இருக்க முடியாது."

"ரவுடிகள் நியாயத்தை உணருவதில்லை" அந்த இந்து முக்கியஸ்தர் கோபத்தைத் தாடையிடுக்கில் அடக்கியது போலிருந்தது.

"ஆனால் அவர்கள் வீரத்தை உணர்வார்கள். தன்னை விட வீரமுள்ளவர்கள் நீங்களென்று அறிந்தால் உங்களுக்கு மரியாதை செலுத்துவார்கள். நான் இப்போது விவாதிக்கும் விஷயங்களில் ஆயுதங்கள் உபயோகிப்பதைக் கை விட வேண்டுமென்று நான் கூறவில்லை என்பதை நீங்கள் கவனிக்க வேண்டும். சிட்டகாங் ஆயுதச்சாலையில் கொள்ளையிட்டவர்களுக்கு நான் ஆயுதங்களைக் கொடுக்க வேண்டியதில்லை. அந்தக் கொள்ளையில் ஈடுபட்டபோது காட்டிய அதே வீரத்தையும் அஞ்சாமையையும் இந்த நெருக்கடி சம்மந்தமாகவும் காட்டியிருப்பின் அவர்களை வீரர்களெனச் சரித்திரம் போற்றியிருக்கும்."

"இங்கே முஸ்லிம்களும் இந்துக்களும் ஆறு பேருக்கு ஒருவர் என்ற விகிதத்தில் உள்ளனர்... அவ்வளவு பேரை நாங்கள் எப்படி எதிர்த்திருக்க முடியும்?"

"பிரிட்டிஷாருக்கு இந்தியா அடிமைப்பட்டபோது ஒரு கோடி இந்தியருக்கு எதிராக 70,000 ஐரோப்பிய சிப்பாய்களே இருந்தனர்... அறிவீர்கள்தானே?"

"நம்மிடம் ஆயுதங்களில்லை. வங்காள அரசாங்கம் தனது துப்பாக்கி முனை கொண்டு அவர்களுக்கு ஆதரவளித்ததை மறந்துவிட்டீர்களா நீங்கள்?"

"தென்னாப்பிரிக்காவில் இந்தியருக்கு இதை விட இன்னும் அதிக ஆபத்துகள் இருந்தன. ஏராளமான ஐரோப்பியருக்கும் நீக்ரோக்களுக்கும் நடுவே இந்தியச் சமூகம் மிகச் சிலரையே கொண்டிருந்தது. ஐரோப்பியரிடம் ஆயுதங்கள் இருந்தன. எங்களிடம் ஏதுமில்லை. சத்தியாகிரகம்தான் எங்கள் ஆயுதம். வெல்லவில்லையா நாங்கள்?"

"அப்படியானால் சிறுபான்மையினர் பெரும்பான்மைச் சமூகத்தாருடன் அனுசரித்து இருந்துகொள்ள வேண்டுமென்று கூறுகிறீர்களா?"

"என்னைப் பொறுத்தவரை 'அனுசரிப்பது' என்ற சொல்லே துர்நாற்றமானது. மானத்தை இழந்துவிட்டுச் சரிக்கட்டிக் கொண்டு போவதென்பது எதிலும் கூடாது. பயத்தை விட்டுவிடுவதும், எப்படியாக இருப்பினும் நியாயமானதை மட்டுமே எண்ணி நியாயமாக மட்டுமே செயல்பட வேண்டுமென்பதே உண்மையில் செய்ய வேண்டியது."

"அனுசரிப்பது தேவையில்லை என்றால் நம்மிடமிருக்கும் ஒரே வழி இறப்பதுதானே?"

"ஏசு சிலுவையில் மாண்டார் என்றாலும் வெற்றி பெற்றது ஏசு என்றுதானே உலக சரித்திரம் காட்டுகிறது. கிறிஸ்துவின் எதிர்ப்பின்மையால் சமூகத்தில் நல்லவைகளின் சக்தி வெளிப்பட்டிருக்கும்போது உடல் அதன் அழிவை அடைந்து விட்டால்தான் என்ன? உயிரை இழப்பதனால் மனிதன் பெருவாழ்வை அடைகிறான்" என்று கூறியபடியே அந்த மனிதர் தன்னருகே நின்றிருந்த அவனை நேருக்கு நேர் பார்த்தபோது இன்னதென்று சொல்லவியலாது எழுந்த உணர்வை அவன் அடக்கிக் கொண்டான்.

"எங்கேயிருந்து வர்றீங்க...?" என்றார். வைஸ்ராயிலிருந்து இங்கிலாந்தின் பெருந்தலைகள் வரை உரையாடியிருக்கும்

இவர் இப்போது தன்னிடமும் உரையாடுகிறார் என்று பைத்தியக்காரத்தனமாக எழுந்த பெருமித எண்ணத்தைத் தூக்கி எறிந்துவிட்டு, "மேற்கு வங்காளத்திலேர்ந்து..." என்றான்.

"அத்தனை தூரம் பயணம் செஞ்சு என்னைப் பார்க்க வர்றதுக்குப் பதிலா அங்கேயே இந்து முஸ்லிம் ஒற்றுமைக்காக எதையாவது செய்திருக்கலாமே?" பற்கள் இல்லாமையால் பேசும்போது வாய் குழந்தையுடையது போன்றிருந்தது.

அதை மொழிபெயர்த்து சொன்னபோது, "உங்களைப் பார்க்கவோ தரிசிக்கவோ வர்றளவுக்கு உங்களைப் பெரிய ஆளுன்னு நான் நினைக்கல..." இப்போது அவன் நிதானத்துக்கு வந்திருந்தான்.

அவர் சலனமற்றவராக இருந்தார்.

"உங்களது அகிம்சை இந்துக்களைக் கோழைகளாக்கிப் புழுவை விட மோசமானவர்களாக ஆக்கிவிட்டது. எங்களுக்கெதிராக அவர்கள் ஒற்றைப் பெரும் சக்தியாக ஆகிவிட்டார்கள். நீங்களோ எங்கள் வீரத்தையெல்லாம் கரைத்துவிட்டு இப்போதும் அவர்களிடம் அடிப்பட்டுச் சாகச் சொல்லுகிறீர்கள்."

"சத்தியாகிரகம் ஒத்துழையாமை போன்ற ஒற்றை மனமும் ஒரே இலக்கும் கொண்ட ஆக்கசக்திகளும் வெற்றி பெற்றுள்ளனவே."

"உங்களின் போராட்டங்களில் விழைவது கோழையின் சக்தி. அவர்கள் அழிவின் சக்தியாகத் திரண்டு கல்கத்தாவில் அடித்தார்கள். நவகாளியில் அடிக்கிறார்கள். பீகாரில் பதிலடி கொடுப்பது எங்களின் கடமை. அதைத் தடுப்பதற்கு உங்களுக்கு யார் உரிமை கொடுத்தது? வன்முறையால்தான் வன்முறைக்கான நியாயங்களை வழங்க முடியும். நீங்களும் உங்கள் அகிம்சையும் காலாவதியாகி விட்டது விளங்கவில்லையா உங்களுக்கு... மகாத்மாவாம் மகாத்மா..." குரல் அவனையுமறியாமல் உயர்ந்துகொண்டே போனது.

பத்திரிகைகளில் அவர் வாசிக்க வேண்டிய பகுதிகளை அடிக்கோடிட்டுக் கொண்டிருந்த அவரது உதவியாளர் அவனை நிமிர்ந்து நோக்கியது முறைப்பது போலிருந்தது. அந்த மனிதர் செய்தித்தாள்களின் மீது வெற்றாகப் பார்வையைச் செலுத்தினார். பிறகு மெதுவாகச் சொன்னார், "அவர்களின் வன்முறைக்கு நாம் பீகாரில் காரணம் கற்பித்துக்கொண்டிருக்கிறோம்."

“கொல்லப்பட்டது உங்கள் குடும்பமாக இருந்தாலும் உங்கள் பேச்சு இப்படித்தான் இருக்குமா காந்தி அவர்களே?”

சீற்றமாக வந்த கேள்வியை அவர் நிதானத்தோடு எதிர்க்கொண்டார்.

“நான் உங்கள் வலியை உணர்கிறேன். நீங்கள் கூற வருவதையும் புரிந்துகொள்கிறேன். நம்மை இந்தளவு பாதிப்புக்குள்ளாக்கிய முஸ்லிம்களை ஏன் கொல்லக் கூடாதென்று நீங்கள் நினைப்பது இயற்கைதான். ஆனால் நான் கூறுவதெல்லாம் தீமையைத் தீமையின் மூலம் சந்திக்கக் கூடாது என்பதே. தீமையில் ஈடுபடுவது நம்மை அறிவற்றவர்களாக மாற்றிவிடுகிறது. இதை நான் என் அனுபவத்திலிருந்தே சொல்லுகிறேன். தீமை செய்பவர்களுக்கு நன்மையே செய்ய வேண்டும்.”

“ஓ... உங்கள் மனைவிக்கும் பிள்ளைகளுக்கும் இந்தக் கதி நேர்ந்தாலும் இப்படிதான் வசனம் பேசிக் கொண்டிருப்பேன் என்கிறீர்களா?”

“நிச்சயமாக என் பதில் எல்லா நேரத்திலும் ஒன்றாகத்தானிருக்கும். சத்தியமே கடவுள். சத்தியத்தை அடையும் மார்க்கம்தான் அகிம்சை. இது என்னுள் முறையாக வெளிப்படுகிறதா என்று சந்தேகமின்றி உணர்ந்த பிறகே மற்றவர்களிடம் எடுத்துக் கூறுகிறேன். நீங்கள் என்னை என்ன வேண்டுமானாலும் செய்துகொள்ளுங்கள். என் கொள்கை மாறுகிறதா என்று இப்போது கூட சோதித்துப் பார்த்துக் கொள்ளலாம்.”

“ஓ... அப்படிச் செய்ய மாட்டேன் என்ற தைரியமோ?”

“பாப்புக்கு வேலைகள் காத்திருக்கின்றன” என்று தடுத்த உதவியாளரை அந்த மனிதர் சைகையால் மறுத்தார்.

“நாம் துன்பமடைவதற்கு நாமேதான் காரணம். வன்முறையாளர்களின் வன்முறையை ஏற்றுக்கொண்டுவிட்டதுதான் காரணம். அவர்களின் கைகளால் கோழையாகக் கொல்லப்படுவதை விடக் கொல்லாமலேயே வீரத்துடன் சாவது என்ற நிலைப்பாடு ஒன்றும் இருக்கிறதல்லவா? சமரசங்களின் வழியே வெற்றி பெறுவது நம் பலவீனம். அது நம்மிடமிருக்கும் கோபத்தையும் வெறுப்புணர்வையும் ஒருபோதும் மாற்றாது. போராட்டங்களின்போது நம் மக்கள் காத்த அமைதியை நான் அகிம்சை என்று தவறாகப் புரிந்துகொண்டேன். அது பலவீனத்தின் அமைதி. வன்மமும் வெறுப்புணர்வும் நம்

மனங்களுக்குள் உறைந்திருப்பதால்தான் சகோதரர்களாக வாழ்ந்த நாம் இன்று பரம விரோதிகளாகி ஒருவரையொருவர் அழித்துக் கொண்டிருக்கிறோம். வாளால் தொடங்கும் யுத்தத்தை வாளால்தான் முடித்து வைக்கவும் முடியும்."

"ஆ... போதும் உங்கள் போதனை. நாங்கள் சிந்திய இரத்தத்துக்கு எங்களின் உருவிய வாளால்தான் நீதி பெற்றுத் தர முடியும்."

"தவறு... வாளை உருவிவிட்டாலே நீதி அங்கிருந்து நகர்ந்துவிடும். அநீதி அச்சத்தை உண்டாக்கும். எதிரிகளைப் போல நாமும் மாறி விடுவது வெற்றியா... எதிரிகளை நம்மைப்போல மாற்றிவிடுவது வெற்றியா...?

"நான் உங்களை வெறுக்கிறேன்... மனதார வெறுக்கிறேன்."

"நிறைய பேர் இப்போது அதைத்தான் சொல்லுகிறார்கள். ஆனால் அது என் கொள்கையை மாற்றிவிடாது."

பிடிவாதக்கார அரசியல் கிழவர் இவர். பேசிப் பேசி எந்த நியாயத்தையும் இவருக்கு உணர்த்திவிட முடியாது. எதிரிகளுக்கு முன்னால் கைகட்டி வாய் பொத்தி தலைக்குனிந்து வாளுக்குக் கழுத்தைக் காட்டச் சொல்பவர்... ச்சே... இவர் ஒழியட்டும்... ஒழியட்டும்... இனி காலம் தாழ்த்துவது சரியில்லை. உதவியாளர்கள் வந்துவிடுவார்கள். பிராத்தனைக்கு ஆட்கள் வரத் தொடங்கி விடுவார்கள். அவன் தன்னுடலைத் தாவரப்புதருக்குள் நன்றாக மறைத்துக்கொண்டு குர்த்தாவுக்குள் கையை நுழைத்தான்.

"க்ளக்... க்ளக்..." ஏதோ சத்தம் வரச் சட்டென்று விறைப்பானான். அய்யோ... இதென்ன...? யாரிவன்...? எப்போது வந்தான்? என்ன நடக்கிறது? அந்த மனிதரின் கழுத்தை யாரோ ஒருவன் நெரித்துக் கொண்டிருந்தான். இங்கு... இங்கிருப்போரெல்லாம் எங்கே...? தடுப்பதா...? வேண்டாமா...? அரை நொடிக்குள் அவனால் அவ்வளவுதான் எண்ண முடிந்தது.

அவர் கண்கள் துறுத்த முயன்றன. அடைப்பட்ட தொண்டையிலிருந்து திக்கித் திணறி வார்த்தைகள் வெளியேறின. "இறை... வன்... மி...க...ப் பெரி... ய... வ...ர்..."

நெரித்துக்கொண்டிருந்தவன் அந்த மனிதரின் கழுத்திலிருந்து சட்டென்று கைகளை விலக்கினான். அவர் இறுமத் தொடங்கினார். கதுவா கனவு போன்று சில வினாடிகளுக்குள் நடந்து முடிந்த

சம்பவத்தை உள்வாங்கவியலாத பதற்றத்தோடிருந்தான். கழுத்தை நெரித்தவனின் கைகள் லேசாக நடுங்கியது போலிருந்தது. கண்களைத் தவிர்த்து முகம் முழுக்க மூடியிருந்த துணியை விலக்கினான். தாடி கழுத்து வரை நீண்டிருந்தது. சட்டென்று அவன் அந்த மனிதரின் கால்களில் விழுந்தான்.

"என்னை மன்னியுங்கள்... நான் பாவம் செய்யத் துணிந்து விட்டேன். அதற்குப் பரிகாரமாக உங்களுடனேயே இருந்து உங்களைப் பாதுகாப்பேன். என்னை நம்பி எனக்கு ஏதேனும் பணியை வழங்கி உத்தரவிடுங்கள் அய்யா."

அந்த மனிதர் சற்று முன் தன்னைக் கொல்லவிருந்தவனைப் பார்த்தார். தொண்டையில் அடைப்பட்ட காற்று இப்போது சீராகி பேச்சைத் தெளிவாக்கியிருந்தது. "ஒன்றே ஒன்று மட்டும் செய்யுங்கள். என்னை என்ன செய்ய முயன்றீர்கள் என்பதை யாரிடமும் சொல்லி விடாதீர்கள். இல்லையென்றால் இங்கு மறுபடியும் ஒரு இந்து முஸ்லிம் கலவரம் உருவாகிவிடும்" என்றார்.

நடப்பவற்றின் மௌனசாட்சியாக நின்றிருந்த கதுவாவின் கண்கள் இமைக்க மறந்திருந்தன. கூட்டம் நடக்கவிருக்கும் மைதானத்தை நோக்கி அவர் சென்று கொண்டிருப்பது மெதுவாக விளங்கத் தொடங்கியது. விளக்கொளியில் நிழலுருவமாகத் தென்பட்டது அவரின் உருவம். வழுக்கையான தலைப்பகுதியில் காதோரம் கண்ணாடியின் சொருகல். மேலுடலைப் போர்த்தியிருந்த கம்பளி ஏத்தியும் தாழ்த்தியுமாக உடலின் முக்கால் பாகம் வரை வழிந்திருக்கக் காலணிகள் இல்லாத கால்களோடு அவ்வுருவம் குச்சியைத் தாங்கிக் கொண்டு நடந்து சென்று இருளுக்குள் மறைந்தது.

அவன் குளிர்காற்றால் சில்லிட்டிருந்த துப்பாக்கியை உடைக்குள் போட்டுக் கொண்டபோது அவனுடல் சிலிர்த்தது. இது வேறு விதமான சிலிர்ப்பென்று தோன்றியது. அவரை மீண்டும் பார்க்க வேண்டுமாயும் தோன்றியது.

- கனலி இணைய இதழ்
அக்டோபர் 2023

05

சமர்க்களம்

அவர் உறக்கம் நீங்கியபோது கடிகாரம் அதிகாலை இரண்டரை என்றது. இரவு ரோந்துப் பணியில் ஈடுபட்டிருந்த காவலர்களின் பிரம்பொலி சற்று முன்னர்தான் ஓய்ந்திருக்க வேண்டும். தெரு விளக்குகள் மங்கலாய் வெளிச்சம் காட்டின. நேற்றைய மழை பூமியின் மேற்பரப்பில் பள்ளம் கண்ட இடங்களிலெல்லாம் விடாப்பிடியாகத் தேங்கிக் கிடந்தது. குப்பைமேடுகளில் பெருச்சாளிகள் அரவமின்றி திரிந்து கொண்டிருந்தன. எங்கோ நாயின் குரைப்பொலி சன்னமாகக் கேட்டது. ஈரப்பதம் நிறைந்த காற்று குளிரை இறைந்து கொண்டிருக்க, பெலியகட்டா சில்லிப்பாகவும் நிசப்தமாகவும் இருந்தது.

உண்மையிலுமே இங்கு அமைதி திரும்பிவிட்டதா? ஏனோ இந்தச் சிந்தனை அவரைத் தொந்தரவு செய்து கொண்டேயிருந்தது. இதை அமைதி என்பதா... இது நிசப்தமா... சப்தமின்மையா... அல்லது எதிரிகள் எனக் கருதிக் கொள்பவர்களைப் பழி வாங்க சந்தர்ப்பம் நோக்கிக் காத்திருக்கும் வன்மப் பதுங்கலா... கல்கத்தா அவருக்குப் புதிதில்லை என்றாலும் புதிராக இருந்தது. வந்து கொண்டிருக்கும் செய்திகள் நல்லவையாக இருந்தாலும் அவை முழுவதும் நம்பத்தகுந்தவைதானா?

தேசத்தின் பகுதிகள் சில வெட்டப்பட்டு பாகிஸ்தான் என்ற இஸ்லாமிய நாட்டின் உருவாக்கத்துக்கு அளிக்கப்பட்டிருந்தாலும் இந்தியா மகிழ்ச்சியும் விம்மலுமாகச் சுதந்திரத்தைக் கொண்டாடிக் கொண்டிருக்க, அந்தக் கொண்டாட்டத்தில் கல்கத்தாவும் கலந்து கொண்டதாம். காணுமிடமெங்கும் புதிய மூவர்ணக் கொடி பறந்து கொண்டிருக்கிறதாம். இந்துக்களும் முஸ்லிம்களும்

ஒருவருக்கொருவர் இனிப்புகளைப் பரிமாறிக் கொண்டனராம். பிரதான தெருக்களில் மத வேறுபாடின்றி மக்கள் மகிழ்ச்சி ஆரவாரம் நிரம்பி வழிகிறதாம். மத நல்லிணக்க ஊர்வலங்கள் நடத்தப்பட்டனவாம். வந்தே மாதரம்... பாரத் மாதா கீ ஜே... மகாத்மா காந்திக்கு ஜே... என்ற கோஷங்களை இரு மதத்தவர்களும் சேர்ந்து ஒலிக்கின்றனராம். நகரின் உள் வீதிகளும் வீடுகளும் கூடப் பூமாலைகள், தோரணங்கள் ஒளி விளக்குகள் என்று பிரகாசிக்கின்றனவாம். கேட்பவை எல்லாமே ஒளிரும் செய்திகள்தான். ஆனால் இந்த ஒளியின் நிழலுக்குள் பிரிவினை உணர்வுகளின் கறை எங்கேனும் படிந்துள்ளதா? இந்த உற்சாகமெல்லாம் தற்காலிகமானதுதானா?

அவர் தன் எண்ணங்களைத் தடுக்க விரும்பவில்லை. எண்ணி எண்ணி அவை ஒரு தீர்வை நோக்கி அழைத்துச் சென்றுவிடும்.

இன்றைக்குச் சரியாக ஓராண்டுக்கு முந்தைய ஆகஸ்ட் மாதத்தில் முஸ்லிம் லீகர்கள் பாகிஸ்தான் கோரிக்கையை வலியுறுத்தி செயல்படுத்திய நேரடி நடவடிக்கை நாளில் தொற்றிக் கொண்ட வன்முறை இன்னும் தீர்ந்துவிடவில்லை. கிட்டத்தட்ட நான்கு மாதங்கள் நவகாளியில் தங்கியிருந்து அமைதிப்பணி மேற்கொண்டும் என்னால் அங்கு எதிர்ப்பார்த்தளவுக்கு மாற்றங்களைக் கொண்டு வர முடியவில்லை. ஆனால் எல்லாம் எப்படி... அதற்குள்... அதற்குள்... பிரிக்கப்பட்ட பஞ்சாபிலிருந்து சீக்கியர்களும் இந்துக்களும் முஸ்லிம்களும் அகதிகளாய் அலைந்துகொண்டிருக்க... அங்கு கொலைகளும் வன்முறைகளும் தீயாய்ப் பரவியிருக்கும் நிலையில்... இது சாத்தியம்தானா...? சாத்தியம்தானா...? சுதந்திர நாளன்று நவகாளியில் இருக்க வேண்டுமென்ற எனது திட்டத்தை கல்கத்தாவின் வன்முறைகள்தானே மாற்றியது? ஒருவேளை... இவையெல்லாம் நான் கல்கத்தாவில் தங்கியிருப்பதன் நிபந்தனையாக என்னுடன் ஒரே வீட்டில் முஸ்லிம் லீக் பிரதம அமைச்சர் சுராவர்த்தியைத் தங்க வைத்ததன் நல்விளைவா...?

“ஆனால் பாப்புஜி... சாஹித் சுராவர்த்தி நம்புவதற்குரிய மனிதர் இல்லை. நேரடி நடவடிக்கை தினத்தைத் திட்டமிட்டு நடத்தி இந்துக்களைக் கொன்றவர் அவர்...” சாத்விக இந்துக்கள் காந்தியிடம் முறையிட்டனர்.

“அவரை விமர்சிக்கும் அதே நாக்குகளால் நான் இதைவிடவும் மோசமாகச் சித்திரிக்கப்பட்டிருக்கிறேன்” அவர் புன்னகைத்தபோது

முடியற்ற அவரது தலை வெயிலில் பளபளத்தது. கையில் வைத்திருக்கும் ஊன்றுகோல் அவரைத் தாங்குகிறதா அல்லது கோலை அவர் தாங்குகிறாரா என்று சந்தேகத்தை எழுப்பும் அவரது நடை சமீபத்தில் நிறையவே தளர்ந்திருந்தது. அது உள்ளத்தின் சஞ்சலத்தாலா அல்லது உடலின் தளர்ச்சியாலா என்பது அவருக்கே விளங்கவில்லை.

ஆனால் அவர் முடிவு செய்திருந்தார். சுராவர்த்திக்கு வேறு வழியற்றுப் போனது. அவர்கள் தங்குவதற்கு பெலியகட்டாவிலிருக்கும் ஹைதாரி மாளிகை ஏற்பாடாயிற்று. அது வன்முறையில் அதிகம் பாதிக்கப்பட்ட முஸ்லிம் குடியிருப்பில் இருந்தது. மாளிகை அவர்கள் வருகைக்காக மேலோட்டமாகத் துடைத்தும் கழுவியும் சுற்றுப்புற புதர்கள் அகற்றப்பட்டும் துர்நாற்றத்தின் மீது ப்ளீச்சிங் தூள் தூவப்பட்டுமாக அவசரகதிய சுத்தம் செய்யபட்டிருந்தது.

அப்படியான மேலோட்டமான மனநிலைதான் இன்று கல்கத்தாவிலும் நிலவி வருகிறதா?

சுதந்திர நாளன்று நடந்த பிரார்த்தனைக் கூட்டத்தில் மதபேதமின்றி கலந்துக் கொண்டவர்களிடம், இன்றைய நாளில் உண்ணாவிரதமிருந்து இந்தியாவும் பாகிஸ்தானும் நலம் பெற பிரார்த்தனை செய்யுமாறு நான் கூறியபோது கூட்டம் இசைவுடன் தலையசைத்ததே...? அப்போது மக்களிடம் வெளிப்பட்ட மகிழ்ச்சியும் நெகிழ்ச்சியுமான உணர்வுகள் அவர்கள் இதயத்திலிருந்து வந்தவையா... அல்லது அந்நேரத்து உணர்வெழுச்சியா...? ஒருவேளை சாஹீத் சுராவர்த்தி நடந்துவிட்ட கொலை வெறியாட்டத்துக்குத் தாம் பொறுப்பேற்பதாக இந்துக்களிடம் தலைக்குனிந்து வருத்தம் தெரிவித்தது இரு தரப்பினரின் மனதையும் மாற்றிவிட்டதா? அதனால்தான் கல்கத்தா மாநகராட்சியின் மேயர் ராய்சௌத்ரி, காந்தி அவர்களே... உண்மை மற்றும் அகிம்சையின் அடையாளமாக நீங்கள் திகழ்கிறீர்கள். இந்தியத்தாயை அடிமை நிலையிலிருந்து விடுவித்துள்ளீர்கள். வெறுப்பைத் தோற்கடித்து நகரத்தில் அமைதியை ஏற்படுத்தியிருக்கிறீர்கள் என்று மேடையில் புகழ்ந்தபோது கூட்டத்தாரும் உற்சாகமாக அங்கீகரித்தனரா... அல்லது அது எனக்கான பாராட்டுக் கூட்டம் என்பதனால் சொல்லப்பட்ட சம்பிரதாய வார்த்தைகளா? ஆனால் கவர்னர் ஜெனரல் மவுண்ட்பேட்டனும் அதே வார்த்தைகளையே அல்லவா

கூறுகிறார்... ஒரு முழு ராணுவப்படையாலும் சமாளிக்க முடியாத கல்கத்தாவின் கலவரச் சூழலைத் தனியொரு மனிதனாக காந்திஜி என்னும் அமைதிப்படை வீரர் சாதித்துக் காட்டிவிட்டார் என்றாரே?

குழப்பமான எண்ணங்களுக்கு ஈடு கொடுக்க முடியாமல் அவர் எழுந்து அமர்ந்துகொண்டார்.

இல்லை... ஏதோ நடக்கவிருக்கிறது. அதன் அறிகுறிதான் பாரக்பூரிலும் காஞ்சராபாராவிலும் எழுந்த சலசலப்புகள். நம்மை நாமே பாராட்டிக் கொள்வதில் என்ன பயன் இருக்கப் போகிறது? நவகாளி... பஞ்சாப்... கல்கத்தா... எங்கும் எதுவும் தீர்ந்து விடவில்லை. மக்கள் வெறிபிடித்துக் கிடக்கிறார்கள்... அதிகாரம் கைக்கு வந்த பின்பு நடுநிலையாக இருக்க வேண்டிய அதிகாரிகள் மதசார்புடன் செயல்படுகிறார்கள். மதம் தனிப்பட்ட விவகாரம். அதனைத் தனிப்பட்ட முறையில் வரையறை செய்வதுடன் நிறுத்திக் கொள்ளாவிட்டால் இந்தச் சகோதர உறவு நீடிக்காது... வன்முறை எந்நேரமும் எங்கு வேண்டுமானாலும் எப்படி வேண்டுமானாலும் பற்றிக் கொள்ளலாம். அதுதான் நடக்கப் போகிறது... கடவுளே... நான் என்ன செய்யப் போகிறேன்...? நான் என்ன செய்யப் போகிறேன்...?

அவரின் உறக்கமற்ற கண்கள் வெளியே தெரிந்த இருளை வெற்றாக நோக்கிக் கொண்டிருந்தன. விடிவதற்கான எத்தனங்கள் எதுவும் பூமியில் நிகழவில்லை.

ஒருவேளை நான் விடியலைக் கண்டு அஞ்சுகிறேனா? இருள் வன்முறையை நிறுத்திவிடுமா என்ன? உணர்விலும் உறக்கத்திலும் வன்முறைக் காட்சிகள் மீள மீள எழுகின்றனவே... மக்களைப் பிடித்துக் கொண்ட மதம் எப்போது விலகிச் செல்லும்? அந்த அக்னிக்கு இன்னும் எத்தனை உயிர்களைப் பலியிடுவது? சீக்கியர்கள், இந்துக்கள், முஸ்லிம்கள் என யாரும் யாருக்கும் சளைத்தவர்களாக இல்லை. அமைதி வழியைக் காட்ட வேண்டிய மதத் தலைவர்களோ போராட்டம் நீர்த்துவிடாமல் பார்த்துக்கொள்கிறார்கள்.

அவர் ஆயாசமாக உணர்ந்தார். மனதில் எழுந்த எதிரும் புதிருமான சிந்தனைகளை விழுங்கிச் செரிப்பவர் போல வாயை மூடித் திறந்தார். படுக்கையருகே அவரது உடமைகளான மரத்தால் செய்யப்பட்ட மிதியடிகளும் பல்செட்டும் மூக்குக் கண்ணாடியும்

முறையாக அடுக்கி வைக்கப்பட்டிருந்தன. கீதை நூல் அவர் தலைமாட்டினருகே இருந்தது.

கேசவா... சமாதியில் நிலைத்த நிறை ஞானியின் லட்சணம் யாது? உறுதியான அறிவுடையவன் எதைப் பேசுகிறான். எப்படி அமர்கிறான்? எவ்வாறு நடக்கிறான்?

பார்த்தா... மனதிலெழுகின்ற ஆசைகளையெல்லாம் அகற்றி ஆன்மாவில் திருப்தியடைந்திருப்பவன் ஸ்திதப்பிரக்ஞன் எனப்படுகிறான்.

துன்பத்தில் துடிக்காத, இன்பத்தில் நாட்டமில்லாத, பற்று, அச்சம், சினமற்ற உறுதியான உள்ளத்தையுடையவன் முனிவன் என்றாகிறான்.

எவன் எங்கும் எதிலும் பற்றில்லாதவனாய் நலம் தருவதை அடைந்து மகிழாமலும் கேடு தருவதை அடைந்து நொந்து கொள்ளாமலும் இருக்கிறானோ அவன் அறிவு உறுதி பெறுகிறது.

கண்களை மூடிக் கொண்டபோது மீண்டும் இருள் உள்ளே வந்திருந்தது. மனம் ஒருங்குபடவில்லை.

மக்கள் ஒன்றுபட்டுவிட்டனர். இனி எதுவும் நிகழ்ந்துவிடாது என்கிறார்கள். கட்டுப்படுத்தவியலாத வன்முறையை என்னால்தான் கட்டுக்குள் கொண்டு வர முடியுமென்று பஞ்சாப் அழைக்கிறது. பீகாரிலிருந்தும் டில்லியிலிருந்தும் அழைப்பு வருகிறது. ஆனால் இந்த அமைதி நல்லிணக்கத்தில் ஏற்பட்டதா... அல்லது இது எந்நேரமும் உடைந்து போய்விடும் நீர்க்குமிழியா என்ற தெளிவு ஏற்படாமல் நான் எப்படி இங்கிருந்து செல்ல முடியும்? உண்மையிலுமே அமைதி திரும்பிவிட்டது என்றால் அதை அங்ஙனமே எப்படிப் பராமரிப்பது? ஒருவேளை கவர்னர் ஜெனரல் சொல்லுவதுபோல நான்தான் அமைதியைக் கொண்டு வந்திருக்கிறேனா? அல்லது நான் இங்கே இல்லாமல் இருந்தாலும் நிலைமை இப்படிதான் இருந்திருக்குமா...? இறைவா... கேள்வி கேட்கும் ஞானத்தை மனிதனுக்கு அளித்துவிட்டு அதன் விடைகளை ஏன் எட்டாத தொலைவில் வைத்துவிட்டீர்கள்? மனிதனைச் சீண்டிப் பார்ப்பதுதான் இறைவனின் விளையாட்டா...?

"பாப்பு... ஏற்பட்டிருப்பது உண்மையான மனமாற்றம்தான்... இதற்கு நீங்கள்தான் காரணம்... இதை நீங்கள் நம்பத்தான் வேண்டும்" பிரார்த்தனைக் கூட்டத்திற்குப் பிறகு அவரைச்

சந்தித்தவர்களெல்லாம் மீண்டும் மீண்டும் எடுத்துக் கூறினார்கள். அவர்களின் முகம் மகிழ்ச்சியால் மலர்ந்திருந்தது.

அப்படியானால் எல்லாம் வல்ல இறைவன் தன்னுடைய ஆடுகளத்தில் என்னையும் ஒரு கருவியாக்கிக் கொண்டுவிட்டாரா...? இந்த மெலிந்த தேகமுடைய மனிதன் நிறைவேற்றுவதற்கான கடமையாக இதனையும் அவர் அளித்திருக்கிறாரா? அவ்வாறெனில், அது அவ்வாறே இருக்கட்டும். அந்த மகத்தான குயவனின் கைகளில் உள்ள களிமண்ணால் அவரே வடிவங்களை உருவாக்கட்டும்.

வானில் விடிவதற்காகத் தோன்றிய அறிகுறிகளை மேக மூட்டங்கள் மறைத்துக்கொண்டன.

அய்யோ... ஒருவேளை... ஒருவேளை... சமர்க்களம் எனக்கும் அவருக்குமானதா? ராம்... ராம்... ராம்... ராம்... அவரது தடித்த உதடுகள் காற்றில் ஒலியை எழுப்பின. இறைவா... நான் என் பணியை செய்து முடிக்கிறேன்... விளைவை எதிர்பாராமல் விழைவைக் கண்டு அஞ்சாமல் உங்களால் விதிக்கப்பட்ட என் கடமையை, என் ஆட்டத்தை நான் ஆடிவிடுகிறேன்... அவர் புனித பைபிளின் வசனத்தை முணுமுணுத்துக் கொண்டார். "என் ஆன்மாவே கடவுள் எதிரில் நீ மௌனமாக இரு... ஆண்டவரே பேசுங்கள்... உங்கள் ஊழியன் கவனத்துடன் செவி சாய்க்கிறான்" அவரது பற்களற்ற வாயிலிருந்து வெளியான சொற்கள் அத்தனை தெளிவாக ஒலிக்கவில்லை. உதடுகளின் நடுக்கத்திற்குத் தள்ளாமை மட்டும்தான் காரணமா?

அவர் எண்ணங்கள் தன்னை ஊடுருவுவதற்கு முற்றிலும் அனுமதித்தார்.

இந்த அவநம்பிக்கை அடிப்படையின்றி என்னிடம் தோன்றி விடவில்லை. நான் மனித மன வீழ்ச்சியின் அப்பட்டமான உண்மைகளைப் பார்த்துவிட்டேன். ஒரு மரத்தை அதன் கனியிடமிருந்துதான் புரிந்துகொள்ள முடியும். செயலை அதன் விளைவுகளிலிருந்துதான் அறிந்துகொள்ள முடியும். விடுதலைப் போராட்டம் அகிம்சை வழியில் நடைபெற்றதாக எண்ணி நான் ஏமாந்து போய்விட்டேன். அகிம்சையின் பலத்தைக் கொண்டு ஒரு சிறு குழந்தை கூட இந்த மொத்த உலகிற்கு எதிராக நிற்க முடியும். ஆனால் இங்கு அகிம்சையின் பலம் நிரூபிக்கப்படவில்லை. விடுதலைப் போராட்டத்தில் பிரிட்டிஷ்காரர்களை நாம்

கொல்லவில்லை என்றாலும் அவர்களைக் கொல்ல வேண்டுமென்ற எண்ணம் நமக்கு இருந்திருக்கிறது. அதைச் செயல்படுத்தாததற்கு உண்மையான காரணம் அதற்கான வலிமையோ சக்தியோ நம்மிடம் இல்லை என்பதுதானே தவிர அகிம்சையைக் கடைபிடிப்பதால் ஏற்பட்டதல்ல. நமது மனங்களில் வன்முறை உணர்வை வைத்துக்கொண்டு நாம் வென்றெடுத்த விடுதலை உண்மையில் ஊனமான விடுதலைதான்.

மக்களின் இந்த மனநிலையை எதிர்த்து என்னால் என்ன செய்ய முடியும்? நான் தனியனாய் நிற்கிறேன். எனது வார்த்தைகள் இப்போது காலாவதியாகிவிட்டன. அவை காற்றில் வீசியெறியப்படுகின்றன. வறண்ட பாலைவனத்தில் ஒற்றையாய் ஒலிக்கும் என் குரலை யாரும் கேட்பதில்லை. கிலாஃபத் இயக்கத்தின் போதிருந்த இந்து முஸ்லிம் ஒற்றுமைக்கு இப்போது பெருங்கேடு வந்துவிட்டது.

அவர் ஹைதாரி மாளிகைக்கு வந்திறங்கியபோது தான் எதிர்கொண்ட மக்களின் ஆத்திரத்தை எண்ணிக்கொண்டார்.

"காந்தியே... நாங்கள் கஷ்டத்திலிருந்த போது வராமல் எங்களுக்கு எதிராக முஸ்லிம்கள் புகார் கொடுக்கும் சமயத்தில் ஏன் வந்தீர்கள்? இந்துக்களை வீடுகளிலிருந்து வெளியேற்றும்போது எங்கே போயிருந்தீர்கள்? காந்தியே... இங்கே நீங்கள் தேவையில்லை. தேவையேயில்லை... திரும்பிச் சென்றுவிடுங்கள்..." இலட்சக்கணக்கான கண்கள் பார்த்திருக்க, ஒளிவெள்ளத்தில் நிறுத்தி வைக்கப்பட்டது போன்று என்னைக் கேள்விகளால் மூழ்கடித்த அந்த மனங்களில் அத்தனை சீக்கிரத்தில் புரிதல் வந்துவிடாது.

அப்போது அவர்களிடம் சொன்னதையே இப்போதும் முணுமுணுத்துக் கொண்டார். "வன்முறைக்குத் தீர்வு வன்முறையால் நிகழ்ந்துவிடாது..." இதைக் கூறியபோது அவரது கண்கள் ஒளியோடு இருந்தன.

"ஓ... குடும்பத்தை இழந்து, வாழ்வைத் தொலைத்து, வாழும் வகையற்று நிற்பவர்களைக் கண் குளிரக் காண வந்தீர்களோ? முஸ்லிம்கள் எங்களுக்குச் செய்த கொடுமைகளை மறந்து அவர்களுக்கு நன்மை செய்ய வேண்டுமோ?" கேள்விகளில் இளக்காரமும் கோபமும் தெறித்தது.

"முகம்மது காந்தியே... திரும்பிப் போ..." இளைஞர் கும்பல் பெருங்கழிகளோடு முன்னேறி வந்தது.

அன்றைய காட்சிகள் விரும்பி வாசிக்கும் புத்தகத்தின் வரிகளைப் போல அவர் மனதில் ஓடியது.

என் வாழ்க்கை வெளிப்படையானது. நான் எப்போதும் பொதுமக்களின் பார்வையிலிருந்து விலக விரும்புவதில்லை... அவர் வண்டியிலிருந்து இறங்கிக் கழிகளோடு தன்னை நெருங்கிய கும்பலை நோக்கி நடக்கிறார். "நான் என்னை உங்கள் பாதுகாப்பில் விட்டுவிடப் போகிறேன். அவ்வளவுதான். நீங்கள் எனக்கு எதிராக எப்படி வேண்டுமானாலும் திரும்பலாம். என்னை என்ன வேண்டுமானாலும் செய்துகொள்ளலாம். நான் என் வாழ்க்கைப் பயணத்தின் இறுதிக்கட்டத்தை அநேகமாக எட்டிவிட்டேன். ஆனால், பைத்தியக்காரத்தனத்துக்கு நீங்கள் இடம் கொடுக்கப் போகிறீர்கள் என்றால் அதை உயிரோடு பார்க்கும் சாட்சியாக நான் இங்கு இருக்கப் போவதில்லை. நவகாளியில் இதையேதான் முஸ்லிம்களிடமும் கூறினேன். நான் கூறியதற்கு அவர்கள் மதிப்பளித்தார்கள். அவ்வாறு நீங்களும் செய்ய வேண்டுமென்று கேட்பதற்கு எனக்கு உரிமை உண்டு."

அவர்கள் சமாதானமாகவில்லை. மறுநாளும் வந்தார்கள். அவரை வசை பாடினார்கள். அவரைச் சாபமிட்டு அழுதார்கள். ஆனால் அவர் மீண்டும் மீண்டும் அவர்களிடம் பொறுமையையும் அகிம்சையையும் சக மனிதர்கள் மீதான நம்பிக்கையையும் வலியுறுத்தினார்.

அவர்கள் என் கருத்தை ஏற்கவில்லை. அவர்கள் மட்டுமல்ல... யாருமே என் கருத்தை ஏற்பதில்லை. அதனால்தான் என்னை இத்தனை அவநம்பிக்கையான எண்ணங்கள் சூழ்கின்றன. அவர் கண்களை மூடியபடி அமர்ந்திருந்தார். இல்லை... தோற்காது... அகிம்சைவழி என்றுமே தோற்காது. அது தோற்பது போலத் தெரிவதற்கு அதனைக் கடைப்பிடிப்பவரின் திறமையின்மைதான் காரணமே தவிர அகிம்சை என்ற கோட்பாடு காரணமல்ல. நவகாளியில் என் அகிம்சாவழி முழுக்க வெற்றி பெறவில்லை என்றாலும் தோற்றுப் போனதாக நான் நினைக்கவில்லை. அது பரிசோதனையில் உள்ளது. அதுதான் கல்கத்தாவிலும் நிலவுகிறது. அந்த இளைஞர்கள் ஆழமாகப் புண்பட்டிருந்தார்கள். அதனால்தான் கொதித்துப் போயிருந்தனர். அவர்களுக்கு நல்வழி

புகட்ட வேண்டும். ஆம்... மகத்தான செயல்களைச் செய்ய மகத்தான பொறுமை வேண்டும்.

பிரார்த்தனைக்கான கூட்டம் கூடியிருந்தது. பாடலில் அவர் மனம் ஒருங்கமைந்திருந்தது.

அழைத்துச் செல்லாய் அருட்பேரொளியே
சூழ்ந்திடும் இருளினில் என்னை அழைத்துச் செல்லாய் பேரொளியே
இருள்மயமாய் கிடக்கின்ற இரவு
எங்கோ தொலைவில் கிடக்கின்ற இல்லம்
எந்தனை அழைத்துச் செல்லாய் நீயே
என்னுடைய கால்கள் உன் அடைக்கலமாய்
எங்கோ தொலைவில் இருக்கும் காட்சியை
எதிரே காட்டென யான் கேட்கில்லேன்
எடுத்தோரடி நான் வைத்தால் போதுமே...

ஆமாம்... இரவோ இருளடைந்ததாக இருக்கிறது. நானோ வீட்டுக்கு வெகு தொலைவில் இருக்கிறேன். இறைவா... எனக்கு வழிகாட்டு. இந்தப் பாடலை இப்போது நான் நூற்றுக்கு நூறு உண்மையுடன் பாடிக் கொண்டிருக்கிறேன். என் வாழ்க்கையில் இதற்கு முன் இத்தகைய இருளைக் கண்டதில்லை. வெளிச்சம் வரும் திசையோ தெரியவில்லை. இந்த நேரத்தில் என்னைத் தடுமாற்றம் கொண்டவனாகவோ ஏமாற்றம் அடைந்தவனாகவோ நான் உணராதது மட்டுமே இப்போதைய ஆறுதல். செய்திடு அல்லது செத்துவிடு என்பது மட்டுமே என் மனதில் இருக்கிறது. இந்துக்களும் முஸ்லிம்களும் சமாதானத்தோடும் ஒற்றுமையாகவும் வாழும் வழியைக் கற்பிக்க வேண்டும் அல்லது அந்த முயற்சியில் நான் சாக வேண்டும். ஏற்படுவது எதுவாயினும் அதற்கு நான் தயாராகவே இருக்கிறேன்.

இறைவா... என்னைச் சுற்றிலும் நடப்பவைகள் மாறிக் கொண்டும் அழிந்து கொண்டுமிருப்பதை நான் தெளிவின்றி காண்கிறேன். அதேசமயம் இத்தனை மாறுதல்களுக்கிடையேயும், மாறுதலற்ற ஜீவசத்தியும் எனக்குப் புலனாகிறது. இந்த சக்தியே எல்லாவற்றையும் இணைக்கிறது, சிருஷ்டிக்கிறது, அழிக்கிறது, மீண்டும் சிருஷ்டிக்கிறது. இது மாசற்ற அருள் சக்தி என்பதை உணர்கிறேன். இந்த அருள்சக்தியின் காரணமாகத்தான் மரணத்தினிடையே உயிர் உறுதியுடன் தொடர்ந்து வருகிறது. பொய்யினிடையே உண்மை

நிலைப்பெற்று நிற்கிறது. அந்தகாரத்தினிடையே ஒளி உறுதியுடன் திகழ்ந்து வருகிறது. உயிர், உண்மை, ஒளி எல்லாம் கடவுள்தான். அவர்தான் அன்பு. எல்லாவற்றையும் விட மகோன்னதமான நல்லது என்பது கடவுள்தான். கடவுளே... நான் உங்களை நம்புகிறேன்.

அவர் கண்களை மூடி இதயத்துக்குள் அமர்ந்துகொண்டார். வானில் மேகமூட்டம் விலகி விடியலின் ஒளி பரவ ஆரம்பித்திருந்தது.

கடவுள் நல்லவர். அவர் தனது சாயலில் மனிதனை உருவாக்கினார். ஆனால் துரதிர்ஷ்டவசமாக மனிதன் தன்னைப் போலவே கடவுளை வடிவமைத்துவிட்டான். இந்த அகந்தைதான் அவனைத் துன்பக்கடலில் ஆழ்த்திவிட்டது. கடவுள் வாழ்கிறார். ஆனால் நம்மைப் போல அல்ல. கடவுளின் படைப்புகள் வாழ்கின்றன. பின் இறக்கின்றன. கடவுள் என்பதே உயிர்தான். எனவே நற்குணம் என்பதெல்லாம் கடவுளின் தனியான குணம் அல்ல. கடவுளிடமிருந்து நற்குணத்தைப் பிரித்துப் பார்த்தால் அது உயிரற்ற சடலமாகத்தான் இருக்கும். நன்மை என்பது கொடுக்கும் கொள்கையாக இருக்கும்போதுதான் அது ஜீவிக்கிறது. நீதிநெறிமுறைகளும் அப்படிப்பட்டனவே. அவை நம்மில் வாழ வேண்டுமானால் கடவுளுடன் தொடர்புபடுத்தி அவற்றைப் பரிசீலிக்க வேண்டும். அவற்றை வளர்க்க வேண்டும்.

நேரம் நகர்ந்துகொண்டிருந்தது. பகல் உணவுக்குப் பிறகு அவர் பதில் எழுதுவதற்கான கடிதங்களைக் கையிலெடுத்தார். வார்த்தைகள் வழக்கத்தை விடவும் வேகமாக வந்து விழுந்தன.

'நண்பரே... நான் பணியாற்றுகிறேன். ஆனால் அதே நேரத்தில் என் வரம்புகளை முழுமையாக உணர்ந்து வைத்துள்ளேன். நான் சுடப்பட்டால் அல்லது கத்தியால் தாக்கப்பட்டால் அவற்றிலிருந்து தப்பித்துக் கொள்வதற்காக நான் ஓடுவேனா என்பது கடவுளுக்குத் தான் தெரியும். நான் அவ்வாறு தப்பியோட முயற்சி செய்தால் இதுவரை தாங்கள் மகாத்மா என்று கருதிய நபர் உண்மையில் அப்படியானவர் அல்ல என்று மக்கள் தெரிந்துகொள்வார்கள். சுடப்படும்போது 'ராமா ராமா' என்று நான் உச்சரிக்கலாம் என்பதும் சாத்தியமே.'

அவர் நூற்புக்காக அமர்ந்தபோது வந்து சேர்ந்த தகவல்கள் அத்தனை நல்லவையாக இல்லை. அவரைச் சந்தித்த வங்காள கவர்னர் ராஜகோபாலாச்சாரியார், நகரில் மீண்டும் தாக்குதல்கள்

தொடங்கி விட்டன என்றார். மக்கள் கைகளில் கிடைக்கும் ஆயுதங்களைக் கொண்டு ஒருவருக்கொருவர் தாக்கிக் கொள்கின்றனர். பொருட்கள் சூறையாடப்படுகின்றன. கலவரம் கட்டுக்குள் வரவில்லை. ராணுவத்தின் உதவி கோரப்பட்டுள்ளது என்றார்.

அவர் இராட்டையின் முன் மௌனமாக அமர்ந்திருந்தார். பட்டை பட்டையாக அடித்திருக்கும் பஞ்சை லாகவமாக கதிரிலிருக்கும் நூலுடன் இணைத்துச் சுற்றி கூம்பு போல் நூல் சேர்ந்தவுடன் சதுரமாக இருக்கும் சட்டத்தில் சுற்ற வேண்டும். நூறு நூல் சேர்ந்தால் ஒரு கண்ணி. கண்ணியைச் சட்டத்திலிருந்து எடுத்து கால் கட்டை விரலில் நுழைத்து முறுக்க வேண்டும். பத்து கண்ணி சேர்ந்தால் ஒரு சிட்டம். ஆனால் அது முடியுமா...? அவரது கை சக்கரத்தைச் சுழற்ற முயன்றுகொண்டிருந்தது. உடல் வழக்கத்திற்கும் அதிகமாக வளைந்திருந்தது.

கல்கத்தாவில் அமைதியைக் கொண்டு வந்துவிட்டோமா இல்லையா என்று தயங்கி மயங்கி குழப்பத்தில் இருந்த என் மீது கடவுள் இப்போது ரத்தக்கறை படிந்த சவாலை வீசியெறிந்திருக்கிறார்.

அவர் சர்க்காவின் சக்கரத்தைச் சுழற்றத் தொடங்கியதும் பட்டம் அறுந்து போனது. அவர் அதனை இணைத்து மீண்டும் சுழற்ற, நூலை நூற்க முடியாமல் அது மீண்டும் அறுந்து போனது. அவர் மீண்டும் மீண்டும் சுழற்ற பட்டம் ஒருங்குபடவியலாமல் தவித்தது.

கலவரம் பெலியகட்டாவையும் எட்டியிருந்தது. ஹைதாரி மாளிகையின் ஜன்னல் கண்ணாடிகளின் மீது கற்கள் எறியப்பட்டன. அதில் கூரிய கல்லொன்று கண்ணாடியை உடைத்துக்கொண்டு அவரருகே வந்து விழுந்தது. கதவுகள் கிடுகிடுத்தன. உடைக்கப்பட்ட ஜன்னலின் வழியே கம்புகள் வீசியெறியப்பட்டன. வெறிபிடித்த கும்பல் மின்சாரக் கம்பியைத் துண்டித்துக் கொண்டிருந்தது. வசைகள்... வசைகள்... மனிதர்கள் கேட்கவியலாத, மனிதர்களால் சொல்லப்படக் கூடாத வசைகள் அவர் மீது கூச்சலாக வீசியெறியப்பட்டன. அவர் கால்களை அடுக்கி அமர்ந்திருந்தார். தரையில் கையூன்றி தோளை உயர்த்தி அதில் தலையைச் சாய்த்திருந்தார். மழை பெய்யத் தொடங்கியிருந்தது.

இறைவா... ஒற்றை மனிதரைக் கொண்ட எல்லைப்புற அமைதிப்படை என்ற மவுண்ட்பேட்டனின் வர்ணிப்பு இப்போது மழையில் கரைந்தோடிக் கொண்டிருக்கிறது. உங்களின் கருவியான என்னைக் கொண்டு நீங்கள் என்ன செய்யவிருக்கிறீர்கள்? நான் கடவுள் அல்ல. நீங்கள் என்னை நடத்துபவர். நான் அதன்படி நடப்பவன். தன்னுடைய படைப்பாகிய மனிதனுக்கு நம்பிக்கையூட்டி ஏமாற்றும் உங்களது செயல் சரியானதுதானா? அல்லது உங்களின் நல்ல தன்மைகளாகக் கூறப்படுபவற்றுள் இவையும் ஒன்றா? சிலுவையில் அறையப்பட்டு தலைகீழாகத் தொங்கிக் கொண்டிருந்த ஏசுநாதர் 'தாகம்... தாகம்...' என்று அரற்றுகிறார். யாரோ அவருக்குப் புளிப்புக்காடியைப் பருக அளிக்கின்றனர். எது சரி... எது தவறு... நான் பேச்சுக்கும் சிந்தனைக்கும் அப்பாற்பட்ட கடவுளை எனது குறைபாடு நிறைந்த பேச்சின் மூலம் விளக்குவதற்கு முயற்சி செய்கிறேனோ... இல்லை... நிச்சயமாக இல்லை... மனித மனதில் கடவுள் மயக்கத்தை ஏற்படுத்துகிறார் என்று சொல்லுவதால் நான் அவரை அவமரியாதை ஏதும் செய்து விடவில்லை. இந்த நிலையில் என்னால் வேறென்ன செய்ய முடியும்? இறைவா... மனதை அரிக்கும் கேள்விகளுக்கு விடை கிடைத்துவிட்டதாக நான் எண்ணும்போது ஏன் அவற்றை மறைத்து வைத்துவிடுகிறீர்கள்?

அவர் மனதை சமன்படுத்திக்கொள்ள முயன்றார்.

நான் மனிதர்களின் மீது நம்பிக்கை இழந்துவிடக் கூடாது. மனிதச் சமூகம் என்பது ஒரு பெரிய கடல். அதில் சில துளிகள் அழுக்காகி விட்டதால் கடலே அழுக்காகிவிட்டதாகக் கருதக் கூடாது. என்னைப் பற்றிய சிந்தனை என்னைப் பெருமளவில் ஆட்கொள்ளும்போது நான் பார்த்திருக்கக் கூடிய மிகவும் ஏழ்மையான பலவீனமான நிலையிலுள்ள மனிதனின் முகத்தை நினைவுப்படுத்திக் கொள்வேன். நான் எடுக்க விரும்பும் நடவடிக்கை எந்த விதத்திலாவது அந்த மனிதனுக்கு உதவிகரமாக இருக்குமா, இதனால் அவன் எதாவது பயன்பெறுவானா? அவனது சொந்த வாழ்க்கை மற்றும் எதிர்காலத்தைக் கட்டுப்படுத்தும் அதிகாரத்தை அவனுக்கே அது மீண்டும் அளிக்குமா என்று எனக்கு நானே கேட்டுக் கொள்ளப் போகிறேன்...

அவர் முணுமுணுத்துக் கொண்டார்... ஆம்... கேட்டுக்கொள்ள வேண்டும்... கேட்டுக்கொள்ளத்தான் வேண்டும். ஆம்... ஆம்... ஆம்...

அவரைக் காண வருவோரின் கூட்டம் அலைமோதியது. அவர் அவர்களைச் சந்தித்துக் கொண்டேயிருந்தார். கலவரம் மூள்வதற்கு ஃபார்வர்ட் பிளாக் கட்சியினரே காரணம் என இந்து மகாசபையினர் தெரிவித்தனர். அவர்களோ இந்துமகாசபையினர் பின்னாலிருந்து கலவரத்தைத் தூண்டிவிடுகிறார்கள். இந்துக்களைப் போல சீக்கியர்களையும் முஸ்லிம்களுக்கு எதிராகத் திருப்புகிறார்கள் என்றனர்.

இழப்புகள் பெருகி விடுமோ...? கடவுள் காட்டியுள்ள இந்தச் சைகையின் பொருள் என்ன? எல்லாம் வல்ல இறைவன் தனது உயர்ந்த பீடத்தில் அமர்ந்துகொண்டு தனது எதிரிலிருக்கும் இந்த மெலிந்த மனிதனுக்குச் சவால் விடுகிறார். நான் மிகப் பெரிய ஆட்டக்காரரான இறைவனுடன் சமர்க்களத்தில் எதிரும்புதிருமாக நின்று ஆடிக் கொண்டிருக்கிறேன். ஒரு மனிதப் பிறவி என்ற வகையில் அந்த விளையாட்டின் அனைத்து விதிகளையும் நான் அறிந்திருக்கவில்லை. ஆனால் அதன் முக்கிய விதிகளை என் அனுபவத்திலிருந்தும் இலட்சியப் பிடிப்பிலிருந்தும் தெரிந்து வைத்திருக்கிறேன். அந்த விதிகளின் அடிப்படையில் தொடர்ந்து ஊக்கத்துடன் விளையாடுவேன். விளையாட்டில் நகர்த்த வேண்டிய காய்களை மலை போன்ற உறுதியான நம்பிக்கையுடன் நகர்த்துவேன். இந்த ஆட்டத்தில் எல்லா நேரங்களிலும் சாதகமான முடிவுகளை எதிர்பார்க்க முடியாது என்றாலும் ஊகித்துணர முடியாத சர்வவல்லமை படைத்த அந்த எதிராளிக்கு என்னால் ஒரு உண்மையை உணர்த்த முடியும். அவருடன் ஆட்டக்களத்தில் நின்றிருக்கும் இந்த மனிதன் தாழ்ந்த நிலையில் இருக்கலாம்... பலவீனமானவனாக இருக்கலாம். ஆனால் அவன் விளையாட்டில் நம்பிக்கை இழப்பவனோ அல்லது ஆட்டத்தை விட்டு வெளியேறுபவனோ அல்ல என்பதை அவருக்குத் தெரிவிக்க முடியும்.

எல்லாம் வல்ல இறைவனே... உங்களுடைய இந்தத் திருவிளையாடலில் எனக்குத் தெரிந்த விதிகளை மேலும் உறுதியாகக் கடைப்பிடிப்பேன். சத்தியத்தையும் அகிம்சா விதிகளையும் தளரா உறுதியுடன் பின்பற்றுவேன். உன்னால் எந்த அளவுக்கு மதிப்பு வாய்ந்த பணயப்பொருளை முன் வைக்க முடியுமென்று நீங்கள் கேள்வி எழுப்புவதை நான் அறிகிறேன். இந்தச் சவாலின் மீது எனக்கு எந்தக் குழப்பமும் இல்லை. நீங்கள் அளித்த எனது சொந்த உயிரைப் பணயமாக வைக்கப்போகிறேன்.

ஆட்டத்தின் மிகவும் மோசமான கட்டத்தில் வெற்றி பெறுவதற்கு இந்தப் பணயப்பொருள் போதுமானதல்ல என்றாகும்போது அல்லது இந்த உயிரால் எத்தகைய பயனும் இல்லையென்ற நிலை வரும்போது அதனை இழந்துவிடுவதைப் பெருமையாகக் கருதுகிறேன்.

அவர் தனது ஆழ்மனதின் யோசனையை ஏற்றுக்கொண்டார். அது மௌனவிரத தினம் என்பதால் தனது ஆட்டத்தை அறிக்கையாக்கி அளித்தார்.

கல்கத்தாவில் நிலவி வந்த அமைதி ஒரு தற்காலிகமான நிகழ்வாக இருக்குமோ என்ற குழப்பம் என்னுள் இருந்து கொண்டேயிருந்தது. இப்போது என் குழப்பம் சரிதான் என்பது நிரூபணமாகிவிட்டது. மீண்டும் காட்டாட்சி முறைக்கு கல்கத்தா திரும்பிவிடக் கூடாது. கடவுள் நமது இதயங்களைத் தொட்டு அத்தகைய மூடத்தனம் மீண்டும் நிகழாத வண்ணம் தடுத்து நிறுத்தட்டும் என்று அவனிடம் பிரார்த்திப்போம்... இந்தச் சீரழிவைத் தடுக்க நான் என்ன செய்ய வேண்டும்? உண்ணாவிரதமே எனக்கு எப்போதும் கை கொடுக்கும் ஆயுதமாக இருந்து வந்துள்ளது. எனவே இன்றிரவு 8.15 மணி முதல் நான் உண்ணாவிரதத்தைத் தொடங்கப் போகிறேன். கல்கத்தாவுக்கு நல்லறிவு திரும்பியவுடன்தான் அதனை முடிப்பேன்.

இப்போது ஆட்டம் எதிரணிக்குச் சென்றிருந்தது.

உண்ணாவிரதத்தைக் கைவிடுமாறு அவருக்குத் தலைவர்களிடமிருந்தும் தொண்டர்களிடமிருந்தும் வற்புறுத்தல்கள் வந்து கொண்டிருந்தன. உண்ணாநோன்பால் அவர் இறந்துவிட்டால் நிலைமை இன்னும் மோசமாகிவிடும் என்று கவர்னர் ராஜகோபாலாச்சாரி அச்சம் கொண்டார்.

ஆனால், அவரால் ஆட்டத்தை விட்டுவிட முடியாது.

"மக்கள் தாங்களாகவே முயன்று அமைதி முயற்சியில் ஈடுபட வேண்டும். பின்னர் பார்த்துக்கொள்ளலாம் என்றால் அதற்குள் காலம் கடந்துவிடும். சிறுபான்மைப் பிரிவினரான முஸ்லிம்களை அபாயகரமான நிலையில் விட்டுவிடக் கூடாது. கல்கத்தாவின் நிலையைக் கட்டுப்பாட்டுக்குள் கொண்டு வந்துவிட்டால்தான் பஞ்சாபைச் சமாளிக்க முடியும். இங்கு தோல்வி கிடைத்துவிட்டால் அது காட்டுத் தீ போல மற்ற இடங்களுக்கும் பரவிவிடும். வேறு

வல்லரசுகள் நம்மை ஆக்கிரமித்துவிட நேரிடும். இந்த அபாயத்தை நான் தெளிவாக உணர்கிறேன்" பேச்சு மிகச் சன்னமாக ஒலித்தது.

"கடவுளின் வழிமுறைகள் புரிந்துகொள்ள இயலாதவை. ஆனால் எல்லாம் வல்ல இறைவனின் கருணையில் நான் குறையாத நம்பிக்கையுடன் இருக்கிறேன். கடவுள் என்னுடன் இருப்பதை என்னால் உணர முடிகிறது. ராமநாமம் எனது இதயத்தில் முழுமையாக ஊடுருவியிருப்பதால் நான் தொடர்ந்து உயிர் வாழ தண்ணீர் கூடத் தேவைப்படாது என்று கருதுகிறேன். இதே நிலையில் ஒரு மாதம் கூட என்னால் நீடிக்க முடியும்" மூச்சு சீரற்று இருந்தது.

பார்வையாளரின் வாய் கேலியால் வளைந்தது.

"என் வாழ்வில் இதுவரை கடவுள் மீதான நம்பிக்கையின் பலத்தில்தான் கண்மூடித்தனமான அதிகார வர்க்க அமைப்புகளுக்கும் மிருகத்தனமான வன்முறைகளுக்கும் எதிராகப் போராட்டம் நடத்தியிருக்கிறேன். இதே முறையில் தான் மாபெரும் பிரிட்டிஷ் சாம்ராஜ்ஜியத்துடனும் மோதினேன். இப்போதும் அப்படிதான். இதில் நான் எடுத்துச் சொல்ல என்ன இருக்கிறது... இதை நீங்களும் அறிவீர்கள்..." காற்று எப்படியோ தனது சொற்களை அந்தப் பார்வையாளரின் செவிகளில் சேர்த்துவிடும் என்ற நம்பிக்கை அவருக்கிருந்தது.

அவரால் சிறிதளவே தண்ணீர் அருந்த முடிந்தது. ரத்த அழுத்தம் மேலும் அதிகரித்திருந்தது. நாடித்துடிப்பும் சீரானதாக இல்லை. அவர் மனதளவில் உற்சாகம் தளராதவராக இருந்தாலும் அவருடைய அன்றாடப்பணிகள் அவரைப் பலவீனமடைய வைத்திருந்தன. ஆனாலும், மருத்துவரின் அறிவுரையை அவர் ஏற்கவில்லை.

"எனது அன்றாட அலுவல்களுக்குத் தேவையான பேச்சுகளிலிருந்தும் விவாதங்களிலிருந்தும் என்னை விலக்கி வைத்துக்கொள்ள முடியாது. அதற்காக எனது சக்தியைப் பயன்படுத்துவதை நான் தவிர்க்க முடியாது. நான் தொடர்ந்து வாழ விரும்புகிறேன். ஆனால், எனது கடமைகளை நிறைவேற்றத் தேவையான பணிகளைச் செய்யாமல் அதனைச் சாதிக்க நினைக்கவில்லை."

அவர் படுத்திருந்த கட்டிலின் அருகே மிருதுவான தொனியில் கீதையின் பாடல்கள் பாடப்பட்டன. அவர் பார்வையாளர்கள் கூறுவதைக் கேட்பதற்காக மட்டும் அவர்களை நோக்கிக் குனிந்து

கொண்டார். மற்ற நேரங்களில் கண்களை மூடிய நிலையில் தலையணையில் சாய்ந்திருந்தார். அவர் சிரமப்பட்டு மூச்சு விடும்போது அவரது எலும்பும் தோலுமான நெஞ்சுக்கூடு உயர்ந்து தாழ்ந்தது.

'ராம்... ராம்... ராம்...' உதடுகள் லேசாக அசைந்தன. மரணம் அஞ்சத்தக்கதல்ல. உண்மையில் அது இழப்பும் அல்ல. மரணம் உறக்கத்தைப் போன்றது. மறதியைப் போன்றது. அது மிகவும் இனிமையானதொரு உறக்கம். உடல் மீண்டும் எழுந்திருக்க வேண்டியதில்லை. மனிதனை அழுத்தும் நினைவுகள் என்ற பெருஞ்சுமை தூக்கி எறியப்படுகிறது. தனிப்பட்ட உயிர்கள் என்ற தனிப்பட்ட துளிகள் கரைந்து அவற்றுக்குச் சொந்தமான மகத்தான கடலின் கம்பீரத்தை அவை பகிர்ந்து கொள்கின்றன.

"பாப்புஜி... நாங்கள் திரட்டியவற்றையெல்லாம் ஒப்படைத்து விட்டோம். கல்கத்தாவில் அமைதி திரும்பிக் கொண்டிருக்கிறது. நீங்கள் தயவுசெய்து உண்ணாநோன்பை முடித்துக் கொள்ளுங்கள்" அவர் அவர்களை கண்விழித்துப் பார்த்தார். தவறாக வழிநடத்தப்பட்டிருந்த இளைஞர்கள் சிலர் அவரிடம் மண்டியிட்டிருந்தனர். அவர்கள் தாங்கள் ஒப்படைத்திருந்த துப்பாக்கிகள், குண்டுகள், அரிவாள்கள், கத்திகள், உருட்டுக்கட்டைகள், கடப்பாரைகள், இரும்புக்கம்பிகள் நிறைந்த குவியலை அவரிடம் காட்டினர்.

இப்போது ஆட்டம் அவருடைய களத்துக்கு வந்திருந்தது.

"நான் விதித்த நிபந்தனைகள் முழுமையாக நிறைவேற்றப்படும் வரை என்னால் உண்ணாநோன்பைக் கைவிட முடியாது. வாழ வேண்டுமென்ற ஆசையில் எனது நோக்கம் நிறைவேறுவதற்கு முன்பாகவே உண்ணாநோன்பைக் கைவிடுவதென்பது கடவுளையே மறுப்பதற்குச் சமமாகும். எனவே நீங்கள் அனைவரும் மேலும் அதிக பற்றுடனும் உறுதியுடனும் அமைதிக்காகப் பணிபுரிய வேண்டும்."

அவை தங்களுக்குச் சொல்லப்பட்டவைகளாகக் கடவுளும் மனிதர்களும் தனித்தனியாக எண்ணிக்கொண்டனர்.

அன்று காலையிலிருந்து ஹைதாரி மாளிகை அதீத பரபரப்பிலிருந்தது. இந்து, முஸ்லிம், சீக்கிய மதங்களின் உயர் மட்டத் தலைவர்களும் நகரச் சூழலைக் கண்காணித்து வரும் ஊழியர்களும் கலந்து

சமர்க்களம் ✻ 111

பேசினர். இறுதியில் வகுப்பு நல்லிணக்கத்தைக் காப்பாற்றும் பொறுப்பைத் தாங்கள் கூட்டாக ஏற்பதாக அறிக்கையில் மும்மதத் தலைவர்களும் கையெழுத்திட்டனர்.

"நகரில் அமைதிக் குழுக்கள் அமைக்கப்பட்டுவிட்டன. அவர்கள் பேருந்துகளையும் லாரிகளையும் வாடகைக்கு அமர்த்திக்கொண்டு நகரம் முழுக்கச் சுற்றி வருகின்றனர்... டிராம் வண்டிகளுடன் பேருந்துப் போக்குவரத்தும் சீராக இயங்கத் தொடங்கிவிட்டது. சந்தைகள் திறக்கப்பட்டு கடைக்காரர்கள் வியாபாரத்தைத் தொடங்கிவிட்டனர். போலீஸார் முழுமையான ரோந்துப்பணியில் ஈடுபடுகின்றனர். அமைதியைச் சீர்குலைக்கும் எந்த நடவடிக்கையும் கடந்த 24 மணி நேரத்தில் நிகழவில்லை. முழு ஊரடங்கு உத்தரவு இனி இரவு நேரத்துக்கு மட்டுமே அமலாக்கப்படும்" என்றார் ராஜாஜி. அவர் பாதிக்கப்பட்ட பகுதிகளில் போலிஸ் கமிஷனருடன் நேரடி ஆய்வு செய்துவிட்டுத் திரும்பியிருந்தார். அவர் கூறியதை காங்கிரஸ் தலைவர் ஆச்சார்ய கிருபளானியும், மேற்கு வங்காளப் பிரதமர் பி.சி.கோஷ் உள்ளிட்ட தலைவர்களும் வழிமொழிந்தனர்.

அவர் முகத்தில் அமைதி மிக மென்மையாகப் பரவியது.

ஈஸ்வர அல்லா தேரே நாம்

சப் கோ சன்மதி தே பகவான்

பாடலொலிக்கு அவர் கைகள் களைப்பையும் மீறித் தாளமிட்டன. மிக மெதுவாகப் பேசத் தொடங்கினார்.

"இந்தியா முழுமைக்கும் கல்கத்தா வழிகாட்ட வேண்டும். நமது எதிர்கால வாழ்வைத் தீர்மானிக்கும் இறைவனிடத்தில் நாம் இறுதியாகச் சரணடைய வேண்டும். அவர் மனிதர்களாகிய நம்மைத் தனது நோக்கங்களை நிறைவேற்றிக் கொள்வதற்கான கருவியாகப் பயன்படுத்திக் கொள்கிறார். எல்லாவற்றுக்கும் சாட்சியாக உள்ள கடவுளின் பெயரால் இந்த உண்ணாவிரதத்தை முடித்துக் கொள்கிறேன்."

'ராம்... ராம்...' அவருடைய உதடுகள் முணுமுணுத்தன.

ராமனின் உதடுகள் கூட முணுமுணுக்கத்தான் செய்தன. காந்தியாரே... வறுக்கும் சட்டியிலிருந்து நீங்கள் எரியும் நெருப்பில் விழ வேண்டியிருக்கும்...

எரியும் நெருப்பில் புடம் போட்ட பிறகுதானே உலோகம் சுத்தமாகும்... அவருடைய பொக்கையான வாயை மூடியிருந்த உதடுகளில் மென்நகை பூத்திருந்தது.

அதற்கடுத்த நாட்களில் வானம் தெளிந்திருந்தது. அவர் கல்கத்தா டில்லி விரைவு ரயிலின் மூன்றாம் வகுப்புப் பெட்டியில் தன் குழுவினரோடு ஏறிக் கொண்டார். கிட்டதட்ட இருபத்துநான்கு மணி நேரத்துக்கும் மேலான பயணம். தலைக்கு மேல் வேலைகள். கடிதங்களுக்குப் பதில் அனுப்ப வேண்டியிருந்தது. *ஹரிஜன்*- க்குக் கட்டுரைகளை எழுத வேண்டும். அதில் வெளியாக வேண்டிய மற்ற படைப்புகளைப் பார்வையிட்டு அவற்றை அகமதாபாத்தில் உள்ள அச்சகத்துக்கு அனுப்ப வேண்டும். பார்வையாளர்களைச் சந்திக்க வேண்டும்.

இவற்றுக்கிடையே அவரது உதடுகள் ஓயாமல் உச்சரித்துக் கொண்ட ஒலி 'ராம்... ராம்... ராம்...' என்றாகியது.

- காலச்சுவடு
ஆகஸ்ட் 2023

❁ ❁ ❁

06

உதிர்ந்த இலை

தடக்.... தடக்... தடக்...

இரயில் வண்டியின் ஒட்டுமொத்த சப்தம் வேறொன்றாக இருப்பினும், மூன்றாம் வகுப்புக்கென்று சில பிரத்யேக சப்தங்கள் உண்டு. அதன் நெரிசலும் பிதுங்கலும் கொதிக்கும் மரப்பலகை இருக்கைகளும் ரயிலின் போக்கோடு இணைந்துகொண்டாலும் சில சமயம் ரயிலின் சத்தமும் சில நேரம் ஆட்களின் சத்தமும் ஒன்றையொன்று விஞ்ச முனைந்தன. நானும் அம்மாதிரியான முயற்சியில்தான் ஈடுபட்டிருக்கிறேன் என்பதை உணர்வீர்களா மகாத்மா? ஆனால் என் முயற்சி வெற்றி பெறவில்லை. வெற்றிபெறாது என்று முன்கூட்டியே நான் தீர்மானித்தும் விட்டேன். எண்ணங்களின் விசை மூன்றாம் வகுப்புப் பெட்டியின் ஓசையை வெற்றி கொண்டுவிடுகிறது.

சில சமயங்களில் மறதியும் நல்லதுதான். ஆனால் நீங்கள் மறதியை விரும்பமாட்டீர்கள். ஒருமுறை நீங்கள் கூறியிருந்த நான்கு வேலைகளில் ஒன்றை மறந்துவிட்டேன். அதை உன்னிப்பாக நினைவில் வைத்துக்கொண்டு "நான்காவதாக நான் சொன்னதை உன் வசதியைக் கருதி மறந்துவிட்டதாக எண்ணிக் கொள்ளலாமா?" என்றீர்கள். ஆனால் அவ்வேலை எனக்கு உண்மையிலுமே மறந்திருந்தது. அதற்கு பதிலாகவும் யோசனையாகவும் நீங்கள் சொன்னது இப்போதும் நினைவிலிருக்கிறது. ஞாபகத்தில் இருத்திக் கொள்ள முடிந்தவற்றை மட்டும் மனதில் ஏற்றிக்கொள்ளுமாறும் நினைவில் வைத்துக்கொள்ள அதிகம் தேவைப்படாத விஷயங்களைக் குறிப்புகள் எடுத்துக்கொள்ளுமாறும் கூறினீர்கள். அப்படிச் செய்தால்தான் ஞாபகசக்தியைப் பேணி வளர்க்க முடியும்

என்றீர்கள். ஆனால் ஏதொன்றும் செய்யாமலேயே உங்களுடன் அனுபவப்பட்ட எல்லா விஷயங்களும் எனக்கு ஞாபகத்தில் இருந்து கொண்டேயிருக்கிறது. சொல்லப்போனால் என் அவஸ்தையே உங்களை எப்படி மறப்பது என்பதுதான். அதுவும் உங்கள் இறப்புக்குப் பிறகு அந்நினைவுகளெல்லாம் புது ஜனனம் கொண்டு என்னைச் சித்திரவதை செய்துகொண்டிருக்கிறது அண்ணலே.

நீங்கள் மூன்று குண்டுகளைத் தாங்கி நிலத்தில் சரிந்து உங்கள் வாழும் கடனைக் கழித்துவிட்டீர்கள். ஆனால் நீங்கள் விட்டுச்சென்ற கடமைகள் செயல்களாகுமா என்ற சந்தேகம் எங்களைப் போலவே உங்களுக்கும் இருந்திருக்க வேண்டும். அதனால்தான் உங்கள் இறுதி யாத்திரையை நவகாளிக்குச் செல்வதிலிருந்தே துவங்கிவிட்டீர்கள். அப்போதெல்லாம் கூட்டத்திலிருந்தாலும் மிகுந்த தனிமையுணர்வு கொண்டிருந்தீர்கள். நினைத்திருந்தால் கடவுள் பற்றுள்ள நீங்கள் ஹிமாலயத்திலுள்ள குகைக்கு ஓடியிருக்கலாம். கடவுளை நான் மட்டும் தனிமையில் காண முடியாது. மக்களோடு இருக்கவும், பணிபுரியவும் விரும்புகிறேன் என்று சொன்னவரல்லவா நீங்கள்? மக்கள் தொண்டின் மூலமாகக் கடவுளுக்குச் சேவை செய்யலாம் என்பதுதான் நீங்கள் கீதையிலிருந்து எடுத்துக்கொள்ளும் சாரமாக இருக்கலாம். ஆனால் அதையெல்லாம் விடுத்து இப்போது எங்கோ சென்றுவிட்டீர்களே அண்ணலே...

இப்போது கூட உங்களின் மெலிதான குரல் காற்றில் மிதந்து வந்து காதுகளில் ஒலிப்பதுபோலவே எனக்குத் தோன்றுகிறது. அது பற்களற்ற பொக்கைக்குள் புகுந்து காற்றைச் சுமந்துகொண்டு வரும் மெல்லியகுரல். உங்கள் தோற்றம் கூட எலும்புகள் கூடி எழுந்து நிற்பனபோல பலவீனமானதுதான். உங்களின் ஆளுமையை எண்ணி வருபவர்களுக்கு உங்களின் அரை நிர்வாண உடலும் எலும்புகள் வளைந்துவிட்டால் மொத்த உடலும் கொட்டிப் போய்விடும் போன்ற தோற்றமும் பெருத்த அதிர்வை உண்டாக்கிவிடும். ஆனால், உங்களைப் பார்த்துக் கொண்டிருக்கும்போதே அந்த எண்ணம் மறைந்து அழகான ஆங்கிலம் பேசும் மனிதரைக் கண்டுகொள்வார்கள். நகைச்சுவையான உங்கள் மொழியும் சதா சிரித்துக் கொண்டும் மக்களைப் பற்றி ஆழ்ந்த அபிமானத்துடன் பேசிக் கொண்டுமிருக்கும் மனிதர் புலப்படத் தொடங்குவார். அப்போது உங்கள் கண்களுக்கு ஒரு வசீகரத்தன்மை வந்துவிடும். நீங்கள் எழுதும்போதும் அவை மேலும் கூர்மையாகிவிடும். ஆனால்

உதிர்ந்த இலை ✲ 115

பின்னாட்களில் உங்கள் கண்கள் துயரம் தோய்ந்தவையாக மாறிவிட்டன. இராட்டையின் முன்னமர்ந்திருக்கும்போது கூட அவை ஏதோவொன்றை எண்ணி அலைபாய்வதை நான் கவனித்திருக்கிறேன். கண்கள் உங்கள் மனதைப் பிரதிபலிக்கின்றன. முன்பெல்லாம் நீங்கள் உறங்கும்போது அவை உள்ளடங்கலாக அதிகம் முட்டாததாக இருக்கும். உறக்கத்தில் மட்டுமல்ல, எந்தச் செயலிலும் ஆழ்ந்துபோகும் தன்மை உங்களுக்கிருக்கும். ஆனால் உங்களின் இறுதி நாட்கள் அப்படியாக இல்லை.

நீங்கள் மிகுந்த கவலையில் இருந்தீர்கள். உங்கள் உற்சாகம் குன்றியிருந்தது. நீங்கள் உற்சாகமாக இருந்த நாட்களிலும் உங்கள் அருகில் இருந்திருக்கிறேன். உங்களைச் சுற்றி எப்போதும் பெருங்கூட்டமிருக்கும். உங்களோடு தனித்து உரையாட நேரம் கிடைப்பது கடினமாக இருக்கும் என்றாலும் உங்களோடு யாரிருப்பினும் அவர்களோடு உங்களை முழுமையாக ஈடுபடுத்திக் கொள்ளும் அசாதாரணத் திறன் உங்களுக்கிருந்தது. ஒருமுறை உங்களிடம், பெரும்பாலான மக்கள் உங்களைப் பின்பற்றி நடக்கக்கூடிய அளவுக்கு அப்படியென்ன ஆற்றல் உள்ளது உங்களிடம் என்று கேட்டேன். அதற்கான உங்களுடைய பதில் இப்போதும் ஒலிக்கிறது எனக்கு. நீங்கள், இந்த தேசத்து மனிதன் என்னைப் பார்க்கின்றபோது நான் அவனைப் போல வாழ்ந்து வருவதை உணருகிறான். என்னையும் அவனில் ஒருவனாக மதிக்கிறான், என்றீர்கள். ஆனால், அதை விட நான் அறிந்துகொண்ட ஒன்றுண்டு. நீங்கள் எல்லோருக்கும் எளியவராக எவரும் எந்நேரத்திலும் அணுகக்கூடியவராக இருந்தீர்கள். மிகமிகச் சாதாரண மனிதன் மிகமிகச் சாதாரண வேண்டுகோளோடு வரும்போது அவன் கருத்துக்குச் செவிசாய்ப்பதையும் அவனோடு உரையாடுவதையும் நாட்டின் பிரதிநிதியாக வைஸ்ராயோடு பேச்சு வார்த்தையில் ஈடுபடுவதையும் நீங்கள் ஒன்றெனவே கருதிக்கொண்டீர்கள். உங்களை அதிகம் அறிந்திராதவர்க்கு நீங்கள் வாழ்க்கையை வெறுத்த உலகத்தைத் துறந்த அன்பில்லாத ஒருவர் என்ற கருத்துதான் ஏற்பட்டிருக்கும். ஆனால் நீங்கள் அப்படிப்பட்ட தன்மையுள்ளவர் அல்லர். எல்லாவற்றையும் எவ்வளவு தூரம் எளிமையாகச் செய்ய முடியுமோ அவ்வளவு தூரம் செய்ய வேண்டும் என்பதில் நம்பிக்கை கொண்டவர். ஏனெனில் வாழ்க்கையின் எளிமையான பொருள்கள்தாம் உண்மையில் சிறந்த பொருள்களைக் காட்டிலும் சிறந்தவை என்று கருதுபவர்.

நீங்கள் அப்படியொன்றும் அழகுள்ளவர் அல்ல. உங்கள் முகத்தை நீங்கள் கண்ணாடியில் பார்த்துக் கொள்வதில்லை, சவரம் செய்யும் நேரங்களில் கூட. ஆகாகான் மாளிகையில் கண்ணாடிகள் நிறையவே இருந்தன என்றீர்கள். இந்த உருவத்துக்கா மக்கள் இத்தனை மயங்கிப் போகிறார்கள் என்று நகைத்தது இன்றும் நினைவிலிருக்கிறது. உங்கள் தோற்றத்திலும் கூட மிடுக்கோ அதிகாரத்தோரணையோ கிடையாது. இயல்பான பேச்சுத்திறனும் உங்களிடமில்லை. ஆனால் உங்களை நீங்களே உருவாக்கிக் கொண்டீர்கள். ஒரு சிறுவன் கூட உங்களை ஒரு தட்டுத்தட்டி தள்ளிவிட முடியும் என்பீர்கள். ஆனால் உங்கள் பலமற்ற உடலில் பயமின்மை உறுதியாக நிலைப்பெற்றிருந்தது. அதை நீங்கள் கடவுள் என்றும் உள்ளுணர்வு என்றும் வரையறுத்துக்கொண்டீர்கள். நீங்கள் ஒருமுறை இந்த உலகமே எனக்கு எதிரானாலும், என் பலத்தில் நான் தனித்து நிற்பேன் என்று கூறியதை இன்றும் நான் நினைத்துக்கொள்கிறேன் அண்ணலே. அதை நீங்கள் உங்கள் ஆடையை முடிவு செய்த விதத்திலிருந்து கூட அறிந்துகொள்ளலாம். நீங்கள் அரசரை காணச் செல்லும்போது கூட அரையில் முழம் வேட்டி கட்டிக் கொள்வதைத்தானே விரும்பினீர்கள். பக்கிங்ஹாம் அரண்மனையில் அரசரிடம், இந்தியா எப்படி இருக்கிறது என்பதை என்னைப் பார்த்தே அறிந்துகொள்ளுங்கள் என்றீர்கள்.

உங்கள் நடைமுறை வாழ்க்கை கூட அப்படித்தான். எளிமையாக இருந்தாலும் கடினமாக இருந்தது என்றுதான் கூறுவேன். சபர்மதி ஆசிரமம் மிகவும் எளிய முறையில் எந்தவிதமான கலையுணர்வும் ஆடம்பரமுமின்றி கட்டப்பட்ட குடிசைகளின் தொகுப்பாகத்தானிருந்தது. வெளித் தாழ்வாரத்தையும், உள்ளே சிறிய அறையையும் கொண்ட உங்கள் மண்குடிசையில் என் நினைவிற்கு எட்டியவரை இருந்த ஒரே படம் இயேசுவினுடையதுதான். அதற்கடியில் 'அவர் நமது அமைதி' என்ற குறிப்பிருந்தது. ஆசிரமத்தில் சமைக்கவும் பெருக்கவும் துப்புரவு செய்யவும் கழிவறையைச் சுத்தம் செய்யவுமாக உங்கள் நேரத்தை வீணாக்கிக் கொள்கிறீர்களோ என்று எனக்குத் தோன்றியிருக்கிறது. ஆனால் நீங்கள் பல துறைகளையும் முயன்று பார்ப்பவர். எப்பணியையும் அருவருப்பின்றி செய்யக்கூடியவர். ஆசிரமத்திலிருந்துதான் நாங்கள் தீண்டாமை ஒழிப்பு, கையினால் நூல் நூற்றல், கிராமப் பொருளாதாரம், ஆதாரக்கல்வி என அத்தனைக்குமான விதைகளை எடுத்துக்கொண்டோம். வார்தாவிலும் இவை தொடர்ந்தன. இவ்வழிமுறைகள்தான் உங்களைப் புறக்கணிக்கப்பட்ட பாமர

மக்களோடு இணைத்திருக்கலாம். இம்மாதிரியான சமூக நலப்பணிகள்தான் அந்நியரது ஆட்சிக்கு எளிதில் இரையாவதற்குக் காரணமாக இருந்த மக்களது மனோபாவங்களை மாற்றக்கூடிய சாதனங்களாகவும் வேலைகளாகவும் நீங்கள் கருதியிருக்கக் கூடும். சமுதாயத்தின் முன்னேற்றம் என்பது தனிமனிதனின் முன்னேற்றத்தை அடிப்படையாகக் கொண்டது என்றீர்கள்.

இந்த தேசத்திற்கு உங்கள் வாழ்நாளுக்குள் விடுதலையைப் பெற்றுத்தர வேண்டுமென்று நீங்கள் செய்துகொண்ட முடிவையொட்டி உங்கள் வாழ்வை அமைத்துக்கொண்டீர்கள். அதனாலேயே தேவைக்கு மீறிய சகிப்புத்தன்மையுடன் வேலை செய்தீர்கள். அதேநேரம் நீங்கள் சாதுவும் அல்ல. உங்களால் முட்டாள்களைப் பொறுத்துக்கொள்ள முடியாது. உங்களைப்போலவே மற்றவரையும் கருதினீர்கள். நம்பிக்கை வைத்தீர்கள். அது அதிகப்படியான நம்பிக்கையும் கூட. போலவே அதிகப்படியான பாசத்தையும் கொட்டினீர்கள். நாங்களோ சிறு பாத்திரங்களையே கையில் ஏந்தியிருந்தோம். அதில் ஏற்கெனவே சுயதேவைகளையும் விருப்புவெறுப்புகளையும் கோபதாபங்களையும் நிரப்பிக் கொண்டிருந்ததால் அது விரைவிலேயே நிரம்பி விட, திருப்தியற்றவர்களாக இருந்தோம். சபர்மதி ஆற்றின் ஒரு கரையில் உங்களின் எளிய ஆசிரமமும், முரணாக மறுகரையில் ஆங்கிலேயர்களால் கொண்டு வரப்பட்ட அகமதாபாத் மில்கள் நிறைந்த தொழில் வளமும் அமைந்திருந்தது. உங்கள் வாழ்விலும் இப்படியான நிறைய முரண்களுண்டு. ஒரு துறவியைப் போல ஒட்டாதவராகவும் பற்றற்றவராகவும் இருக்கும் நீங்கள் பெரும் பணக்காரரான பிர்லாவை உங்கள் மகனாகவே பாவித்தீர்கள். உங்கள் நிலைப்பாடு எப்போதும் ஒரு நிலையில் இருப்பதில்லையோ என தோன்றுகிறது. எந்த நேரத்தில் எது சரியென்று படுகிறதோ அதைச் செய்வதுதான் நேர்மையின் வழி என்பீர்கள். அதனால்தான் சபர்மதி ஆசிரமத்தில் கன்றுக்குட்டியின் துன்பத்தைக் காணச் சகியாமல் அதற்கு விடுதலையளிக்க முடிவு செய்தீர்கள். அகிம்சையை போதிக்கும் ஒருவர் கன்றின் உயிரைக் கொல்வதா என்று சர்ச்சைகள் எழுந்தன. பயமுறுத்தல் கடிதங்கள் கூட வந்தன. ஒரு ஜைன நண்பர் தன்னுடைய கடிதத்தில் "காந்தி! நீங்கள் ஏதுமறியா கன்றுக்குட்டியைக் கொன்று விட்டீர்கள். அதற்குப் பதிலாக உங்களை நான் கொல்லாவிடில் நான் ஒரு ஜைனனே அல்ல... என்று எழுதி அனுப்பியிருந்தார். நீங்கள் வாய்விட்டு வெகுநேரம் சிரித்தீர்கள். உங்களின் இறுதிக்

காலங்களில் நீங்கள் அவ்வாறு சிரிப்பதேயில்லை. வாழ்க்கையும் கடமைகளுள் ஒன்றாகிவிட்டதைப் போலிருந்தது. நூற்று இருபத்தைந்து வருடங்கள் வாழ வேண்டும் என்று கூறி வந்தவர் சாவின் நிழலுக்கு ஏங்கத் தொடங்கியிருந்தீர்கள்.

நீங்கள் மூடக்கொள்கையாளர் அல்லர் என்றாலும் உங்களுடைய கருத்தைச் சரியென்று நம்பினீர்கள். போலவே, உங்கள் வழி நடப்பவர்கள் சரியானதைத்தான் செய்ய வேண்டுமென்று விரும்பினீர்கள். ஆக, உங்கள் பேச்சைக் கேட்பதைத் தவிர அவர்களுக்கு வேறு ஒரு மார்க்கம் இருக்கலாகாது. ஆனால் உங்கள் மார்க்கம் வெற்றிக்கான வழியென்பதைச் சுதந்திரம் பெற்றுத் தந்ததன் மூலம் நிரூபித்துவிட்டீர்கள். உங்களுடைய ஒற்றை வார்த்தைக்காக நாடு காத்துக் கிடந்ததை நீங்கள் பெரிதாகக் கருதிக்கொள்ளவில்லை. அதேசமயம் மாபெரும் ஒற்றை சக்தியாய் உருக்கொண்டிருந்த நீங்கள் பெரும்பாரமாய் மாறிப் போய்விட்டது காலத்தின் கோலமா? பஞ்சாப் பிரிவினைக்குப் பிறகு பெருங்கொடுமைக்கு ஆளாகிய டில்லியை, பாகிஸ்தான் தவறு செய்துகொண்டிருக்கிறது என்பதற்காக நீங்கள் தவறு செய்வீர்களானால் இரண்டு தவறுகளும் சேர்ந்து ஒரு சரி ஆகிவிடுமா? இந்த அர்த்தமற்ற செயல்களையெல்லாம் நிறுத்திவிடுங்கள். எல்லா முகமதியர்களும் இந்தியர்கள். உங்களது சகோதரர்கள். அவர்கள் நீண்டகாலமாக இங்கு வாழ்ந்து வருபவர்கள். ஆகையால் அவர்களை எவ்விதத் தொந்தரவுகளுக்கும் ஆளாக்கக் கூடாது. சுடுவது, கொல்வது ஆகிய எல்லாவற்றையும் நிறுத்த வேண்டுமென்று நீங்கள் கூறியபோது தேவையற்ற சுமையாகிப் போனதை நீங்கள் உணர்ந்திருப்பீர்கள் அண்ணலே. ஆனால் அதை வெளிக்காட்டிக் கொள்ளவில்லை.

ஏதோ ஒரு குழந்தை வீறிட்டு அலறியது. நெரிசலில் பயந்திருக்க வேண்டும். ரயில் ஓடிக்கொண்டிருந்தது. அப்போதுதான் நிறுத்தத்தை கடந்திருக்க வேண்டும். அங்கு நிற்கவில்லையா அல்லது நின்று விட்டுத்தான் கிளம்புகிறதா என்று உணர்வெல்லாம் எனக்கில்லை. நீங்கள் இருந்திருப்பின், ரயில் நிறுத்தத்தில் காத்துக்கிடக்கும் ஏராளமானோர் இந்நேரம் என் கவனத்தைக் கலைத்திருக்கலாம். நீங்களே இல்லாதபோது எந்தக் கூட்டம் எங்களைத் தேடி வரும் மகாத்மா? யாரோ ஒருவர் என் கண்களிலிருந்து வழிந்த நீரைக் கண்டு மனம் இரங்கியிருக்க வேண்டும். என் கண் முன்னே நீண்ட ரொட்டியை வாங்கி

வைத்துக்கொண்டேன். ஒருமுறை ஆசிரமத்தில் என் வேலையில் ஏற்பட்ட தவறுக்காக நீங்கள் என்னைக் கடுமையாக நடத்தினீர்கள். அன்றும் இதுபோலவே எனக்குக் கண்ணீர் வந்துவிட்டது. நீங்களோ "உன் கண்ணீருக்கு நான் இரங்கமாட்டேன். ஏனெனில் கண்ணீர் கோபத்தின் அறிகுறியே தவிர வருத்தத்தின் அறிகுறி அல்ல. கோபத்தையும் வருத்தத்தையும் மயிரிழைக் கோடுதான் இனம் பிரிக்கிறது" என்றீர்கள். நீங்கள் கடுமையாக நடந்துகொண்ட நேரங்கள் அனைத்திலும் நான் பொறுமையை இழந்திருக்கிறேன். நீங்களும்தான். ஆனால் பொறுமையை இழந்துவிட்டோம் என்பதைப் பகிரங்கமாக ஒப்புக்கொள்ளக்கூடிய அளவுக்குப் பெருந்தன்மை வாய்ந்தவராக நீங்கள் இருந்தீர்கள்.

என் காதுகளுக்குள் மெல்லிய குரலில் நீங்கள் கிசுகிசுக்கிறீர்கள். "குழப்பத்திலிருக்கும்போதும் உன்னைற பற்றிய எண்ணங்கள் உன் உள்ளத்தை நிறைக்கும்போதும் நீ அறிந்தவர்களில் மிகுந்த ஏழ்மையில் இருக்கும் மிக எளியவனின் முகத்தை நினைத்துப் பார். அடுத்து நீ என்ன செய்யவேண்டும் என்று நினைத்திருக்கிறாயோ அது அவனுக்குப் பயன்படுமா என்று உன்னையே கேட்டுக் கொள். அதனால் அவனுக்கு நன்மை ஏதேனும் ஏற்படுமா? தனது வாழ்க்கையையும் விதியையும் தீர்மானித்துக் கொள்ளும் உரிமையை அவனுக்கு அது பெற்றுத் தருமா? என்றெல்லாம் கேள்விகள் எழுப்பிக் கொள்ளும்போது அதில் நம் குழப்பங்களும் தன்னுணர்வும் கரைந்து போய்விடும்."

இவற்றையெல்லாம் உங்களுக்குள் பரிசோதித்துக் கொண்ட பிறகே கூறியிருப்பீர்கள். அதனால்தான் உங்கள் செயல்கள் தெளிவாகவும் குழப்பமின்றியும் இருந்தன. ஆனால் இறுதி நாட்களில் நீங்கள் சற்றுத் தெளிவற்று இருந்தீர்கள். ஒரு தரப்பினரின் மோசமான நடவடிக்கைகள் மற்றொரு தரப்பின் எதிர் நடவடிக்கைகளை எந்த விதத்திலும் நியாயப்படுத்தாது. முஸ்லிம்லீக் கட்சியை மதப்பிரிவினைவாத சக்தி என்று சொல்லும் காங்கிரசும் அதே செயலில் தானே ஈடுபடுகிறது என்ற உங்களின் தெளிவான சிந்தனை உங்களை இந்துக்களுக்கு விரோதியாக்கிவிட்டது.

1947ஆம் வருஷம் ஆகஸ்ட் மாதத்தின் அந்த நள்ளிரவில் வாழ்த்து கோஷங்கள், ஒளிரும் விளக்குகள், பண்டிதநேருவின் உணர்ச்சி மிக்க உரை எனப் பல காலமாகச் சுதந்திரத்தை நோக்கித் தவித்துக் கொண்டிருந்த இந்தியாவின் ஆன்மா கொண்டாட்டமாகத் தன்னை வெளிப்படுத்திக் கொண்டிருந்தது.

ஒன்றுபட்ட இந்தியா தனித்தனியான இரு சுதந்திர நாடுகளாகப் பிரிந்திருந்தன. இந்தியாவைச் சேர்ந்த மாகாணங்களிலும் டில்லியிலும் லட்சக்கணக்கான பொதுமக்கள் இந்தியாவின் சுதந்திரக்கொடியை ஏற்றி வணக்கம் செய்தனர். கிராமங்களிலும் நகரங்களிலும் வீடுதோறும் கொடிகளாலும் தோரணங்களாலும் மின்சார விளக்குகளாலும் அலங்காரம் செய்திருந்தனர். ஆனால் அப்போது நீங்கள் கல்கத்தாவின் இருண்ட மனங்களுக்கிடையே ஒளியூட்ட முயன்று கொண்டிருந்தீர்கள். இதை ஜுலை மாதத்தில் நடந்த பிரார்த்தனைக் கூட்டத்திலேயே, நாம் அடையவிருக்கும் சுதந்திரத்தில் இந்தியா பாகிஸ்தான் மோதலுக்கான விதைகள் அடங்கியிருக்கின்றன. இதனை என்னால் ஒளியேற்றி கொண்டாடவியலாது... என்று நீங்கள் கூறியிருந்தீர்கள்.

உங்கள் முகத்தில் கூட ஒளி குறைந்திருந்தது. ஆனால் அது அன்றிலிருந்து தொடங்கியதல்ல. ஒருவேளை பாகிஸ்தான் என்ற தங்களின் தனிநாடு கோரிக்கையை வலுப்படுத்த முஸ்லிம்லீக் கட்சி நேரடி நடவடிக்கை நாளொன்றை அறிவித்தபோதே அது நிகழ்ந்திருக்கலாம். அன்று ஜின்னாவின் அழைப்பை ஏற்று முஸ்லிம்கள் பெரும்பான்மையாக உள்ள இடங்களில் நடந்த அணிவகுப்பு ஒரு கட்டத்தில் வன்முறையாக வெடித்தது. மாநில அரசாங்கத்தின் ஒத்துழைப்போடு, நேரடி நடவடிக்கை நாளை அனுசரிக்க வரும் லீகர்களுக்கு வழங்குவதற்கான உணவை சேகரித்துக் கொண்டதும் ஆயிரக்கணக்கான முரட்டு மனிதர்களை வரவழைத்ததும், எல்லாமே முன்திட்டம்தான். கல்கத்தாவில் இந்துக்களின் வீடுகளும் கடைகளும் சூறையாடப்பட்டன. ஏராளமானோர் கொல்லப்பட்டனர். அதையடுத்து இந்து மகாசபை இயக்கம் உள்ளிட்ட இந்துத்துவ அமைப்புகளும் இது போன்ற வன்முறை வெறியாட்டத்தில் ஈடுபட்டபோது நீங்கள் துவண்டு போனீர்கள். கல்கத்தாவில் கொல்லப்பட்ட முஸ்லிம்களுக்கான பழி வாங்கும் நடவடிக்கையாக வங்கத்தின் நவகாளி பகுதியில் இந்துக்கள் மீது தாக்குதல் நடந்தபோது காலமெல்லாம் இந்து முஸ்லிம் ஒற்றுமைக்காக உழைத்ததெல்லாம் வீணாகப்போனதன் வலி உங்கள் முகத்தில் தென்படத் தொடங்கியது.

நீங்கள் செல்ல வேண்டிய இடம் நவகாளி என்று நீங்கள் முடிவு செய்து கொண்டதுதான் புறவுலகிற்குத் தெரியும். ஆனால் அது உங்களுக்கான இறுதி யாத்திரை என்பதை முடிவு செய்துகொண்டதைப் போன்ற அதிதீவிரத்தன்மை

உங்களுக்குள் குடிகொண்டது. அக்டோபர் இறுதியில் நீங்கள் தொண்டர்களோடு கல்கத்தா வந்தபோது நகரே சுடுகாடு போன்றிருந்தது. நீங்கள் அங்கிருக்கும்போதே பெரும்பான்மை இந்துக்கள் சிறுபான்மையினரான முஸ்லிம்கள் மீது ஏவிய வன்முறை உங்கள் காதுகளுக்கு வந்து சேர்ந்தது. இத்தனைக்கும் பீகாரில் காங்கிரஸ் ஆட்சி நடந்து கொண்டிருந்தது. மாறாத வலியை விழுங்கிக்கொண்டு பிரம்மபுத்திராவின் படுகையில் அமைந்த சதுப்பான பகுதிக்குப் பயணப்படுகிறீர்கள். அப்போது உங்கள் வயது எழுபத்தேழு இருக்கலாம். முடிந்தவரை முஸ்லிம்கள் வீட்டிலேயே தங்கிக் கொண்டீர்கள். நீங்கள் நடத்திய கூட்டங்களில் முஸ்லிம்கள் கலந்துகொண்டாலும் பின்னாளில் தலைவர்களின் அச்சுறுத்தல்கள் காரணமாகக் கூட்டம் குறையத் தொடங்கியது.

ஆனாலும், நீங்கள் நம்பிக்கை இழக்கவில்லை. நீங்கள் செல்லுமிடங்களில் உங்களுக்கு எதிர்ப்பும் வரவேற்பும் கிடைத்தன. நீங்கள் தங்கியிருந்த வீட்டை முஸ்லீம் கலகக்காரர்கள் தாக்கினார்கள். கண்ணாடிக் கதவுகள் சேதமடைந்தன. மேசை நாற்காலிகளின் கைகால்கள் துண்டுதுண்டாகின. சற்றும் அச்சப்படாத நீங்கள், வங்காள மக்கள் சாதுவானவர்கள். அதனால்தான் என்னைக் கொல்லாமல் பொருட்களை மட்டும் சேதப்படுத்திவிட்டுச் சென்று விட்டனர். ஆனால் அவற்றில் ஒன்றுகூட எனக்குச் சொந்தமில்லை என்பது அவர்களுக்குத் தெரியாது, என்றீர்களாம். சபர்மதியை ஒரே நாளில் கலைத்துவிட்டுச் செல்வதற்கான நெஞ்சுரம் கொண்டவருக்கு இவையெல்லாம் எம்மாத்திரம்? அந்த உறுதிதான் கடுங்குளிர்காலத்தில் அந்தச் சேற்று நிலத்தில் வெற்றுக்கால்களுடன் நடக்க வைத்தது. கற்கள் முட்களைப் போலக் குத்தியிருக்கும். ஆனால், அதைவிடப் பெருவலியைத் தாங்க வேண்டிய நிர்ப்பந்தங்கள் உங்களுக்கிருந்தன. நீங்கள் உபதேசித்த அகிம்சா நெறியைப் பின்பற்றி கால் நூற்றாண்டாக வேலை செய்து வந்த காங்கிரஸ் மகாசபை மாகாணத் தேர்தலுக்குப் பிறகு கிடைத்த பதவி மயக்கத்தில் சேவாஉணர்ச்சியும் கட்டுப்பாடும் மறைந்து பொருளுக்காகவும் அதிகாரத்திற்காகவும் தவறான காரியங்கள் செய்து வருவதை நீங்கள் கேள்வியுற்றிருந்தீர்கள். காங்கிரஸ் பின்பற்றி வந்த உன்னதமான லட்சியங்கள் அத்தனை சீக்கிரத்தில் மறைந்து வருவதையும் நீங்கள் பொறுத்துக்கொண்டீர்கள்.

'தடக்... தடக்... தடக்...' ஒலி அதிகமானபோதுதான் ரயில் நின்று கிளம்பி வேகமெடுப்பதையும் நான் இறங்க வேண்டிய

இடம் நெருங்கி வருவதையும் உணர்கிறேன். நெரிசல் குறைந்து வெளிக்காற்று முகத்தில் வீசியபோது பசியுணர்வு எழும்ப, ரொட்டியை எடுத்துக் கடித்தேன். நான் உண்பதை, அதைக் கொடுத்தவர் கவனித்திருக்க வேண்டும். இன்னொன்றை எடுத்து நீட்டியபோது நான் மறுக்காமல் வாங்கிக்கொள்கிறேன் பாப்பு... ரயில் பயணத்தில் ஒருமுறை உங்கள் உணவுக்காக அல்லாடியது நினைவுக்கு வருகிறது அண்ணலே. நீங்கள் வரும் சேதி அறிந்துகொண்டு ஒவ்வொரு நிறுத்தத்திலும் மக்கள் கூட்டம் நிரம்பி வழிந்தது. மகாத்மா காந்திக்கு ஜே! காந்தி வாழ்க! என்ற கோஷங்கள் காதைப் பிளந்தன. உங்களைக் காணும் ஆவலில் முண்டியடித்தவர்கள் உங்களைக் கண்டதும் உணர்ச்சியின் ததும்பலில் கண்ணீர் வடிப்பதும் ஹரிஜன நிதிக்காகப் பணம் கொடுப்பதும் பெண்கள் தங்கள் அணிகளை அளிப்பதும் சிலர் உங்களிடம் பணம் கொடுத்து கையெழுத்துப் பெற்றுக் கொள்வதுமாக உங்கள் பயணம் தொடர்ந்தது. இரு நிறுத்தங்களுக்கு நடுவே நீங்கள் கீழே படுத்து ஓய்வெடுத்துக் கொண்டீர்கள். சில சமயம் உறங்கியும் போனீர்கள். உங்கள் வயிறு குழைந்திருந்தது. அப்போதுதான் மதிய உணவு மாலை ஐந்தான பிறகும் வந்து சேரவில்லை என்பது நினைவுக்கு வர, எப்படியோ அடுத்த நிறுத்தத்தில் உங்கள் உணவை ஏற்பாடு செய்துவிட்டோம். தென்னாப்பிரிக்காவிலிருந்து வந்த பிறகு நீங்கள் நாடு முழுமைக்கும் இம்மாதிரியான பயணங்களை மேற்கொண்டு வெட்டவெளிகளுக்கு ஜீவன் உண்டாக்கினீர்கள். இப்போதும் என் கண்கள் இயல்பாக வெளியே ஆட்களைத் தேடுகின்றன. ஆனால் யாருமற்று வெறிச்சோடி கிடக்கும் வெளியில் காற்றுதான் மண்ணைத் தூற்றிக்கொண்டு வீசுகிறது.

அன்று நவகாளி ஜில்லாவில் கிராமம் தோறும் வீதிதோறும் வீடுதோறும் சென்று ஆறுதல் கூறியும் கூட்டங்கள் நடத்தியும் போதனை செய்தீர்கள். உங்கள் சுற்றுப்பயண விபரங்கள் முன்னரே அறிவிக்கப்பட்டதால் சிலர் நீங்கள் போகும் வழிகளில் ஆணிகளையும் கண்ணாடித்துண்டுகளையும் பதித்து வைத்தபோது நீங்கள் புண் நிறைந்த காலுடன், ஆண்டவன் என்னைப் பாதுகாத்தால் எவர் என்னை அழிக்க முடியும், என்றீர்கள். உங்கள் பேச்சு உரத்தகுரலில் முணுமுணுப்பது போலிருந்தது. உங்கள் உடல் அத்தனை தொய்வாக இருந்தது. உங்களுடன் வரும் இளம்பெண்களின் பாதுகாப்பு குறித்து மற்றவர்கள் அஞ்சியபோது லட்சக்கணக்கான இந்து பெண்களை தைரியமாக

இருக்கும்படி சொல்லிவிட்டு என் பேத்திகள் மட்டும் பாதுகாப்பாக இருக்கட்டும் என்று நினைப்பது சரியல்ல என்றீர்கள். நீங்கள் எப்போதும் உங்கள் குரலை உயர்த்துவதேயில்லை. ஆனால் அது ஊடுருவிச் செல்லும் சக்தி வாய்ந்த குரலாக இருந்துவிடுகிறது பாப்பு. பொதுக்கூட்டங்களிலோ பிரார்த்தனைக் கூட்டங்களிலோ நீங்கள் முன் கூட்டியே தயாரித்துக்கொள்ளாத உரையை உங்கள் உள்ளத்தின் தொனியிலிருந்து பேசுகிறீர்கள். அதனால்தான் அவை அமைதியாகவும் சக்தி வாய்ந்ததாகவும் இருந்தது. ஆனால் அதனை முதல் இரண்டு அல்லது மூன்று வரிசைகளுக்கு மேல் எட்டாத பலவீனமான குரல் என்கிறான் கௌர். ஆனந்த்கௌர். அவன் உங்கள் இறப்பிலிருந்தே ஆனந்தமாகத்தான் இருக்கிறான்.

நவகாளியில் முஸ்லிம்களிடம் பெற்ற எதிர்ப்பையும் அச்சுறுத்தலையும் பீகாரில் இந்து அமைப்புகளிடமிருந்து பெற்றீர்கள். நடந்த வன்முறைக்கு இந்துக்களைக் குற்றம்சாட்டக் கூடாது என்று எச்சரிக்கப்பட்டீர்கள். நீங்களோ, சக இந்துக்களின் தவறுக்கு நான் ஆதரவாக இருப்பேன் என்றால் நான் என்னை இந்துவாக அழைத்துக்கொள்ள அருகதையற்றவனாவேன் என்று பதிலளித்தீர்கள். உங்களுக்கு எதிராகத் தோன்றிய எதிர்ப்பு சக்திகளை நீங்கள் குறைவாக மதிப்பிடவில்லை. உங்கள் மீது நடந்த தாக்குதல்கள் தோல்வியுற்றபோது, எல்லாத் தடவைகளிலும் அவர்கள் தோற்றுக் கொண்டே இருக்கமாட்டார்கள் அல்லவா, என்றீர்கள். அப்போதும் நீங்கள் அமைதியாக இராட்டையில் நூல் நூற்றுக் கொண்டிருந்தீர்கள்.

அது ஒரு யக்ஞம். ஒரு யோகிக்கு மட்டுமே இவையெல்லாம் சாத்தியப்படும். உங்கள் தவத்தை மேலும் மேலும் கடுமையாக்கிக் கொண்டீர்கள். உங்கள் காரியங்களை கவனிக்க வந்தவர்களை ஆளுக்கொரு புறமாகச் சேவைக்கு அனுப்பிவிட்டீர்கள். தங்கள் வீட்டுக்கூரைகளின் மீது நின்றுகொண்டு நவகாளியில் இந்துக்கள் வெட்டி சாய்க்கப்படுகிறார்கள் என்றும் அவர்களைக் காக்க வேண்டும் என்றும் உரக்கக் கூவும் தைரியசாலிகள் நிறைந்த தேசத்தில் எங்களிடம் ஒரேயொரு காந்தி நீங்கள் மட்டுமே இருந்தீர்கள். உங்கள் அணுக்கத் தொண்டர்களின் தியாகம் நீங்கள் விதைத்த விதையின் வீரியத்தைச் சொன்னது. தண்டிக்கு அருகே காரடி என்ற கிராமத்தில் வாழ்ந்த உங்கள் சீடரொருவர் வரி கொடா இயக்கத்தில் பங்கேற்றமையால் அவரின் வீட்டையும் நிலங்களையும் ஆங்கில அரசு பிடுங்கிக்கொண்டது. இந்தியா

சுதந்திரம் பெறும்வரை தன் உடமைகளைத் திரும்பக் கோர மாட்டேன் என்று உறுதியிருந்தது அவரிடம். 1937இல் மும்பை ராஜதானியில் காங்கிரஸ் அரசு உருவானபோது முதல்வர் அவரிடம் கையகப்படுத்தப்பட்ட உடமைகளைத் திருப்பியளிக்கத் தயாராக இருந்தபோதும் அவர் தன் நிலையிலிருந்து மாறவில்லை. 1947இல் சுதந்திரம் கிடைத்த பிறகும் கூட அவருக்கு அதே நிலைப்பாடுதான். அவர் உங்களிடம் "நீங்கள் கனவு கண்ட சுதந்திரத்தை இந்தியா அடைந்துவிட்டதாக எண்ணுகிறீர்களா மகாத்மா?" என்றார். நீங்கள் "துரதிஷ்டவசமாக இல்லை என்றே கூற வேண்டும்" என்று பதிலுரைத்தீர்கள். அப்போது உங்கள் கண்களில் வலியின் சாயல் ஓடியது. சில அவநம்பிக்கைவாதிகள் அந்தச் சீடரிடம், நீங்கள் ஏற்கவில்லையென்றால் என்ன? உங்களுடைய மரணத்துக்குப் பிறகு உங்கள் மனைவியும் பிள்ளையும் அதை ஏற்றுக் கொள்ளத்தான் போகிறார்கள் என்றனர். "இப்படியொரு வாய்ப்பு உள்ளது என்பதை அறிந்திருந்ததால் நான் திருமணமே செய்து கொள்ளவில்லை" என்றார் அந்த மனிதர். இப்படியான மகத்தான சீடர்களை நாடு முழுமைக்கும் பெற்றிருந்த உங்களுக்கு எதிராகவும் ஒரு நிலைப்பாடு இருக்கத்தானே செய்தது?

என் நண்பர் கூறுகிறார், காந்தியை முழுவதும் நம்பமாட்டேன் என்று. இருப்பினும் அவரைப் பற்றி நினைக்கும் பொழுதெல்லாம் ஒருவித சமாதானத்தையும், ஒருவித சக்தியையும் அடைகிறேன் என்கிறார். மீராபென்னோ உங்கள் கண்களில் ஒளியைத் தவிர வேறு எதையும் பார்க்கவில்லை என்றார். பட்டேல் உங்களுடன் இணக்கமாவதற்கு முந்தைய நாட்களொன்றில் அவரும் மாவ்லங்கரும் சீட்டு விளையாடிக் கொண்டிருந்த அறைக்குள் நீங்கள் நுழைந்தபோது மாவ்லங்கர் எழுந்து கொள்கிறார். பட்டேல் ஏனென்று புருவம் உயர்த்த, அவர் "காந்தி வருகிறார். அதான் எழுந்தேன்" என்கிறார். பட்டேல், அதற்குப் பதிலாக இந்த விளையாட்டைக் கவனித்தால் நீங்கள் எவ்வளவோ கற்றுக்கொள்ளலாம். அவரிடம் உள்ள யாவும் முழு முட்டாள்தனமான கொள்கைகள் என்றாராம். இத்தனைக்கும் நீங்கள் அப்போது தென்னாப்பிரிக்காவில் உங்களை நிரூபித்திருந்தீர்கள். நீங்கள் இந்தியாவிற்கு வந்தவுடன் கோகலேயை காணச் சென்றீர்கள். கோகலேயின் இந்திய சமுதாயச்சேவை சங்கத்தில் சில காலம் பயிற்சியாளராகப் பணி செய்வது என்று முடிவாயிற்று. அங்கு நீங்கள் கழிப்பறையைச் சுத்தம் செய்து கொண்டிருந்தபோது உங்களைச் சுட்டிக்காட்டி

"உங்களின் இந்தப் புதிய சீடரைப் பற்றி என்ன நினைக்கிறீர்கள்?" என்று கோகலேயிடம் கேள்வி எழுப்பட்டபோது அவர் நாமெல்லாம் போன பிறகு அவரே இந்தியாவின் தலைவராக வரப்போகிறார் என்றாராம்.

ஆனால், நீங்கள் சிலவற்றில் தடுமாறித்தான் போனீர்கள். தனிநாடு கோரிய முஸ்லிம்களை உங்களால் வெற்றி காண முடியவில்லை. தவிர்க்கவியலாத நிலை உருவாகி வருவதை நீங்கள் உணர்ந்திருந்தீர்கள். வாழ்நாள் முழுவதும் சுதந்திரத்திற்காகப் பாடுபட்டதன் பலன் முடிவில் துண்டாடப்படாத இந்திய விடுதலையாக விடியப்போவதில்லை என்று அழுத்தும் இதயச்சுமையை சமாளித்துக்கொண்டு பிரிவினையால் தீர்வு காணாமல் விடப்பட்ட பூசல்களைக் கூடச் சமாதான முறையிலேயே அணுகினீர்கள். உங்கள் வழிமுறைகள் சுலபமானதல்ல. ஆனால் உங்கள் கொள்கை எப்போதும் சமாதானத்தைப் புறக்கணிக்காததாகவே இருந்தது. உங்களது ஆழ்ந்த கருத்து வெறும் அரசியலைப் பற்றியதாக மட்டும் இருக்கவில்லை. காங்கிரஸ் மகாசபையைச் சேர்ந்தவர்கள் உங்களிடம் மன வேறுபாடு கொண்டிருந்த சமயத்தில் நீங்கள் "என்னைத் தலைவனாகத் தேர்ந்தெடுப்பதும் எடுக்காததும் உங்களைப் பொறுத்தது. நீங்கள் விரும்பும்போது என்னை வெளியில் தள்ளுவதும் கூட உங்களைப் பொறுத்ததுதான். நீங்கள் விரும்பினால் என் தலையை வெட்டிவிடுவதும் கூட உங்களைப் பொறுத்தேதான் உள்ளது. ஆனால் நான் உங்களுக்குத் தலைவனாக இருக்கும்வரை இத்தகைய கட்டுப்பாட்டு விதிகள் இருக்கத்தான் செய்யும்" என்றீர்கள். மிக எளிமையும் மிக மரியாதையும் எஃகு போன்ற உறுதியான கொள்கைப் பிடிப்பும் கொண்ட விசித்திரமான உத்தரவுகள் உங்களிடமிருந்து வந்து கொண்டேயிருந்தன. பிரிட்டிஷாரின் உறவோடும் துணையோடும் முழுச் சுதந்திரம் பெற முடியும் என்றபோது அவர்கள் உங்களை மதிப்பு வாய்ந்த அரைப்பயித்தியம் என்று கூட எண்ணினர்.

அன்று உங்களுடன் நடைப்பயிற்சி முடித்துவிட்டுத் திரும்பியபோது நீங்கள் சிறிதும் பெரிதுமாகக் கற்களைப் பொறுக்கிக் கொண்டீர்கள். ஆச்சர்யப்பட்டு வினவியபோது இங்கிருக்கும் வயலுக்குக் குறுக்கே முக்கியமான பாதை வரைக்கும் இணைப்புப்பாதை அமைக்க வேண்டியுள்ளது. ஒப்பந்தக்காரருக்குச் சாமான்களுக்கும் கூலிக்கும் பணம் கொடுக்க வேண்டியிருக்கும். நாம் சிறிதுசிறிதாகக் கற்களைச்

சேகரித்து வைத்தால் பாதிப் பணம் மிச்சமாகும் என்றீர்கள். நான் சற்று மிகையாக எண்ணுவதாக வேண்டுமானாலும் நினைத்துக் கொள்ளுங்கள்... இச்செயல், குடத்தில் நீரையள்ளிச் சென்று ஆற்றை நிரப்பும் முயற்சி என்றெண்ணிக் கொண்டேன். ஆனால் அதைத்தான் நீங்கள் திட்டமிட்டிருந்தீர்கள். சாதி, மதம், ஆண்டான்அடிமை சமூகம், சமஸ்தானம், மன்னராட்சி என்றெல்லாம் ஒழுங்கற்றுக் கிடந்த இந்தியச் சமுதாயத்தின் மீது வாகாக ஏறியமர்ந்து கொண்டிருக்கும் அந்நிய ஆட்சியை அகற்ற எத்தனை உறுதி தேவைப்பட்டிருக்கும் உங்களுக்கு? அதுவும் சாத்வீக முறையில். கடலில் இறங்கிவிட்ட பிறகு கரை எத்தனை தொலைவு என்பதை நீங்கள் கண்டுகொள்ளவேயில்லை அண்ணலே.

உங்கள் குறிக்கோளும் நீங்கள் அடையவிரும்பும் இலக்கும் தேசாபிமானிகள் நியாயமாக எண்ணுவதுதான். ஆனால் அதற்கு நீங்கள் கையாளும் முறை புதுமையானது, விந்தையானது. வெற்றிகரமானதும்கூட. உங்கள் நடவடிக்கைகள் யாரோ செய்த கொடுமைகளுக்காக யாரிடமோ போராடுவது போன்ற எண்ணத்தைக் கூட ஏற்படுத்தலாம். தீண்டாதாரிடமுள்ள குறைகளைக் களைந்து அவர்களை இந்து சமயத்திற்குக் கொண்டு வந்துவிட வேண்டும் என்று நீங்கள் விருப்பம் கொண்டீர்கள். அம்பேத்கரோ அவர்களைப் பாதுகாக்கத் தனிச்சமூக அமைப்பு வேண்டுமென்று விரும்பினார். இது உங்களுக்கு ஒழுக்க முறையில் தவறாகவும், அரசியல் முறையில் அபாயகரமாகவும் தோன்றிற்று. ஒரு திட்டத்தைப் பற்றியோ ஒரு கொள்கையைப் பற்றியோ முடிவெடுக்கும் விஷயத்தில் எவ்வித ஆடம்பர அலங்காரமுமின்றி மேலெழுந்த வாரியாகத் தர்க்கம் செய்யாமல் நீங்கள் நேரடியாக விஷயத்திற்கு வந்துவிடுவீர்கள்.

ஆனால் எல்லாமுமே உங்களின் கைகளை மீறிச் சென்று கொண்டிருந்தன. காங்கிரஸாருக்குக் கூட இப்போது நீங்கள் தேவையில்லாத பாரமாகப் போய்விட்டீர்கள். நாலாப்பக்கமும் வன்முறை வெறியாட்டம் போடும் இத்தருணத்தில் யாருமற்ற தனியனான, ஏழை முதியவனான நான் செய்யக்கூடியதுதான் என்ன? என் உயிரைத் தவிர தருவதற்கு இனி என்ன இருக்க முடியும்? உண்மையில் இறக்க வேண்டும் என்ற முடிவோடு நான் எந்த உண்ணாவிரதத்தையும் துவங்கியதில்லை. என் மனச்சுத்தியை மேம்படுத்தவும் பிறர் தம் தவறுகளைத் திருத்திக் கொள்ளவுமே

அதை அகிம்சையின் ஆயுதமாகப் பயன்படுத்தினேன். வெறுப்புணர்வு மண்டிக் கிடக்கும் இன்றைய என் மக்களை பார்க்கையில், இவ்வளவு காலமாக நான் உயர்த்திப் பிடித்த கொள்கைகள் மண்ணில் வீழ்ந்து மட்குவதை உணர்கிறேன். இவ்வளவு வன்மமும் குரூரமும் உள்ளுக்குள்ளேயே இத்தனை நாள் பதுங்கிக் கிடந்ததா? நேரம் வாய்த்தவுடன் அது மனிதகுல சாபமாக வெளிவந்துவிட்டதா? நான் வேண்டுவது சகோதரத்துவம் நாடும் அமைதிச்சூழலையே. அதற்கு விலை என் உயிரென்றால் அதுவும் சம்மதமே. செய் அல்லது செத்து வீழுங்கள் என்பதே இனி எனக்கான உபதேசம் என்று நீங்கள் வெதும்பியபோது உங்கள் கண்கள் ஒளி மங்கி ஜீவன் இழந்திருந்தது. கடவுளின் அனுக்கிரமம் இல்லாமல் ஒரு இலைகூட மரத்திலிருந்து விழாது என்பீர்கள் அடிக்கடி. இதுவும் கடவுளின் அனுக்கிரகம்தானா அண்ணலே?

ரயில் நின்றபோது காற்றும் நின்று போயிருந்தது. இரண்டாவது வட்டமேசை மாநாட்டின்போது சிம்லாவிலிருந்து கால்காவுக்குப் புறப்படுவதற்கான ரயில் தவறிவிட்டதால் வைஸ்ராய் உங்களுக்காக விசேட ரயிலை ஏற்பாடு செய்திருந்தார். புறப்படுவதற்கு முன்பு நீங்கள் ஆற்றிய உரையில், வட்டமேசை மாநாட்டிற்கு ஒற்றைப் பிரதிநிதியாக என்னைத் தேர்ந்தெடுத்ததன் மூலம் தேசம் என்மீது எவ்வளவு திடமான நம்பிக்கை வைத்திருக்கிறது என்பதை நான் அறிவேன் என்றீர்கள். நடப்புச் சூழலையும் நீங்கள் அறிந்தே வைத்திருந்தீர்கள். சுதந்திரத்திற்குச் சில வாரங்களுக்கு முன் கல்கத்தாவில் தங்கியிருந்த உங்களைச் சந்திப்பதற்காகத் தூதுவர் ஒருவர் வந்திருந்தார். அவரை நேருவும் பட்டேலும் தங்கள் விருப்பத்தைக் கோரும் கடிதத்துடன் உங்களிடம் அனுப்பி வைத்திருந்தனர். “நீங்கள் இந்திய தேசத்தின் தந்தை. இந்தியா சுதந்திரம் பெறும் தினத்தன்று நீங்கள் டில்லிக்கு வந்து எங்களை ஆசிர்வதிக்க வேண்டும் என்றிருந்தது அக்கடிதத்தின் வாசகங்கள்.

நீங்களோ, வங்காளம் எரிந்து கொண்டிருக்கிறது. இந்துக்களும் முஸ்லிம்களும் ஒருவரையொருவர் கொன்று குவித்துக் கொண்டிருக்கின்றனர். இருண்ட கல்கத்தாவில் ஒலிக்கும் அவர்களின் அழுகுரல்களை மறந்து நான் எங்ஙனம் ஒளியில் மிளிரும் டில்லிக்கு வர முடியும். தேவைப்பட்டால் என்னுயிரைக் கொடுத்தாவது இங்கு அமைதியையும் இணக்கத்தையும் ஏற்படுத்த வேண்டும் என்றீர்கள். உங்களின் கனமான இந்த வார்த்தைகளை ஏந்திக் கொண்டு புறப்பட எத்தனித்த அந்தத் தூதுவரை நீங்கள்

வழியனுப்ப மரத்தினடிக்கு வந்தீர்கள். அப்போது மரத்திலிருந்து காம்பை விடுத்த இலையொன்று கீழே விழ, நீங்கள் அதையெடுத்து அந்த அன்பரிடம் கொடுத்து "நண்பரே என்னிடம் அதிகாரமோ செல்வமோ ஏதுமில்லை. இந்த உலர்ந்த இலையை நேருவிடமும் படேலிடமும் எனது சுதந்திர தினப் பரிசாகக் கொடுத்துவிடுங்கள்" என்றீர்கள். நீங்கள் இதைச் சொன்னபோது அவ்வார்த்தைகளின் வலி அந்த அன்பரின் கண்களில் கண்ணீராக வழிந்தது. நீங்களோ, இறைவன் எத்தனை மகத்தானவன். உலர்ந்த இலையை அனுப்புவதில் அவருக்கு விருப்பமில்லை என்பதால் அதைக் கண்ணீரால் ஈரமாக்கி விட்டார் என்றீர்கள். இதைக் கூறும்போது உங்கள் முகம் சிரிப்பால் மலர்ந்திருந்தது. "பாருங்கள்... இந்த இலை இப்போது சிரிப்பால் மிளிர்கிறது. இதை அவர்களிடம் என் பரிசாகக் கொண்டு சேருங்கள்" என்றீர்கள்.

வெட்டவெளியில் எழுந்த காற்று கன்னத்தைக் கரையாக்கிவிட்டு என் கண்ணீரின் ஈரத்தை உலர்த்திவிட்டது பாப்பு... ஆனால் உள்ளத்தை என்னால் உங்களிடமிருந்து பிரித்தெடுக்க முடியவில்லை என்பதை நீங்களும் அறிவீர்கள் அல்லவா? என் உள்ளத்தில் எழும் நினைவுப்பதிவுகள் போல அன்று நீங்கள் கூறிய மொழிகளை உங்கள் குரல் பதிவுகளாக்கிக் கொண்டார்கள். "என்னைச் சுற்றிலும் உள்ள ஒவ்வொரு பொருளும் எப்போதும் மாறிக் கொண்டே இருக்கையில், மாற்றம் ஏதுமில்லாத ஒன்று, இந்த மாற்றங்களிலெல்லாம் ஊடுருவிப் பாய்ந்திருப்பதை நான் இலேசாக மங்கலாகக் காண்கிறேன். அது எல்லாவற்றிலும் ஊடுருவிச் சென்று உற்பத்தி செய்கிறது. கரைகிறது. மீண்டும் உற்பத்தி செய்கிறது..."

ஆம் அண்ணலே. மாற்றமில்லாதவொன்று, இந்த மாற்றங்களிலெல்லாம் கரைந்து மீண்டும் உற்பத்தி செய்கிறது. அது நீங்கள் விதைத்தது.

ரயில் வண்டி நான் இறங்க வேண்டிய நிறுத்தத்தைக் கடந்து சென்று விட்டது அண்ணலே. அடுத்த நிறுத்தத்தில் இறங்கி அதற்கான பயணக் கட்டணத்தைச் செலுத்த வேண்டுமென்று நான் எண்ணிக் கொள்கிறேன்.

- வல்லினம் இணைய இதழ்
மார்ச் 2021

07

ரொட்டியும் கல்லும்

அன்றைய தினம் இரண்டாம் உலகப்போரில் ஜப்பானியர்கள் நேசநாடுகளிடம் சரணடைந்த இரண்டாமாண்டு நினைவு நாளுக்கு முந்தைய நாள். பிரிட்டிஷ் இந்திய அரசாங்கத்தின் முன்னாள் சட்ட ஆலோசனை மன்றத்தின் உயர்ந்த விதானம் கொண்ட அவ்வரங்கு, விழாவுக்கான அலங்கரிப்பில் சிறப்பாக ஒளியூட்டப்பட்டிருந்தது. பிரிட்டிஷ் வைஸ்ராய்களின் படங்கள் இருந்த சட்டகங்களிலெல்லாம் தேசியக்கொடிகள் இடம் பெற்றிருந்தன. இந்தியப் பிரதிநிதிகள் அடங்கிய அரசியலமைப்புச் சபையின் விசேஷக் கூட்டத்திற்கு முன்னதாக இரவு பதினோரு மணிக்கு வந்தேமாதரம் பாடலுடன், சுதந்திரப்போரில் உயிர்த் தியாகம் செய்தவர்களுக்குச் செலுத்தப்பட்ட இரண்டு நிமிட அஞ்சலிக்குப் பிறகு விழா தொடங்கியிருந்தது. பாடலுக்கும் கொடி வழங்கலுக்குமிடையே நடந்த சொற்பொழிவுகளின் இறுதியில் சுதந்திர இந்தியாவின் முதல் பிரதமர் ஜவஹர்லால் நேரு உணர்ச்சிப்பூர்வமான உரையை நிகழ்த்தினார்.

பதினேழு ஆண்டுகளுக்கு முன்பும் இம்மாதிரியான கொண்டாட்ட நிகழ்வுகள் நடந்திருந்தது. அது தேசியவாதிகளின் கனவுகளுக்குத் தீவிர வேகம் கொடுப்பதோடு பிரிட்டிஷாரை அதிகாரத்தை கைவிட வற்புறுத்தும் நோக்கில் சுயராஜ்ஜியம் அல்லது முழுமையான சுதந்திரம் என்ற கோரிக்கையை முன் வைத்து லாகூரில் நடைபெற்ற காங்கிரஸ் வருடாந்திர மாநாட்டில் தீர்மானிக்கப்பட்டிருந்தது. அம்மாநாட்டில்தான் நேரு, காங்கிரஸ் தலைவராகத் தேர்ந்தெடுக்கப்பட்டிருந்தார். அறிவுத்திறனும் நாவன்மையும் அந்நிய விவகாரங்கள் குறித்த ஞானமும் இளைஞர்களைக் கவர்ந்திழுக்கும் ஆற்றலும் அவருக்கிருந்தன.

"நள்ளிரவைக் குறிக்கும் மணியடிக்கும்போது, உலகம் உறங்கும்போது, இந்தியா வாழ்வுக்கும் விடுதலைக்குமாக விழித்து உயிர்த்தெழும். இது வரலாற்றில் அபூர்வமாக மட்டுமே வரும் நேரம். பழமையிலிருந்து புதுமைக்கு அடியெடுத்து வைக்கும் நேரம், ஒரு யுகம் முடிந்த நேரம், நீண்டகாலமாக ஒடுக்கி வைக்கப்பட்டிருந்த தேசத்தின் ஆன்மா வாயைத் திறக்க, வாய் திறக்கும் வாய்ப்பைக் கண்ட நேரம்" உள்ளரங்கில் இவை நேருவால் பேசப்பட்டபோது வெளியே மக்கள் கட்டுக்கடங்காத உற்சாகத்திலிருந்தனர். அவர்கள் காவலை மீறி நாடாளுமன்றக் கட்டடத்தின் கதவுகளில் முற்றுகையிட, அந்தக் கனமான கதவுகள் வேறு வழியின்றி இழுத்து மூடப்பட்டன. நேரம் நகர்ந்து ஆகஸ்ட் மாதத்தின் பதினைந்தாம் தேதிக்குள் நுழைந்திருந்தது. அது 1947ஆம் வருடம்.

காந்தி தனது 'யங் இந்தியா' பத்திரிகையில் அந்த நாள் எவ்வாறு அனுசரிக்கப்பட வேண்டும் என்பதைப் பற்றி முன்பே விரிவாக எழுதியிருந்தார். தேசியக்கொடியேற்றத்துடன் தொடங்கும் அந்நாளின் பிற நேரத்தை நூல் நூற்பது, தீண்டாதாருக்குச் சேவை செய்தல், இந்து முஸ்லிம் ஒற்றுமை, மது விலக்குப்பணி என வகுத்துக்கொண்டு அவற்றைத் தனித்தனியாகவோ சேர்ந்தோ செய்ய வேண்டும். சுதந்திரமும், அவரவர் உழைப்பின் பலனை அவரவரே அனுபவிப்பதும் மக்களுடைய மாற்ற முடியாத உரிமை என்று உறுதி செய்துகொள்ளும் சபதத்தை அனைவரும் ஏற்க வேண்டுமென்றும் கூறியிருந்தார். அன்றைய தினம் பேருரைகளோ உபதேசங்களோ தேவைப்படவில்லை. மக்கள் பெருந்திரளாகச் சுதந்திர உறுதிமொழியை அமைதியாகவும் புனிதமாகவும் ஏற்றது பெரிதும் கிளர்ச்சியூட்டுவதாக இருந்தது. பதினேழு ஆண்டுகளாகக் கொண்டாடப்பட்டு வந்த அந்த தினம் ஆகஸ்ட் 15ஆம் தேதிக்குப் பதிலாக 1930 சனவரியின் கடைசி ஞாயிற்றுக்கிழமையான 26ஆம் தேதி அன்று தொடங்கியிருந்தது.

அப்போதுதான் முன்ஷி புத்தி பேதலித்து எங்கோ கிளம்பி விட்டதாக சொல்லிக் கொண்டனர் விப்திவாட் கிராமத்தார். மயோதி, புட்லி என்ற இரண்டு மனைவிகளும், ஆனந்தா என்ற ஒற்றை மகனும் அவனுக்குண்டு. தகப்பனைத் தேடுமளவுக்கு வளர்ந்திராத இளம் குழந்தை அவன். பம்பாய் மாகாணத்திலிருந்த அந்தச் சிறிய இடையர் கிராமத்திலிருந்து எதற்கோ அஞ்சி கிளம்பியிருக்க வேண்டும். அதற்கு முன்பாக

அவன் அதிகபட்சமாகப் பயணித்திருந்தது கிராமத்திலிருந்து நூறுமைல் தொலைவுக்குள்ளிருக்கும் ஆட்டுச்சந்தைக்குதான். கல்லும் கரளையுமாக நீண்டிருக்கும் சந்தைக்கான பாதையில் குத்துகுத்தாக முளைத்திருந்த புதர்களையும் சூரிய ஒளியில் தகிக்கும் வெட்டவெளியான நிலத்தையும் கடந்து செல்ல வேண்டியிருக்கும். அகன்றும் குறுகியும் செல்லும் பழக்கமில்லாத பாதைகளில் ஆடுகள் தவறிவிட வாய்ப்புண்டு. அவற்றை மந்தையாக இடையில் விட்டுவிட்டு இடையர்களும் வளர்ப்பு நாயும் முன்னும் பின்னுமாகப் பயணிக்க வேண்டும். நிலம் கீழிருந்து மேடாகி எழும்போது தொலைவுப் பார்வைக்கு ஆடுகள் திடீரென முளைத்தவை போலத் தோன்றும். நிலம் மேலிருந்து இறங்கும்போது சரிந்து கொண்டே இறங்கும் ஆடுகளை நரிகள் பிடித்துவிடலாம். மேட்டு நிலத்தில் இருந்த குட்டை மரமொன்றின் நிழலில் உணவு முடித்து இளைப்பாறிய சமயத்தில்தான் அவன் காந்தியை முதன்முதலாகப் பார்த்திருந்தான். அப்போது அந்தப் பகுதியில் அவர் சுற்றுப்பயணம் மேற்கொண்டிருந்தார். மோட்டாரிலிருந்து இறங்கி கிராமத்திற்குள் நடந்து சென்ற அவரை மக்கள் சூழ்ந்துகொண்டனர்.'மகாத்மாவுக்கு ஜே!' என்ற கோஷங்கள் மேட்டில் எதிரொலித்தன.

பின்னாளில் அவரின் கூட்டமொன்றுக்குச் சென்றிருக்கிறான். அப்போது அவர் இப்போதிருப்பதைப் போலன்றி இடையில் வேட்டியும் மேலே ஒரு சட்டையும் தலையில் குல்லாயும் அணிந்திருந்தார். அவரைக் காணும் வரை மகாத்மா காந்திக்கு ஜே! என்று ஆராதித்த சப்தங்கள் அவரைக் கண்டதும் நின்றிருந்தன. மக்கள் தன்னை நன்றாகப் பார்க்கும்படியாக, மேடையில் போடப்பட்டிருந்த நாற்காலியின் மீது அவர் அமர்ந்திருந்தார். கூட்டத்தில் எங்கிருந்தாவது சப்தம் எழும்பினால் அப்பக்கத்தை நோக்கி அமைதியாக இருக்கும்படி சைகை காட்டுவார். ஒத்துழையாமை குறித்து அவர் பிரச்சாரம் செய்த அந்தத் தருணத்தில் முன்ஷி தன் மனைவி மயோதியையும் அழைத்துச் சென்றிருந்தான். காந்தியின் கூட்டத்துக்குப் பெண்கள் வரத் தொடங்கியது ஒரு காரணமென்றாலும் ஆடுகளை மேய்ச்சலுக்கு அழைத்துச் செல்லும் அன்றாடப் பயணங்களுக்கு மத்தியில் இளம் மனைவியுடன் தனியாக இருபது மைல் தொலைவுக்குப் பயணம் செய்யும் வாய்ப்பை அவன் தவறவிட விரும்பவில்லை. கூட்ட நெரிசலில் காந்தியிடமிருந்து நெடுந்தொலைவுக்கு வந்துவிட்டதால் அவர் பேசுவதைக் கேட்க இயலவில்லை. ஆனால்

அதன் பிறகு ஊரே அதைப் பற்றிய பேச்சாகத்தானிருந்தது. பிரிட்டிஷ்காரனுடைய தொல்லையிலிருந்து இந்த மனிதர் நம்மைக் காப்பாற்றிவிடுவார் என்று கூறிக் கொண்டார்கள். தடித்த கதர் துணியை உடுத்திக் கொள்வதால் சுயராஜ்ஜியம் கிடைத்துவிடுமா என்று கூட்டத்தின்போது வக்கீலொருவர் காந்தியிடம் கேட்டாராம்.

"ஒவ்வொரு தனி மனிதனும் பொருளாதாரச் சுதந்திரம் பெற வேண்டும். அதுவே அவர்களைத் தைரியத்துடனும் சுயமரியாதையுடனும் வாழச் செய்யும். அதற்கு முதலில் கிராமப்பொருளாதாரம் உயர வேண்டும். அதே நேரம் சக்திக்கு மீறி முதலீடும் செய்து விடக்கூடாது. கூடவே பெண்கள் வீட்டிலிருந்தே அவ்வேலையைச் செய்ய வேண்டும். எவ்வளவு நூல் உற்பத்தி செய்தாலும் அவற்றைச் செலவு செய்து விட முடியும். இதை விடக் கதர் துணியை உடுத்திக்கொள்ள வேறு காரணங்கள் வேண்டுமா என்ன?" என்று பதிலளித்தாராம் காந்தி.

அவர் சுயநலத்திற்காகவும் வேறெந்தக் காரணத்திற்காகவும் மக்களையும் நாட்டையும் விட்டுக் கொடுக்கமாட்டார் என்றார்கள். அவரது பேச்சு கடுமையாகவும் உறுதியாகவும் மறுதலிக்க முடியாததாகவும் இருந்தது. அவனுடைய பேச்சும் மயோதியால் மறுதலிக்க முடியாமல்தானிருந்தது. சமீபகாலமாகத்தான் அவன் அப்படி நடந்து கொள்வதாக அவளுக்குத் தோன்றியது. முன்பெல்லாம் உறக்கத்துக்கு முன்பாக ஆண்கள், சாவடியில் கூடி வம்பளக்கும் நேரம் வரை கூட அவனால் பொறுமை காக்க முடியாது. ஆட்டுப்பட்டிக்கருகே ஒப்புக்குப் படுத்துவிட்டு மயோதியிடம் வந்துவிடுவான். முன்ஷியின் வயதான தாய்க்கு இவையெல்லாம் கேட்பதேயில்லை. அவள் பாயோடும் படுக்கையோடும் தொந்தரவின்றி ஒதுங்கிக் கொண்டுவிட்டாள். மயோதிக்கு அந்த அன்பெல்லாம் கனவோ என்று தோன்றியது இப்போது. அதிகாலையில் மேய்ச்சலுக்குத் துடிக்கும் ஆடுகளைக் கணவனோடு அனுப்பி விட்டு வயிறு நிறைந்த திருப்தியில் வாலை ஆட்டிக்கொண்டு திரியும் கம்பளிப்பந்து போன்ற குட்டிகளை வளைத்து மடக்கி பட்டிக்குள் போடுவதற்குள் மனம் தடுமாறிப் போகிறது. ஆடுகள் கிளம்பியதும் புழுக்கைகளை அள்ளிக் கொட்டிவிட்டு தக்ளியில் அமரும்போது மயோதியின் தாய் மகளைப் பார்க்க ஒரு எட்டு வந்துவிடுவாள். மயோதி அவளுக்கு ஒரே மகள். மயோதிக்கோ அதுவும் வாய்க்கவில்லை.

தக்ளியில் உட்காரவும் மனம் செல்வதில்லை. படுத்துக் கிடக்கும் மாமியார் கூட, பொம்பளைக்கு இத்தனை ஆங்காரம் ஆகாது என்பாள். ஆனால் அவளால் எதையும் பொறுத்துக்கொள்ள முடியவில்லை. கணவன் யாரோ புட்லி என்ற பெண்ணோடு பழக்கம் வைத்திருப்பதாகப் பேசிக் கொள்கிறார்கள். சந்தைக்குப் போன வகையில் பழக்கம் வந்து விட்டதாம்.

முன்பெல்லாம் மயோதி மேய்ச்சல்காட்டுக்குச் சென்று திரும்பும் கணவனின் வருகைச் சத்தம் கேட்டதும் பரபரவென்று எழுந்து வந்து பட்டியில் அடைத்துக் கிடக்கும் ஆட்டுக்குட்டிகளை அவிழ்த்து விடுவாள். நாலைந்து சுள்ளிகளை அடுப்பில் சொருகிவிட்டு அகலோடு அண்டை வீட்டுக்குச் சென்று நெருப்பு எடுத்து வந்து அடுப்பு மூட்டுவாள். அந்நேரம் மேய்ச்சலிலிருந்து திரும்பி வந்த தாய் ஆடுகள், தன்னைக் கடந்து செல்லும் ஆயிரம் காலடிகளில் தனக்கான காலடியைக் கண்டுகொள்ள முடியாமல் தவித்து முட்டி மோதி மல்லாந்து விழும் குட்டிகளை மிதித்துக்கொண்டு தன் குட்டிகளைத் தேடியோடும். பசித்திருக்கும் குட்டிகள் ஏதேனுமொரு மடியை நாடும்போது தாய் அந்தப் புதிய ஸ்பரிசத்தை உணர்ந்து துள்ளியோடும். சிறுநீரும் புழுக்கைகளும் நாற்றம் கிளப்பும். வீடும் தெருவும் ஊரும் மே மே என்று ஆடுகளின் மொழியால் நிரம்பி வழியும். மேய்ப்பவர்களும் மனைவிகளும் கூச்சல் போட்டுத்தான் பேச வேண்டியிருக்கும்.

மயோதியின் அம்மா தன்னுடைய ஆடுகளை ஏற்கெனவே மகளிடம் அளித்துவிட்டிருந்தாள். கணவனோ மகனோ இல்லாமல் அவளால் ஆடுகளைத் தனித்து காப்பாற்ற முடியாது. ஒருவேளை ஆடுகளைத் தன்னிடமே வைத்துக்கொண்டால் அவை தன் ஒற்றை மகளிடம் சேராமல் கணவனின் சகோதரர்களிடம் சேர்ந்துவிடும் என்று அஞ்சியிருக்கலாம். சுயமான சம்பாத்தியம் நின்றவுடன் அவளுடைய கம்பீரமெல்லாம் குறைந்துபோனது போல முதுகில் கூன் விழத் தொடங்கியிருந்தது. கிராமத்தில் தங்கியிருந்த கசாப்புக்காரனான பாவல் தன் மகளை நோட்டம் விடுவது தெரிந்ததும் மயோதியைக் கணவ்ன் வழி சொந்தமான முன்ஷிக்குக் கட்டிக் கொடுத்துவிடுவது என்று முடிவுக்கு வந்திருந்தாள். பிறந்தவீட்டுச் சொந்தத்தில் பெண் கொடுப்பதை விட கணவனுடைய சொந்தத்தில் கொடுத்துவிட்டால் சொத்தை மகளிடம் ஒப்படைக்கும்போது கணவன் வீட்டாரின் பகைமை குறைந்து போகும் என்ற கணக்கும் அவளிடமிருந்தது. முன்ஷிக்கும்

மயோதியைப் பிடித்திருந்தது. மயோதி வீட்டிலிருந்து மாப்பிள்ளை வீட்டுக்கு சர்க்கரைப்பொங்கல் சாப்பிட வந்தபோது இரண்டு வீசை நெய் வாங்கிக் காய்ச்சி வைத்திருந்தான். கோதுமையைத் தானே மாவரைத்துக் கொடுத்தான். பொங்கலுக்கு ஐந்து வீசை வெல்லம் ஏற்பாடு செய்திருந்தான்.

பிறகெல்லாமே கனவாகிப் போனது. மயோதி வேண்டுமென்றே தனிமையை வரவழைத்துக் கொள்பவள் போல மஞ்சளும் வெண்மையுமான பரம்பு வெளியில் வெயிலின் கடுமையில் பொரிந்து பொலபொலத்திருந்த உழப்படாத தரிசு நிலத்திற்குச் சென்று அமர்ந்துவிடுவாள். புதரடியில் அப்பிக் கிடந்த பளபளப்பான பச்சை நிற வண்டுகள் புதரின் துவர்ப்பான இலைகளை உண்பதற்காக மேலெழும்பி வந்தன. உடும்புகள் வலைகளுக்குள்ளிருந்தபடியே தலையை நீட்டின. பிசின் மரத்தின் கிளைகளில் ஈக்கள் கூட்டம் மொய்த்துக் கிடந்தது. பரம்புக்குருவிகள் உயரப் பறந்தன, பின் சட்டென்று அம்பு போல வேகமாகக் கீழே பாய்ந்தன. இறங்கும்போது அவை எழுப்பும் கீச்சொலிகள் மட்டுமே அவளுக்கு ஆறுதலாக இருந்தது. மழை தொடங்கிய பிறகு மழைப்பூச்சிகள் எங்கிருந்தோ வந்து சேர்ந்துவிடும். பூச்சிக்கடிகளைத் தாங்காமல் செம்மறியாடுகள் உடலை உதறிக் கொள்ளும். நனைந்த ஆட்டு உரோமம் மெல்லிய வாடையாகக் கிராமத்தின் மீது கவிழும். மேய்ப்பவர்களின் கோடாரிகள் சோர்ந்து கிடக்கும். மேய்ச்சலுக்குத் துணையாக வரும் மோப்ப நாய்கள் வாலைப் பின்னங்கால்களுக்குள் நுழைத்துக் கொண்டு அசைவத்துக்காக அலையும். காற்று குளிர்ந்து, புல்லால் வேயப்பட்ட கூரைகளின் இடுக்குகளில் குளிராக நுழையும். அடுத்த பத்தாவது மாதங்களில் சொல்லி வைத்தாற்போல கிராமத்தின் ஜனத்தொகையில் ஏழெட்டாவது கூடிவிடும். ஆனால் மயோதிக்கு அப்படியொரு யோகம் கிட்டவேயில்லை. மழைக்கான இருட்டு தொடங்கியதுமே ஓலைப்பாயைத் தலையில் போட்டுக்கொண்டு பட்டியிலிருக்கும் ஆடுகளை அவளும் முன்ஷியுமாக அழைத்து வந்து முற்றத்துக்குள் கட்டிப் போடுவதும் புதிய இடத்தில் வழிதெரியாமல் விழிக்கும் குட்டியின் பின்னங்கால்களைப் பிடித்து இழுத்து வந்து தாயின் மடிக்குள் சேர்த்து விடுவதுமாக இருப்பர். வெயில் நாளில் இடித்துச் சேர்த்து வைத்திருந்த மாவைக் கொண்டு சுட்ட சூடான ரொட்டிகளைக் கீரை மசியலோடு வைத்து நீட்டும்போது கணவன் உண்ணும் ரொட்டிகளை அவள் கணக்கு வைத்துக் கொண்டதில்லை.

தாய் மடிதேடும் ஆட்டுக்குட்டிகளைப் போல இப்போது அவளும் வழி தெரியாமல்தானிருக்கிறாள். முன்ஷி, புட்லியை வீட்டுக்கே அழைத்து வந்துவிட்டான். அவர்கள் இருவரும் கிசுகிசுப்பான குரலில் பேசிக்கொள்வதும் முற்றத்து இருட்டில் கட்டிக் கொள்வதும் பட்டியில் தொட்டுக் கொள்வதும் மலைபோல குவிந்து கிடக்கும் புழுக்கைக்குழிக்குப் பின்பாக முத்தமிட்டுக் கொள்வதும் அவளால் தாள முடியவில்லை. இத்தனைக்கும் இது நடைமுறையில் இல்லாத புதிது ஒன்றுமில்லை. அவளது அம்மா கூட அப்பாவுக்கு இரண்டாம் மனைவியாக வந்தவள்தான். அவளுக்கு எல்லாமே தப்பித் தப்பிப் போகிறது. தாய் ஆடொன்றைக் குட்டியிடம் விட்டுவிட்டுத் தவறுதலாகப் பட்டியை அடைத்துவிட, மற்ற ஆடுகள் மேய்ச்சலுக்குக் கிளம்பி விட்டன. பட்டியில் சப்புக்கொட்டிக் கொண்டிருந்த குட்டியின் புழுதி படிந்த உடலைத் தாய் நக்கிக் கொடுத்துக்கொண்டிருந்தது. மயோதியைக் கண்டதும் தலையை நிமிர்த்திய குட்டியின் வாயில் கெட்டியான வெண்மையான பால் நுரைத்திருந்தது.

காந்தி கூட ஆட்டுப்பாலைத்தான் பருகுவார் என்பதால் அவரது சுற்றுப்பயணத்தின்போது விப்திவாட் கிராமத்திலிருந்து ஆடுகள் இரண்டை அழைத்துக்கொண்டு போனது முன்ஷிக்கு நினைவுக்கு வந்தது. இப்போது அவனுக்கு கிராமம் என்று ஏதுமில்லை. மனம்போன போக்கில் அலைந்தாலும் தனது நடமாட்டத்தை வார்தாவைச் சுற்றி அமைத்துக்கொண்டது தற்செயலானதல்ல என்பதை அவனும் அறிந்திருந்தான். உப்பு யாத்திரையின்போது காரக்பகதூர் சிங்கும் உடன் வருவதாகச் சொல்லிக் கொண்டார்கள். நேபாளத்தைச் சேர்ந்த அந்த மனிதர் கொலைக்குற்றத்துக்காகச் சிறைக்குச் சென்றவர். அவருக்கு எதிராக விமர்சனங்கள் எழுந்தபோது காந்தி 'எந்த மன்னிப்பை பகதூர்சிங் சமூகத்திடம் எதிர்பார்க்கிறாரோ அதைச் சமூகம் அவருக்கு அளிக்க வேண்டும்' என்றார். ஆனால் மன்னித்துவிட்டால் குற்றம் சரியாகிவிடுமா? அல்லது அதற்கான தண்டனையும் கிடைக்க வேண்டுமா? காரக்பகதூர்சிங் சர்க்கார் அளித்த தண்டனையை அனுபவித்த பிறகும் ஏன் மன்னிப்பு கோரி நிற்க வேண்டும்? குற்றத்தையும் தண்டனையையும் பிரிக்க முடியாததுபோல கனத்த மனம் அவன் சரீரத்துடன் சேர்ந்தலைந்தது. பிரயாணங்கள் கற்றுக் கொடுத்த நாசுக்கும் நாகரிகமும் கூட மேலும் கனத்தைக் கூட்டவே செய்தன.

மகாத்மா... நீங்கள் வெறும் நாற்பத்தைந்து கிலோ உடல் எடையுடனும் மிகச் சில அத்தியாவசியங்களோடும் யாத்திரைக்குத் தயாரானீர்கள். நான் தூக்கவியலாத மனதுடன் உங்களைப் பின்தொடர முடிவு செய்துகொண்டேன்.

நீங்கள் கிராமங்களையெல்லாம் போராட்டங்களில் ஒருங்கிணைத்திருந்ததால் விடுதலை பெற்றதன் மகிழ்ச்சி கிராமங்களில் கூடப் பிரதிபலித்தது. இது பூரண சுயராஜ்ஜியம். நாடெங்கும் உற்சாகம் கரைபுரள்கிறது. வீடுகளும் வீதிகளும் கொடிகளாலும் தோரணங்களாலும் அலங்கரிக்கப்பட்டிருக்கின்றன. திரும்புமிடமெங்கும் பரவச முகங்களுடன் மக்கள் தேசியக்கொடியேற்றி விடுதலை நாளைக் கொண்டாடுகின்றனர். முந்தைய இரவு வரை வைஸ்ராயாக இருந்த மௌண்ட்பேட்டன் இன்று கவர்னர் ஜெனரலாக பதவியேற்றுக் கொண்டபோது, அரசியலமைப்புச் சபைக்கு அமைச்சர்கள் ஊர்வலமாகச் சென்று தேசியக்கொடியை ஏற்றியபோது, மகாத்மாவுக்கு ஜே என்று நாடெங்கும் மக்கள் உணர்ச்சி வயப்படும் போதான இச்சமயத்தில் நீங்கள் எங்கிருக்கிறீர்கள் மகாத்மா?

அன்று உப்பு சத்தியாகிரகம் தொடங்கிய நாளில் கூட இந்தியா இப்படிதான் உணர்ச்சி வயப்பட்டிருந்தது. சபர்மதி ஆற்றின் கரை மக்கள் கூட்டத்தால் நிரம்பி வழிந்தது. உள்நாட்டு, வெளிநாட்டுப் பத்திரிகையாளர்கள் ஆசிரமத்தில் உங்களை விடாது பின்தொடர்ந்தனர். ஆசிரமத்தை சுற்றிலும் ஆயிரக்கணக்கானோர் தங்கியிருந்தனர். உலகின் பல பாகங்களிலிருந்தும் தந்திகளும் செய்திகளும் அகமதாபாத் தபால் நிலையத்தில் குவிந்து கொண்டிருந்தன. ஆனால் ஆசிரமத்தின் உள்ளே எந்தக் கொந்தளிப்பும் இல்லை. நீங்கள் நிதானமாகவே இருந்தீர்கள். இந்த நாளை நீங்கள் முன்கூட்டியே வடிவமைத்திருந்தீர்கள். சத்தியாகிரகிகளாகப் பங்கு கொள்ள நாடு முழுவதும் ஆர்வம் கொண்டோரிடமிருந்து ஆயிரக்கணக்கான கடிதங்கள் வந்தபோதிலும் நீங்கள் நன்கு பயிற்சி பெற்ற ஆசிரமவாசிகளையே தேர்ந்தெடுத்தீர்கள். இந்த ஆசிரமம் பிறரின் உதவியால் நடப்பது. எனவே, இங்கு பயிற்சி பெற்றவர்கள் நாட்டுக்காக தம் உயிரையும் தரக்கூடிய கடப்பாடு உடையவர்கள். அவர்கள் அதற்கு எத்துணை தூரம் தகுதி பெற்றிருக்கிறார்கள் என்பதை உலகம் புரிந்துக் கொள்ள இது ஒரு வாய்ப்பு. போராட்டத்தின் போக்கு

மற்றவர்களையும் ஈடுபடுத்துவதாக அமையும்போது பிறரும் அதில் பங்கு கொள்ளலாம் என்றீர்கள்.

இரும்புபூண் பதித்த நீண்ட மூங்கில் கழியைக் காகா காலேல்கர் உங்களிடம் வழங்க பா எல்லோரையும் வாழ்த்தி வழியனுப்பியபோது என்னுடைய கடப்பாடு நிறைவேறாமல் சபர்மதி திரும்பமாட்டேன் என்றீர்கள். இன்று நீங்கள் எண்ணியது நிறைவேறிவிட்டது மகாத்மா. இந்தியா பூரண சுதந்திரம் பெற்றுவிட்டது. பின்னும் ஏன் ஓடி மறைகிறீர்கள்? நாடெங்கும் ஏற்றப்பட்ட தேசியக்கொடிகள் சுதந்திரக்காற்றில் படபடக்கின்றன. அன்று நீங்கள் புறப்பட்டபோது கொடிகளோ தட்டிகளோ ஏதுமில்லை. எளிய கதராடையுடன் சத்யாகிரகிகள் உங்களுடன் புறப்பட்டனர். உங்கள் தோள்களில் தொங்கிய பைகளில் மாற்றுடை ஒன்றும் நாட்குறிப்பு, ராட்டை, தண்ணீர்க் குவளை மட்டுமேயிருந்தன. இவற்றோடு உங்களிடம் வாய் கொள்ளாத புன்னகையும் இருந்தது.

உங்களை முதன்முதலாக நெருக்கத்தில் சந்தித்தபோதும் அதே வாய்கொள்ளாத புன்னகையுடன்தான் இருந்தீர்கள். இத்தனைக்கும் அப்போது போராட்டத் திட்டம் குறித்தும் அது தேசம் முழுவதும் வன்முறை பரவாத சட்டமறுப்பாக இருக்க வேண்டுமென்பது குறித்தும் நீஙகள் தீவிர சிந்தனையிலிருந்தீர்கள். இந்தியாவின் கண்கள் உங்கள் குடிசையை நோக்கிக் கொண்டிருந்த சமயத்தில் எது என்னைச் சபர்மதியை நோக்கி இழுத்தது என்பதை நான் அறிந்திருக்கவில்லை மகாத்மா. இங்கு எல்லாமே எனக்கு வியப்பாகத் தோன்றுகிறது. நான்கு மணிக்கு விழிப்பதும் பிரார்த்தனைக்கூடத்தில் அமர்வதும் ஐந்து மணிக்குக் குளியலும் உடற்பயிற்சியும் முடித்துவிட்டுக் காலை உணவு எடுத்துக்கொள்ளும்போது மணி ஆறரையில் மட்டுமே இருந்தது. நாட்டிலும் உப்பு வரியை எதிர்த்துப் போர் தொடங்கலாம் என்ற உங்களது யோசனை பலருக்கும் வியப்பையே தந்திருக்க வேண்டும். உப்பு வரியில் ஆங்கில ஆட்சிக்குக் கிடைக்கும் வெறும் ஆறுகோடி ரூபாய் வருமானத்தை நட்டப்படுத்துவதால் பிரிட்டிஷ் அரசு நடுங்கிப்போய் சுதந்திரம் தந்துவிடுமா என்று காங்கிரஸின் காரியகமிட்டி உறுப்பினர்கள் கூடக் கேள்வி எழும்பினார்களாம். ஆனால் நீங்கள், இயற்கையின் தயவால் கிடைக்கும் உப்பை இலவசமாகப் பெற மக்களுக்கு எல்லா உரிமையுமுண்டு என்றீர்கள். உப்பின் மீதான வரி அநீதியானதென்பதிலும் அதனை எதிர்த்துப்

போராடுவது பாரத மக்களின் தார்மிகக் கடமை என்பதிலும் நீங்கள் முடிவாக இருந்தீர்கள். இது குறித்து வைஸ்ராய்க்கு நீங்கள் எழுதிய கடிதத்தைக் கொடுப்பதற்கு ரெஜினால்ட் ரெயினால்ட்ஸ் என்ற ஆங்கில இளைஞரைத் தெரிவு செய்தீர்கள். இதுவே நீங்கள் ஆங்கிலேயருக்கு விடுக்கும் செய்திதான். இந்தியர்கள் லட்சியத்திற்காகப் போராடுகிறார்களே தவிர பிரிட்டிஷாருக்கு எதிராக அல்ல என்ற செய்தியை அவர்களுக்குச் சொல்லிக் கொள்வதற்காகத்தான். நீங்கள் எதிரிகளை உருவாக்காத போராட்டக்காரர். விடுதலை என்பது எதிர்த்தரப்பையும் உள்ளடக்கியது என்றீர்கள்.

அன்று நீங்கள் கூறியவற்றை மகாதேவ்தேசாய் குறிப்பெடுத்துக் கொண்டிருந்தபோது அட்டையில் சொருகாமல் தனித்திருந்த காகிதமொன்று காற்றில் பறந்தோட நீங்கள் பேச்சை நிறுத்தி விட்டு அதைப் பிடிக்க முயன்றீர்கள். அது உங்களுக்குத் தப்பி தேசாயிடம் அகப்பட்டுக் கொண்டது. "அந்தத் தாளை நீ சரியாக சொருகி வைத்திருந்தால் இந்த நேரத்தை மிச்சப்படுத்தியிருக்கலாம் அல்லவா...?" உங்களின் முகம் சற்றுக் கடுமையாக இருந்தது. ஆனால் உங்கள் கண்கள் அங்கு வெட்டி வைத்திருந்த மாம்பழங்களைப் போன்று கனிந்திருந்தன. தேசாய் பதிலொன்றும் கூறாது எழுதுவதில் தம்மை ஆழ்த்திக் கொள்பவர் போலிருந்தார். வைஸ்ராய், நாம் மேற்கொண்டுள்ள உப்புக்கு எதிரான போராட்டம் சட்டத்திற்கு விரோதமானது என்றும் பொதுஜன அமைதியைக் கெடுப்பது என்றும் உங்கள் கடிதத்துக்கு பதில் எழுதியிருப்பதாகக் கூறினீர்கள். நான் வைஸ்ராயின் முன்பு மண்டியிட்டு வணங்கி ரொட்டி வழங்குமாறு கோரினேன். ஆனால் கல்தான் பதிலாகக் கிடைத்தது என்றீர்கள்.

யாத்திரையின்போது, இருப்பவர்களிலே மூத்தவரான நீங்கள் இரும்பு முனையும் ஒரங்குலச் சுற்றளவும் ஐம்பத்து நான்கு அங்குல நீளமுமுள்ள மூங்கில் தடியை ஊன்றிக்கொண்டு முன்னே நடந்தபோது மற்றவர்கள் குறுஓட்டமாகத்தான் உங்களைத் தொடர முடிந்தது. மயோதி மீது நான் காமம் கொண்டிருந்த நாட்களில் சாவடி மேடையில் ஆட்டுக்குட்டிகளும் தாயும் இணைந்தனவா என்ற வழக்கமான விசாரிப்புகளுக்குக் கூட இடம் தருவதில்லை. என் பொழுதுகளையெல்லாம் அவளோடு கழிக்கவே விருப்பம் கொண்டிருந்தேன். இரவுகளையும்தான். கட்டுறுதியான அவள் அங்கங்களும் என் மீது அவள் கொண்டிருந்த கட்டற்ற

ரொட்டியும் கல்லும் ✳ 139

அன்பும் எங்களை மேலும் மேலும் நெருக்கமாக்கின. நீங்கள் நகர்புறச் சாலைகளைத் தவிர்த்து கிராமச்சாலைகள் வழியாக யாத்திரையை அமைத்துக்கொண்டீர்கள். அப்பாதைகளில் பெரும்பாலானவை ஒழுங்கற்றும் முட்கள் கற்கள் நிறைந்தும் அசுத்தமானவையாகவும் இருந்தன. மேய்ச்சலுக்குப் போகும் வழிகள் கூடக் கடினமானவைதான். ஆனால் நாங்கள் நாலைந்து குழுக்களாக ஒன்று சேர்ந்து கொள்வதும் ஆடுகளை ஒரே பக்கமாக மேய்ச்சலுக்கு அனுப்பிவிட்டு ஆளுக்கொருவராக ஓய்வெடுத்துக் கொள்வதுமாக அதை ஈடு செய்து கொள்வோம். நாங்கள் அழைத்துச் செல்லும் நாய்கள், ஓணான்களை வேட்டையாடுவதும் பெருச்சாளிகளைத் தேடியலைவதுமாக இருந்தாலும் ஆடுகளின் பாதுகாப்பில் கண்ணும் கருத்துமாக இருப்பவை. சபர்மதியில் தொடங்கிய யாத்திரை அஸ்லலி கிராமத்தில் இளைப்பாறியபோது பாதையின் ஒழுங்கின்மை, வெப்பம் எல்லாமுமாகச் சேர்ந்து பலரது பாதங்களும் புண்ணாகி விட்டன. இந்த காந்தி பைத்தியக்கார பணியை முன்னெடுக்கிறார் என்று அரசுசார்பு பத்திரிகைகள் எழுதியதாகத் தகவல் வந்தபோது நீங்கள் மென்மையாகப் புன்னகைத்தீர்கள். மேய்ச்சல் ஆடுகள், தம்முடலில் ஒட்டிக்கொள்ளும் புற்களின் விதைகளைச் செல்லும் வழிகளில் உதறவிட்டு அடுத்த மேய்ச்சலுக்கான புற்களை உற்பத்தி செய்வதைப் போல நீங்களும் யாத்திரையின் பாதைகளில் விடுதலைக்கான வேட்கையை விதைத்துக்கொண்டே சென்றீர்கள்.

சபர்மதி ஆசிரமத்தில் அதிகாலை பஜனைக்குள் அமரும்போது, எனது மூடிய கண்களுக்குள் இயல்பாகவே ஆடுகள் நடமாடத் தொடங்கிவிடும். பிறகு மயோதியும் வந்துவிடுவாள். அவளுடைய கண்கள் கூட ஆட்டின் கண்களைப் போலச் சற்று கலங்கலாகவும் நீண்டுமிருக்கும். அன்று மயோதி, புட்லி எனக்கு எடுத்து வந்த ரொட்டிகளைப் பிடுங்கி தெருவில் நின்ற நாயிடம் எறிந்தபோது என் கோபம் கட்டுக்குள் அடங்கவில்லை. அவளோ புட்லியை வீட்டை விட்டு அனுப்பிவிடுமாறு ஆர்ப்பாட்டம் செய்தாள். "புட்லியை உள்ளே வரக்கூடாது என்று சொல்ல உனக்கென்ன அருகதை இருக்கிறது. ஒருவேளை நீ பெற்ற பிள்ளைகள் வீடு முழுவதும் அலைந்து கொண்டிருப்பதால் இவளுக்கு இடமில்லாமல் போய் விட்டதோ?" என் அடாவடியான பேச்சு அவள் கண்களை வெளிற வைத்தது. இது அவளது தோல்விக்கான சந்தர்ப்பம். அதைப் பலமாக்கிக் கொண்டு அவளை அடித்து வெளியே துரத்தியபோது புட்லி கர்ப்பமாக இருந்தாள்.

வைஷ்ணவ ஜனதோ தேனே கஹியே ஜே

பீடு பராயே ஜானெரெ

பரதுக்கே உபகார் கரே தொயெ

மன் அபிமான் ந ஆனெ ரெ

பிரார்த்தனைப் பாடல் ஓடிக் கொண்டிருக்கும்போதே முழுதாக எனக்கு முன்னே எழுந்து நின்ற மயோதியின் கண்களைச் சந்தித்தேன். அது தெளிவாக, மிகத்தெளிவாக இருந்தது. நான் விதிர்விதிர்த்துக் கண்களைத் திறந்துகொண்டேன். அது உங்கள் மூடிய விழிகளில் நிலைத்தது. அவ்விழிகள் என்னையே நோக்கிக் கொண்டிருந்தன. ஆம். நீங்கள் மூடிய விழிகளால் என்னையே பார்த்துக் கொண்டிருந்தீர்கள். அன்று நீங்கள் உங்கள் யாத்திரைக்கான ஆட்களை முடிவு செய்திருந்தீர்கள். உங்களை யாத்திரையில் பின்தொடர்வது என்ற எண்ணம் அப்போது விழைந்ததுதான்.

புட்லி கருவுற்றதைக் கேள்விப்பட்ட அவள் வீட்டார் பட்சணங்களோடு மகளைப் பார்த்துவிட்டுச் சென்றிருந்தனர். அவள் இடையர் சாதியைச் சேர்ந்தவள் அல்ல என்பதால் ஆடுகள் குறித்து எதையும் அறிந்திருக்கவில்லை. வெறுமனே ரொட்டிகளைச் சுடுவதும் பெரும்பயிரும் சிறுபயிரும் கலந்த குழம்பு வைப்பதும் மட்டுமே அறிந்திருந்தாள். மயோதி இருக்கும் வரையில் மேய்ச்சல் கழியைச் சுவரோரம் சார்த்திவிட்டு வட்டிலில் அமர்ந்துவிட்டால் மீத வேலைகளை அவளே பார்த்துக் கொள்வாள். ஆட்டுக்குட்டிகளை அவிழ்த்து விடுவதும் பாலறுந்திய குட்டிகளைப் பிரித்துக் கட்டுவதும் உறங்கிப்போன குட்டிகளைத் தாயின் மடியில் சேர்ப்பதும் பட்டியை அடைப்பதுமாக வேலைகள் மளமளவென்று ஆகிவிடும். எனக்கு கண்வலி வந்திருந்த சமயத்தில் மாவலி அம்மனுக்கு வேண்டிக்கொண்டு பஞ்சுச்சுருளைப் பாலில் நனைத்து என் கண்களில் வைத்துவிட்டு மேய்ச்சல் கழியை எடுத்துக்கொண்டு கிளம்பி விட்டாள். என்னை மேய்ச்சலுக்குக் கிளப்பிவிடும்போது கையோடு ரொட்டியும் துகையலும் கொடுப்பதோடு கூடவே வெங்காயமும் சேர்த்து கொடுத்தனுப்புவாள்.

நீங்கள் தங்கவிருக்கும் கிராமங்களில் அரிசி கஞ்சி, வேக வைத்த தானியங்கள், காய்கறி, மோர், பால், தயிர் போன்ற எளிய உணவுகளையே கோரியிருந்தீர்கள். சில இடங்களில் அதற்கே

தட்டுப்பாடாகப் போனதும் கூட உண்டு. மேய்ச்சலின்போது துடியான ஆட்டைத் தேர்ந்தெடுத்து அதன் கழுத்தில் சலங்கையைக் கட்டி விடுவோம். சோளப்பயிர்களின் பால்மாறா இளங்குருத்தை ஒடித்துக் கொடுப்பதும் பகலுணவு உண்ணும்போது அருகே அழைத்துக்கொள்வதும் அன்பாகக் கழுத்தை நீவி விடுவதுமாக அதனை எங்கள் கட்டுக்குள் வைத்திருக்கும்போது அவை எங்களின் கட்டளையைப் புரிந்தும் கீழ்ப்படிந்தும் நடக்கக் கற்றுக்கொள்ளும். அந்த ஆட்டை மீறி மந்தைக்குள் சிறு சலனமோ சத்தமோ வந்து விடாது என்ற நம்பிக்கையில் நாங்கள் வலையை விரித்து புறாக்கள் பிடிப்போம். வெட்டுக்கிளிகளை விரட்டுவோம். ஆனால் நீங்கள் யாத்திரை முழுவதும் உங்கள் கருத்திலிருந்தும், கொண்டிருந்த கொள்கையிலிருந்தும் கவனத்தைச் சிதறவிடவேயில்லை.

நாடு முழுக்க அதிர்வுகளைக் கிளப்பிய யாத்திரை அமைதியாகவும் சில இடங்களில் கம்பீரமற்றும் இருந்தது. யாத்திரையில் மகிழ்ச்சியோ சந்தோஷ ஆரவாரமோ ஏதுமில்லை. செல்லும் வழிகளில் சில கிராமங்களில் ஆண்களும் பெண்களும் கூடி நின்று புழுதியடங்க நீர் தெளித்து உற்சாகமாக வரவேற்பு அளித்தாலும், சில கிராமங்களில் தண்டோரா போட்டுத்தான் மக்களை அழைக்க வேண்டியிருந்தது. சிலர் நம்மை ஏதொன்றும் நடவாததுபோலக் கடந்து சென்றனர். பருத்தி அதிகமாக விளையும் இடங்களில் கூட மக்கள் கதர் அணிய விருப்பம் கொள்ளவில்லை. இதுபோன்ற உற்சாகமின்மை நம் விடுதலையைத் தாமதப்படுத்தும் என்றீர்கள். ஆனாலும் இந்த விந்தைமிகு கூட்டம் புதிய வரலாறு படைக்கப்போவதை நீங்கள் அறிந்திருந்தீர்கள். குழுவினரின் உடல்நிலைக் குறைவுகளோடு மாறுபட்ட உணர்வுகளையும் சமாளிக்க வேண்டி வந்தபோது "விருப்பமில்லாதவர்கள் திரும்பப் போய்விடுங்கள். யாருமில்லையெனினும் ஒற்றையாளாக நான் தண்டி சென்றடைவேன்..." என்றீர்கள். நீங்கள் கண்டிப்பானவர். உடனிருந்த பத்திரிகையாளர்களிடம், "நீங்கள் என்னை முட்டாள் என்று விமர்சித்தால் அதற்காக நானும் உங்களுடன் சேர்ந்து நகைப்பேன்" என்றீர்கள். முஸ்லிம்கள் அதிகம் வசிக்கும் கிராமங்கள் வழியாக அதிகம் பயணிக்கவில்லையே என்று அவர்கள் கேள்வி எழுப்பினர். அழைக்கப்படாத கிராமங்களுக்குச் செல்வதற்கான தயக்கம் உங்களுக்கு இருந்திருக்க வேண்டும்.

பயணம் முழுவதும் பத்திரிகையாளர் சந்திப்பு, யங் இந்தியாவுக்குக் கட்டுரைகள், கடிதங்களுக்குப் பதில்கள் என உங்களின் இரவு

நேரங்களை வரையறுத்துக் கொண்டீர்கள். உங்களிடம் அரசுக்கும் மக்களுக்குமான புரிதல் தெளிவாகவே இருந்தது. செளரிசெளரா அனுபவம் அதை உங்களுக்கு உணர்த்தியிருக்க வேண்டும். மக்கள் கூட்டத்தை கும்பலாக்கி அரசதிகாரத்தை உள்ளிறக்கி, நோக்கத்தின் தீவிரத்தை நீர்க்கச் செய்வதோடு போராட்டத்தின் தார்மீகத்தையும் கேள்விக்குள்ளாக்கிவிடும். அதனால்தான் நீங்கள் அனுப்பும் செய்திகளில் கூட மிகுந்த கவனம் காட்டி வந்தீர்கள். உங்கள் வார்த்தைகளில் திருத்தம் செய்யும் உரிமையை யாருக்கும் வழங்க மறுத்தீர்கள். கூட்டங்களை நடத்தினீர்கள். உங்களோடு, நடமாடும் கதர் விற்பனைக்கூடமும் உடன் வந்தது. நீங்கள் செல்லுமிடமெங்கும் கதரின் அவசியத்தை வலியுறுத்தினீர்கள். பாதையின் இருபுறமும் மலர்தூவி வரவேற்பளிக்கப்படும்போது, கூட்டம் கூடினால் மட்டும் போதாது. சுயராஜ்ஜியப் படையில் மக்கள் தங்களை இணைத்துக்கொள்ள வேண்டும், என்றீர்கள். ஆனாலும் மக்கள் புடைசூழ இருந்த நாட்களில் உங்கள் உதடுகளில் விரிந்த குழந்தைத்தனமான சிரிப்பு கண்கள் வரை வழிந்தது. வஸனா கிராமத்தில் உற்சாக வரவேற்பு அளிக்கப்பட்டாலும் தீண்டாதோரைக் கிராமத்துக்கு வெளியே நிறுத்தி வைத்திருப்பதை அறிந்த நீங்கள், தேச நிர்மாணத்தைக் கட்டமைக்கும் பணிக்குத் தீண்டாதோரை ஒதுக்கி வைக்கும் உங்களைப் போன்றவர்கள் தேவையில்லை என்று கடுமை காட்டினீர்கள். டபான் கிராமத்தில் தீண்டாதோர் குடியிருப்பிலிருந்த கிணற்றில் நீர் சேந்தி குளித்தீர்கள். கரேலி கிராமத்தில் தீண்டாதோர் தனித்து அமர்ந்திருப்பதைக் கண்ட நீங்கள், நம் தொண்டர்களை அவர்களோடு சென்று அமரும்படி கூறியபோது நானும் சென்று அவர்களோடு அமர்ந்துகொண்டேன். அன்றைய கூட்டத்தில் தீண்டாமையை ஒழிக்காமல் சுயராஜ்ஜியம் பெற்று என்ன பயன் என்றீர்கள்.

எங்கள் பிரிவுக்குப் பிறகு மயோதி தன்னுடைய ஆடுகளையும் பிரித்து எடுத்துக்கொண்டிருந்தாள். அன்று சாவடியில் கூடியிருந்த ஆண்கள் கள்ளுண்ட போதையில் பிதற்றியதில் மயோதியின் பேச்சும் அடிபட, என் போதை தெளிந்திருந்தது. ஓடையில போற தண்ணிய ஆளுக்கொரு கையா மோண்டு குடிக்க வேண்டியதுதான்... என்று கானு கிண்டலாகச் சொன்னபோது இன்னும் மோளாமையா இருப்பானுங்க... என்றான் சில்லு. பேச்சு சுற்றிச் சுற்றி இதிலேயே நின்றபோது நான் மயோதியின் குடிசையை நோக்கி நடந்தேன். அவளுடைய மதர்த்த உடலும்

அதன் சுகமும் இறங்கிய போதையை மேலேற்றியது. ஓடையில் நீர் பெருகியோடிக் கொண்டிருந்தது.

சத்யாகிரகக்குழு மஹி ஆற்றைக் கடக்கத் திணறியபோது ரக்நாத்ஜி என்பவர் தனது சொந்தச் செலவில் படகு வாங்கித் தந்தார். அப்படகில் உங்களுடன் பயணிக்க பொதுமக்களும் ஆர்வப்பட, கூடிய கூட்டத்தில் படகு பாதியிலேயே நின்றுவிட்டது. பயணத்தில் உங்களுடன் பின் தங்கியிருந்த நான் இதையே சந்தர்ப்பமாக்கி உங்களுடன் இணைந்து கொண்டேன். அப்போது நீங்கள் முட்டியளவு சேற்றில் கால்கள் புதைய புதைய நடந்து கொண்டிருந்தீர்கள். நேருவும் கூட அகமதாபாத்தில் கூடவிருந்த காங்கிரஸ் காரியக்கமிட்டிக் கூட்டத்தில் விவாதிக்க வேண்டியவை குறித்து உங்களிடம் ஆலோசிக்கச் சேற்றில் புதைந்து புதைந்து வந்தார். நீங்கள் எழுதிக் கொண்டேயிருந்தீர்கள். இந்த சக்தியை நீங்கள் உங்கள் மனதிலிருந்துதான் பெற்றுக் கொண்டிருக்க வேண்டும். யாத்திரை தண்டியை அடையும் முன்பாக பதான் படைவீரர்களால் ஆபத்து வரலாம் என்றும் பாதுகாப்புக்காகத் தனது பதான் நண்பர்களை அனுப்புவதாகவும் நேரு கேட்டுக்கொண்டபோது நீங்கள், அப்படியேதும் நடக்காது என்று உள்ளுர்ணர்வு கூறுவதாக பதில் எழுதினீர்கள். இறப்பு உறுதி என்ற நம்பிக்கையுடன்தான் சபர்மதியிலிருந்து புறப்பட்டதாகச் சொன்னீர்கள்.

இப்போது நீங்கள் கல்கத்தாவிலிருப்பதை நான் அறிவேன். சுதந்திரத்திற்கு இரண்டு வாரங்களுக்கு முன்பே நீங்கள் டெல்லியிலிருந்து கிளம்பிவிட்டீர்களாம். டெல்லியில் அரசியலமைப்புக் கூட்டம் தொடங்குவதற்கு முன்பாக உங்களுக்கு மரியாதை செலுத்தப்பட்டபோது எழுந்த கைத்தட்டல் அடங்கவே நீண்ட நேரமாயிற்று. வெளியில் மக்கள் கூட்டம் உங்களுக்கு வாழ்த்து கோஷங்களை எழுப்பி ஆர்ப்பரித்துக் கொண்டிருக்கிறது. மகாத்மா... நீங்கள் இந்திய மக்களுக்கு ரொட்டியைப் பெற்றுத் தந்துவிட்டீர்கள். ஆனால் நீங்களோ, கல்கத்தாவில், பெலியகட்டாவில் எல்லாப் பக்கமும் திறந்திருந்த சிதிலமடைந்த கட்டடத்தில் உங்கள் இருப்பிடத்தை அமைத்துக் கொண்டிருந்தீர்கள். நீங்கள் போராடி பெற்றுக் கொடுத்த சுதந்திரம், பதிலாகக் கோரியிருந்த மிகப்பெரிய விலை உங்கள் மனநிலையை வெறுமைக்குள்ளாக்கியிருக்க வேண்டும். உங்களைப் பொறுத்தவரை எதுவுமே எங்கோ எவருக்கோ நிகழ்பவை அல்ல.

சௌரிசௌரா சம்பவத்தின்போது தேசமெங்கும் பொங்கிய விடுதலை உணர்வைப் பொருட்படுத்தாமல் நடந்த வன்முறைக்குப் பொறுப்பேற்று ஒத்துழையாமை போராட்டத்தை உடனே நிறுத்துமாறு அறிவித்தீர்கள். இப்போது நிகழ்ந்துகொண்டிருக்கும் வன்முறைகளுக்கும் நீங்களே பொறுப்பேற்றுக் கொள்கிறீர்கள். கல்கத்தாவின் வீதியொன்றில் உங்கள் மீது களிமண் உருண்டைகளைக் கல்லாக்கி எறிந்தார்களாம். மக்களைத் தவறாக வழி நடத்திவிட்டதாக மருகுகிறீர்களோ? அதனால்தான் கொண்டாட்டங்களிலிருந்து எங்கோ விலகிச் செல்லுகிறீர்கள் போலும். இந்துக்களுக்கும் முஸ்லிம்களுக்கும் இடையே மோதல்கள் குறைவதாக இல்லை. கல்கத்தாவில் சென்ற ஆண்டு ஆகஸ்ட் 16இல் தொடங்கிய வன்முறை வங்காள கிராமங்களுக்குப் பரவி, அங்கிருந்து பீகாருக்குப் பரவியது. அங்கிருந்து ஐக்கிய மாகாணத்துக்குப் பரவி, இறுதியாக பஞ்சாப்புக்குப் போய்ச் சேர்ந்திருந்தது. நடந்து கொண்டிருக்கும் பேரழிவுக்கிடையே விழா நிகழ்ச்சிகள் நடைபெறுவதையோ அதில் கலந்து கொள்வதையோ நீங்கள் விரும்பவில்லை.

விரும்புவதெல்லாம் நடந்துவிடுவதில்லையே... அன்று மயோதியின் மீது எனக்கிருந்த உணர்வை வெறும் காமம் என்ற உணர்வுக்குள் அடக்கவியலாது. கள்ளுண்ட போதையில் சாவடியிலேயே ஆண்கள் கம்பளியை விரித்துப் படுத்துக் கொண்டனர். நடுவிலிருந்த தெருவிற்கு அப்பால் கல்லால் வரம்பு கட்டப்பட்ட ஓடை இருந்தது. அதற்கப்பால் காடு நெடுந்தூரம் பரவியிருந்தது. நான் மயோதியின் குடிசையை நோக்கி நடக்கத் தொடங்கினேன். இருளில் புதர்கள் பேய்களாய் விரிந்திருந்தன. இத்தனை தனிமையும் இருளும் கூட உன் தினவெடுத்த மனதை அடக்கவில்லையே? என் காலில் விழுந்து வணங்கி மன்னிப்பு கோரிவிட்டு வீட்டுக்கு வந்து விழுந்துவிடுவாய் என்றுதான் நான் நினைத்திருந்தேன். பிள்ளை பெற்றுக் கிடக்கும் புட்லியை கவனிப்பேனா? மேய்ச்சலை கவனிப்பேனா? ஊரும் மக்களும் உன்னை அதைத்தானே வற்புறுத்தினார்கள். ஆனால் நீயோ மேய்ச்சலுக்கு வந்த இடத்தில் உன் ஆடுகளைப் பிரித்துக் கொண்டு போனாய்... எத்தனை தன்னகங்காரம் உனக்கு?" என்னெதிரில் நிற்பதைப் போலவே அவளுடன் பேசினேன். சட்டைப் பையிலிருந்த ஹுக்கா குழாயை எடுத்து அதில் புகையிலையைத் திணித்துக் கொண்டேன். பிறகு அது விழுந்துவிடாமல் கால் கட்டைவிரலுக்கும் அடுத்த

விரலுக்கும் நடுவே வைத்து பிடித்துக்கொண்டு கைகளால் சிக்கிமுக்கி கல்லை உராய்ந்து ஹுக்காவைப் பற்ற வைத்தேன். காட்டமான புகை உள்ளுக்குள் இறங்கி, கோபமாகப் பொங்கி வெளியே வந்தது.

தண்டியை அடையும் முன்பாக சனாபூர் கிராமத்திலேயே மக்கள் சதுப்பில் கால்கள் புதைய நடந்து வந்து உங்களோடு இணைந்துகொண்டார்கள். நீங்கள் இப்போது தொடுவானம் வரை பரந்து விரிந்த ஆழ்கடலின் முகட்டில் நின்றுகொண்டு குழுமியிருந்த மக்கள் திரளை நோக்குகிறீர்கள். உங்கள் முகத்தில் உலகம் முழுவதும் கவனித்த செயலொன்றைச் செய்த பெருமிதம் ஏதுமில்லை. ஆசிரமம் மட்டுமே வாழ்க்கை, உங்கள் சொற்கள் மட்டுமே செய்கை என வாழ்ந்த சத்தியாகிரகிகள் வெளியுலகில் தெரியும் உங்கள் ஆளுமையின் மீது பெருகிய அபரிமிதமான உணர்வோடு காத்திருந்தனர். உங்கள் உள்ளத்தில் ஆழ்கடலின் அமைதி இருந்திருக்க வேண்டும். கதிரின் பொன்னொளி வீசிய அந்தக் காலை நேரத்தில் அலையோசையாய் எழுந்த மனிதத் திரளின் ஆர்ப்பரிப்புகளுக்கிடையே குனிந்து உப்புக் கலந்த கடற்கரை மணலை உங்கள் கையால் அள்ளியெடுத்தீர்கள்.

“ஒரு சத்தியாகிரகியின் கையில் இருக்கிற உப்பு இந்த தேசத்தின் கௌரவம். நம் உயிரே போனாலும் அதை கை விட்டுவிடாதீர்கள்...”

“அய்யோ... என்னை விட்டுடுங்க...” என்று அலறினாள் மயோதி. அந்த இரவில் எதிர்பாராத என் வருகையும் கோபவெறியும் அவளைத் தடுமாற வைத்திருக்க வேண்டும். ஒரே அடியில் எகிறி விழுந்த அவளை அள்ளியெடுத்தபோது என் நரம்புகளுள் காமமும் முறுக்கேறியிருந்தது. அடக்க அடக்க எழுந்துகொள்ளும் அவளின் தன்னகங்காரத்தை வெறும் உடல்பலம் கொண்டு அடக்க எத்தனித்ததில் அவள் இறந்துவிட்டதாக என்னை நான் ஏமாற்றிக் கொண்டாலும் அந்தச் செயலைச் செய்ய எண்ணியே நான் அங்கு சென்றிருக்க வேண்டும். ஆம்... அதைத்தான் என் உள்ளுணர்வு சொல்கிறது மகாத்மா.

போதிசத்வன் ஞானமடைந்த பிறகு மனிதர்களின் மீது கருணைகொண்டு அவர்களையும் ஞானத்தின் பாதையில் இட்டுச் செல்ல விழைகிறான். அவனுடைய பார்வையில் தனி மனிதனின் விடுதலைக்கு எந்தப் பொருளுமில்லை. மொத்த மானுடமும் விடுதலையடைவதையே முழு விடுதலை. நீங்கள்

அரசியல் விடுதலை மட்டும் கோரவில்லை. சமூக விடுதலையும் மத நல்லிணக்கமும் கூட உங்கள் இலக்குதான். அதனால்தான் நிகழ்த்தியவைக்கும் நிகழ்ந்தவைக்குமிடையே உங்கள் தவறுகளை நீங்கள் கல்கத்தாவின் வீதிகளில் தேடியலைகிறீர்கள்.

நான் உங்களைத் தேடி வந்து கொண்டிருக்கிறேன் மகாத்மா. நீங்கள் என்னை நினைவில் கொண்டுள்ளீர்களா? நினைவில் கொள்வீர்கள் என்றே நான் நம்பிக் கொள்கிறேன். நாம் நம்மைச் சார்ந்த நியாயங்களை மட்டும்தானே பெரிதாக நம்பிக்கொள்கிறோம். மயோதியின் அசைவற்ற உடலை நான் உணரத் தொடங்கியபோது என்னுள் சூழ்ந்துகொண்ட உணர்வுகள் என் நியாயங்களையெல்லாம் எங்கேயோ நகர்த்தி வைத்துவிட்டன. பெருகியோடிய ஓடை நீரில் மயோதியின் உடல் இழுத்துச் செல்லப்படுவதை இருள் தன் கைகளால் மறைத்திருந்தது. கால்கள் போன பக்கம் நடக்கத் தொடங்கினேன். எங்கே என்றெல்லாம் முடிவு செய்யாத பயணம் அது. அன்று கூட இன்றைய நாள் போல மக்கள் திரளாகக் குழுமி சுதந்திர தினத்தைக் கொண்டாடினார்கள். வழியெங்கும் தெருக்களிலும் வீடுகளிலும் கொடிகளும் தோரணங்களும் கட்டப்பட்டிருந்தன. நான் அங்கு கூடியிருந்த கூட்டம் ஒன்றுடன் இணைந்து கொண்டேன். அதிலொருவர் சுதந்திர பிரதிக்ஞையை படிக்க அவரைப் பின்பற்றி மற்றவர்கள் பிரதிக்ஞை எடுத்துக் கொண்டனர். நானும் அவர்களோடு ஊர்வலத்தில் பயயணிக்கத் தொடங்கிவிட்டேன்.

கல்கத்தாவின் தெருக்களில் வெற்றி வளைவுகள் அமைத்தும் பனங்குறுத்துகள் படுதாக்கள் கொடிகள் தோரணங்களைக் கொண்டு அலங்கரித்ததுமாக பிரிட்டிஷார் நீங்கிய பூரண சுதந்திர நாள் கொண்டாடப்பட்டுக் கொண்டிருந்தபோது நீங்கள் உண்ணாவிரதம் இருந்து பிரார்த்தனை செய்து கொண்டிருந்தீர்கள். நீங்கள் விழித்ததும் சொல்லப்படுவதற்காக, மிக மோசமாகப் பாதிக்கப்பட்ட சில பகுதிகளில் மக்கள் சகோதர உணர்வுடன் கொண்டாட்டங்களில் ஈடுப்பட்ட நல்ல செய்திகள் காத்திருந்தன. முஸ்லிம்கள் தங்கள் கடைகளையும் வீடுகளையும் இந்தியக்கொடிகளைக் கொண்டு அலங்கரித்திருந்ததைக் கண்டேன். நான் பார்த்தவற்றில் மிகச் சிறந்த காட்சியாக இந்துக்களும் முஸ்லீகளும் திறந்த கார்கள் மற்றும் லாரிகளில் ஜெய்ஹிந்த் என்று முழங்கியவாறு செல்ல அதைத் தெருக்களில் கூடியிருந்த இரு மதத்தவரும் உற்சாகமாகவும் மகிழ்ச்சியாகவும்

"ஹிந்து முஸல்மான் ஏக்ஹோ ஹிந்து முஸல்மான் ஏக்ஹோ" என்று எதிரொலித்ததைக் கூறலாம். அதை விட முக்கியமான நல்ல காட்சி நீண்ட வருடங்களுக்குப் பிறகு நான் உங்களைக் கண்டுகொண்டதுதான். நீங்கள் அப்போது பிபிசி செய்தியாளரிடம் பேசிக் கொண்டிருந்தீர்கள். ஒல்லியான உங்கள் தேகம் அலைச்சலில் மேலும் கருத்திருந்தது. முதுகு சற்றே கூனலாகியிருந்தது. முகம் மேலும் சுருக்கங்கள் அடைந்திருக்குமோ...? அதை உங்களை நேராக நோக்கும்போது அறிந்து கொள்வேன். அச்சமயத்தில் உங்களிடம் கூறிக்கொள்ள எனக்கு விஷயங்கள் இருந்தன மகாத்மா. மேலும் உங்களிடம் கேட்டுத் தெரிந்துகொள்ள ஒரு கேள்வியுமிருந்தது. நான் நாட்டுப்பற்றோடு விடுதலைப் போரில் கலந்து கொண்டேன் என்பதையும், அதற்குப் பரிசாக இரண்டு சிறைவாசங்களைக் கடந்து வந்திருக்கிறேன் என்பதையும் உங்களிடம் சொல்லிக்கொள்ள வேண்டும். பிறகு, நான் மன்னிக்கப்பட்டிருப்பேனா என்பதைத் தெரிந்துகொள்ள வேண்டும். அப்போது எங்கிருந்தோ ஒரு குரல் "செத்து ஒழியுங்கள் காந்தி" என்று கூட்டத்திலிருந்து கூச்சலாய் எழுந்தது.

நான் கூறிக் கொண்டேன், நீங்கள் எதையுமே பெற முடியாது மகாத்மா. ஏனென்றால் நீங்கள்தான் எதையுமே இழக்கவில்லையே... என்று.

நீங்கள் உங்கள் கருத்தை பிபிசியில் அல்லாமல், பிரார்த்தனைக் கூட்டத்தில் அறிவிக்க தீர்மானித்திருந்தீர்கள். உங்கள் பேச்சைக் கேட்பதற்காக மக்கள் ஆயிரக்கணக்கில் கூடத் தொடங்க நீங்கள் பெலியகட்டாவில் ராஷ்பகன் மைதானத்தை நோக்கிக் கைத்தடியோடு நடந்து கொண்டிருந்தீர்கள். உங்களைப் பின்தொடர்வதே எனக்குப் பிடித்தமானதாக இருந்தது.

மகாத்மா... உங்கள் கைத்தடியை தாங்கிக்கொண்டு நீங்கள் நடந்து கொண்டிருந்தீர்கள்.

- கனலி இணைய இதழ்
ஏப்ரல் 15, 2021

08

ஒளியின் நிழல்

"நான் மிகவும் களைத்துப் போய்விட்டேன்."

"களைப்பை விட அதிகம் மலைத்துப் போய்விட்டாய்."

"ஏன்... எதற்கு...? என் மகன்கள் தொட முடியாத உயரங்களையெல்லாம் தொட்டுவிட்டார்கள் என்ற திருப்தியிலா...?"

காந்தி மெலிதாகச் சிரித்தார். "நீயும் உன் மகனும் உயரமென்று எதைக் கருதிக் கொள்கிறீர்கள் கஸ்தூர்?" மலஜலம் கழிப்பதற்கான குழியைத் தோண்டிக்கொண்டே பேசினார். ஒன்றரை அடிக்குத் தோண்டப்படும் சதுரக்குழிகள் உபயோகத்துக்குப் பிறகு மண் கொண்டு மூடப்படுவதால் அவற்றில் ஈக்கள் மொய்ப்பதில்லை. துர்நாற்றமும் வருவதில்லை.

"அதுசரி... உங்களுடைய நீள அகல உயரங்களெல்லாம் வேறு வேறு அல்லவா?" வெடுக்கென்று வந்து விழுந்தன கஸ்தூரின் வார்த்தைகள்.

"கஸ்தூர்... ஏன் கோபம் கொள்கிறாய்? கடந்த காலத்தை ஒருபோதும் மீட்க முடியாது அல்லவா?" மூத்தமகன் ஹரிலால் இந்தியாவுக்குக் கப்பலேறிவிட்டது குறித்து மனைவிக்கு மாறாத மனக்குறை என்பதை அவரும் அறிந்திருந்தார்.

"நிகழ்காலத்தில் அதைச் சரி செய்வதன் மூலம் கடந்த காலத்தை மீட்டெடுக்கலாம்."

ஆனால், அதற்கு முதலில் நான் அதைப் பிழையென்று உணர வேண்டுமே... வாயோடு வந்த வார்த்தைகளுக்கு வெகு கவனமாக

அவர் ஓசை கொடுக்கவில்லை. மண்வெட்டியை ஓரமாக சார்த்தி விட்டு கைகளைக் கழுவிக்கொண்டு வந்த பிறகும் கஸ்தூர் அதே இடத்தில் நின்றிருந்தார். பிரச்சினை ஆரம்பித்துவிடுமோ என்று பயந்தவருக்குக் கைகொடுப்பதுபோல நண்பர் பிரணஜீவன்மேத்தா திடீரென்று பிரசன்னமானது காந்திக்கு உற்சாகத்தைக் கொடுத்தாலும் அதை அதிகம் வெளிக்காட்டாதவராக, "வாங்க மேத்தா..." என்றார். ஹரிலாலுக்கும் அவர் தகப்பனாருக்குமிடையே நடந்து கொண்டிருக்கும் மௌனப்பூசலை அவர் அறியாதவர் அல்ல என்றாலும் தம்பதிகள் இருவருக்குமே விவாதத்தை மேற்கொண்டு தொடர விருப்பம் இருக்கவில்லை.

"இன்றைக்கு நீங்க கொஞ்சம் சத்தமா பேச வேண்டியிருக்கும் மேத்தா..."

ஏனென்று புருவத்தை உயர்த்திய மேத்தா தச்சு வேலைக்காக வெட்டப்பட்டு விழக் காத்திருக்கும் மரத்தைக் கண்டதும் "சரிதான்..." என்று புன்னகைத்தார்.

தென்னாப்பிரிக்காவில் ஜோஹன்னஸ்பர்க் நகருக்கு அருகில் சுமார் ஆயிரத்துநூறு ஏக்கர்கள் பரப்பளவு கொண்ட அந்தப் பண்ணையைக் காந்தியின் நண்பர் ஹெர்மான்காலன்பாக் வாடகையின்றி உபயோகித்துக் கொள்ள அனுமதித்திருந்ததையடுத்து அங்கு அடிப்படைக் கட்டுமானப் பணிகள் நடந்துகொண்டிருந்தன. அதிர்ஷ்டவசமாகக் குன்றிலிருக்கும் பெருங்கற்கள் கட்டுமானத்திற்கேற்ற உறுதியுடனிருந்தன. எறும்புகள் புற்றை எழுப்புவதுபோல நிலம் சீராக்கப்பட்டு வீடுகள் எழுப்பப்பட்டன. செலவு அதிகம் பிடிக்காத வளைவுத் தகடுகளைக் கொண்டு கூரை அமைத்துக்கொண்டனர். கதவு, சன்னல்களின் எண்ணிக்கையை அதிகப்படுத்தாமல் மரப் பயன்பாட்டை முடிந்தவரை குறைத்துக் கொண்டனர். நண்பர்களும் ஆதரவாளர்களும் மெத்தைகள், போர்வைகள், பாத்திரங்கள், பழங்கள் என அவரவருக்கு முடிந்த உதவிகளைச் செய்தனர். காந்தியின் குடும்பத்தார், தம்பி நாயுடுவின் குடும்பம், காலன்பாக் மற்றும் அங்கு வந்து சேரத் தொடங்கிய சாத்வீக எதிர்ப்பாளர் சிலரின் குடும்பங்கள் என மனிதர்கள் புழங்கத் தொடங்கியபோது அது குடியிருப்பு பூமி என்றாயிற்று. காந்தி தனது ஆதர்ச நாயகரான ரஷ்ய இலக்கியவாதியும் தத்துவவாதியுமான டால்ஸ்டாயின் பெயரை அந்தப் பண்ணைக்குச் சூட்டியிருந்தார்.

"மோகன்தாஸ்... சத்தியாகிரகிகளுக்குப் பிழைப்புக்கான ஊதியமும் தங்குவதற்கான இடமுமாக இந்தப் பண்ணை மிகவும் நல்ல ஏற்பாடுதான்."

"நம்முடைய அழைப்பை ஏற்றுப் போராட்டத்தில் கலந்து கொள்பவர்களின் குடும்பத்தாரைப் பார்த்துக்கொள்ள வேண்டிய பொறுப்பு நமக்கிருக்கு அல்லவா?"

இந்தியர்கள் அனைவரும் கை ரேகை பதிந்து உரிமைச் சீட்டு பெற்றுக்கொள்ள வேண்டுமென்றும் அதை எப்போதும் கைவசம் வைத்திருக்க வேண்டுமென்றும் அனுமதிச்சீட்டு இல்லாமல் நடமாடுவது தண்டனைக்குரிய குற்றமென்றும் டிரான்ஸ்வாலில் சட்டம் கொண்டு வரப்பட்டிருந்தது. அதை எதிர்க்கும் விதமாகப் பதிவுச் சான்று இல்லாமல் டிரான்ஸ்வாலுக்குள் நுழைவதும் கைது செய்யப்பட்டுச் சிறைப்படுவதும் விடுதலையானதும் மீண்டும் அனுமதியின்றி நுழைவதும் கைதாவதுமாகத் தொடரும் சத்தியாகிரகப் போராட்டத்தில் காந்தியும் அவரது மகன் ஹரிலாலும் அடக்கம். படிபடியாக சத்தியாகிரகிகள் எண்ணிக்கையில் பெருகிப்போக நிரந்தர வருமானமின்றி தவிக்கும் அவர்களது குடும்பங்களை காந்தி தன் பொறுப்பில் ஏற்றிருந்தார்.

கஸ்தூர் ஆரஞ்சுப் பழங்களை உரித்து சுளைகளை இரண்டு தட்டுகளில் எடுத்து வந்து அவர்கள் முன் வைத்துவிட்டு "ஜெக்கி இன்னும் வரக்காணோமே?" என்றார் மேத்தாவிடம்.

"அவ தோட்டத்துக்கு நீர் ஊத்திக்கிட்டு இருக்கா பா" உபயோகிக்கப் பட்ட கழிவுநீரை வாளிகளில் சேகரித்துச் செடிகளுக்கு பயன்படுத்திக் கொண்டனர். காய்கறிக் கழிவு உரத்தில் செடிகள் செழித்திருந்தன.

மேத்தாவின் மகள் ஜெக்கிக்கு சமீபத்தில்தான் திருமணமாகியிருந்தது. காந்திக்கு இந்தியன் ஒப்பீனியன் இதழைத்தான் இந்தியா திரும்பும்போது ஜெக்கி தம்பதியிடம் ஒப்படைக்க வேண்டும் என்ற எண்ணமிருந்தது. மேத்தாவும் ஒரு பொறுப்பான தகப்பனான மகளையும் மருமகனையும் அதற்கான பயிற்சிக்காகப் பண்ணைக்கு அனுப்பி வைத்திருந்தார். ஜெக்கி தம்பதியினரைப் பார்க்கும் போதெல்லாம் கஸ்தூருக்கு, கணவர் மூத்தவன் ஹரிலாலை விரும்பிய படிப்பை அதற்கான வாய்ப்புக் கிடைத்தபோதிலும் அடுத்தவருக்கு வழங்கிவிட்டது நினைவுக்கு வந்துவிடும். இது குறித்து ஒருமுறை கணவரிடம் கேட்டபோது

“ஹரிலாலை இங்கிலாந்துக்குப் படிக்க அனுப்பவில்லை என்பது உனக்குப் பிரச்சினையா...? அல்லது எனது உறவுக்காரப் பையன் சக்கன்லாலுக்கு இந்த வாய்ப்பைக் கொடுத்துவிட்டது பிரச்சினையா?” என்றார் கண்களைச் சுருக்கிக்கொண்டு.

கஸ்தூருக்கு எரிச்சலுண்டாயிற்று. திருமணமாகி இத்தனை வருடங்களாகியும் என்ன புரிந்துகொண்டார் இவர்? அட... இவர் யாரைத்தான் புரிந்து கொள்கிறார்? ஹரிலால் தான் ஆசைப்பட்ட பெண்ணைத் திருமணம் செய்துகொள்ள அனுமதி கேட்டபோது அவனை மெச்சிக் கொண்டாரா என்ன? இத்தனைக்கும் மருமகள் குலாபென் அவருடைய நண்பர் ஹரிதாஸ்வோராவின் மகள்.

“அவர் என்னைப் புரிந்து கொள்வார்னு எப்படி எதிர்ப்பார்க்கிறீங்க அம்மா...? சின்ன வயசிலேர்ந்து அவர் என்னுடன் சேர்ந்தே இருக்கலயே?” மகனின் குரலில் இருப்பது ஆதங்கமா... வருத்தமா... சோகமா... தன்னிரக்கமா... ஏக்கமா... எதுவென்று கஸ்தூரால் வகைப்படுத்த முடியவில்லை. ஆனால், அவன் சொல்வதுபோல அவர்களுடைய நான்கு மகன்களில் மூத்தவனான ஹரிலாலுக்குத் தந்தையுடன் சேர்ந்திருக்க அதிகம் வாய்த்திருக்கவில்லை. அவன் சின்னஞ்சிறு குழந்தையாக இருக்கும்போதே கல்விக்காக மனைவியையும் மகனையும் பிரிந்து இங்கிலாந்து சென்று விட்டார். அவனைத் தென்னாப்பிரிக்காவுக்கு அழைத்து வந்தபோது அவனுக்கு எட்டு வயதாகியிருந்தது. பிறகு அவர்கள் குடும்பமாகத் தென்னாப்பிரிக்கா வந்தபோது அவன் இந்தியாவிலேயே தங்கி விட்டான்.

மரவேலைக்காக வெட்டப்பட்ட மரம் மளமளவென்று சரிந்து எழுந்த ஓசையில் கஸ்தூரின் எண்ணவோட்டம் தடைப்பட்டது. மரம் மண்ணைத் தொட்டு எழுப்பிய புழுதியிலிருந்து புறப்பட்டு வந்தவர் போலக் கணவரைத் தேடிக்கொண்டு வந்த காலன்பாக்கை வரவேற்கும்பொருட்டு கஸ்தூர் எழுந்து வந்தார். அப்போது காந்தி டிரான்ஸ்வால் அரசின் காலனிகளுக்கான அமைச்சரான ஜான் கிறிஸ்டியன் ஸ்மட்ஸ் தன்னுடன் நடத்திய பேச்சு வார்த்தை குறித்து அவரிடம் மும்முரமாகப் பேசிக்கொண்டிருந்தார்.

டிரான்ஸ்வாலுக்குள் நுழைய அனுமதிக்க வேண்டுமென்ற உங்கள் கோரிக்கை முற்றிலும் நியாயமற்றது. இதுவரை எழுப்பப்படாதது, என்றாராம் ஸ்மட்ஸ்.

“மிஸ்டர் ஸ்மட்ஸ்... ஃப்ரீ ஸ்டேட் சட்டமும் புதிய மசோதாவும் அங்கு ஹைதராபாத் நிஸாம் நுழைவதைக் கூடத் தடை செய்து விடும் போலிருக்கிறது. இதை எதிர்த்து சத்தியாகிரகிகள் போராடிக் கொண்டேதான் இருப்பார்கள்.”

“மிஸ்டர் காந்தி... நீங்கள் கோரும் மாற்றங்களுக்கு ஃப்ரீ ஸ்டேட்காரர்கள் ஒருக்காலும் ஒப்புக்கொள்ள மாட்டார்கள்.”

“அவர்களை ஒப்புக்கொள்ள வைப்பது உங்கள் கடமை.”

“அதை விட நிலைமையை எடுத்துச் சொல்லி சத்தியாகிரகிகளை நீங்கள் சிறை மீட்டு விடலாமல்லவா? அவர்களின் குடும்பங்களை நீங்கள் பார்த்துக் கொள்வதாகச் சொல்லுகிறார்களே... அது உண்மைதானா? வருமானத்துக்கு என்ன செய்கிறீர்கள்? நீங்கள் இப்போது வழக்கறிஞர் தொழில்கூடச் செய்வதில்லை என்கிறார்களே?”

“உண்மைதான்” என்றார் பொதுவாக.

“பிறகு எப்படி வாழ்கிறீர்கள்? உங்களிடம் பணம் ஏராளமாக இருக்கிறதா?”

“இல்லை... நான் ஒரு ஏழையைப் போல வாழ்ந்து வருகிறேன். டால்ஸ்டாய் பண்ணையில் இருக்கும் மற்ற சத்தியாகிரகிகளைப் போல.”

“நான் பண்ணையை வந்து பார்க்க வேண்டுமே... அது எங்கிருக்கிறது மிஸ்டர்.காந்தி?”

“லாலே ரயில் நிலையம் அருகில்.”

அன்று ரயில் வண்டி புகையைக் கிளப்பிக்கொண்டு லாலே ரயில் நிலையம் வந்து நின்றபோது கஸ்தூருக்கு பண்ணையை அடைவதற்குக் கடக்க வேண்டிய தொலைவின் மலைப்பை விட மகன் ஹரிலாலைக் காணும் ஆர்வமே மேலோங்கியிருந்தது. அவன் சிறையிலிருந்து விடுதலையாகியிருந்த சத்யாகிரகிகளைக் கௌரவிக்கும் விதமாக ஜோஹானஸ்பர்க்கில் நடக்கும் பாராட்டு விழாவில் தந்தையின் சார்பில் கலந்துகொண்டுவிட்டு ஃபீனிக்ஸ் குடியிருப்புக்கு வருவதாகக் கூறியிருந்தான். அங்கு வராததையடுத்து டால்ஸ்டாய் பண்ணைக்கு அவன் வந்திருக்கக் கூடும் என்ற அனுமானத்தில் கஸ்தூர் அங்கிருந்து புறப்பட்டுக் கிட்டத்தட்ட முந்நூறு மைல்கள் பயணித்து பண்ணைக்கு வந்திருந்தார். வயது,

பயணக்களைப்பு இவற்றோடு இரத்தசோகையும் சேர்ந்துகொள்ள அவரது உடல் எடுத்து வைக்கும் ஒவ்வொரு அடியையும் கடினமானதாக மாற்றி மூச்சு வாங்க வைத்தது. நடைப்பயணமோ நீண்டுகொண்டே செல்வது போலிருந்தது. சற்றே அமர்ந்து ஓய்வெடுத்துவிட்டுச் செல்லலாம் எனத் தோன்ற கஸ்தூர் அங்கிருந்த பெரிய கல் ஒன்றின் மீது அமர்ந்துகொண்டார்.

சிறு குன்றின் அடிவாரத்தில் அமைந்திருந்த டால்ஸ்டாய் பண்ணை செழிப்பான மண்வளம் கொண்டது. காற்று, சுனைநீர் என்று ஆரோக்கியமாகக் கழிக்கக் கூடிய இடமாக அது இருந்தாலும், மனிதர்கள் வாழ்வதற்கேற்ற அடிப்படை கட்டமைப்புகள் இன்னும் பூர்த்தியடையாததால் பண்ணைவாசிகள் நிறையவே சிரமப்பட வேண்டியிருந்தது. தாவரங்கள் அதிகமென்பதால் பாம்புகள் பூச்சிகளுக்குக் குறைவில்லை. அவசரத்துக்கு சாமான்கள் எதுவும் கிடைக்காது. ஏதொன்றாகிலும் ஜோஹானஸ்பர்க் நகருக்குச் செல்ல வேண்டியிருக்கும். அது பண்ணையிலிருந்து இருபத்தோறு மைல் தொலைவிலிருந்தது. போக்குவரத்துக்காகப் பணத்தை விரயம் செய்வதில் காந்திக்கு விருப்பமிருப்பதில்லை. குடியிருப்புவாசிகள் வேண்டிய சாமான்களை மொத்தமாக எழுதி வைத்துக்கொண்டு குழுவாகக் கிளம்பி ஜோஹானஸ்பர்க் வரை நடந்து சென்று வாங்கி வருவதை வழக்கமாக்கிக் கொண்டிருந்தனர். கூடுமானவரை கட்டட வேலை, தோட்ட வேலைகளுக்குக் கூட ஆட்களை அமர்த்திக் கொள்ளாமல் பண்ணைவாசிகளே செய்து கொண்டனர்.

ஹரிலால் வேலை செய்வதற்கு அஞ்சுபவனில்லை. கடின உழைப்புடன் கூடிய சிறைவாசம் அனுபவித்தவர்களுக்குப் பண்ணை வேலைகள் பெரிதாகத் தோன்றாது என்பவன். பண்ணையில் கடின வேலை செய்தால் சிறைவாசம் கொடுமையாக இருக்காது என்பார் கணவர், எதிர்ப்பதமாக. ஆனால் எல்லாவற்றுக்கும் ஈடுபாட்டுடன் கூடிய மனம் வேண்டுமே! சமீபக் காலமாக ஹரிலால் எதையோ இழந்தவன் போலிருக்கிறான் என்பதை அவர் உணர்ந்திருந்தார். இத்தனைக்கும் புறச்சூழல் அவனுக்குச் சாதகமாகவே இருந்தது. மக்கள் அவனை 'இளைய காந்தி' என்று புகழ்கின்றனர். மகனின் போராட்டமும் சிறைவாசமும் தந்தையை நெகிழ்ச்சியடைய வைத்திருக்கிறது. ஒருவேளை மனைவி குலாபென்னும் மகள் ராமியும் இந்தியாவுக்குக் கிளம்பிவிட்டதால் ஏற்பட்ட பிரிவுத் துயரமோ...? இரண்டாவதாகக் கர்ப்பம் சுமந்திருக்கும் மருமகளை

இங்கேயே வைத்துப் பார்த்துக்கொள்ளவே கஸ்தூருக்கு விருப்பம். ஆனால், மாமனாரின் அறிவுரையோ அவள் இந்தியாவுக்குச் சென்று விட வேண்டும் என்றிருந்தது. போகும்போது அவள் தன்னுடன் தன் கணவனின் சந்தோஷத்தையும் எடுத்துச் சென்று விட்டாள் போலும்.

"பா... எதிலோ ஆழ்ந்துவிட்டீர்கள் போலிருக்கு" காலன்பாக்கின் குரல் கஸ்தூரை மீட்டெடுக்க, அவர் என்ன... என்பதுபோலப் புருவத்தை உயர்த்தினார்.

"அந்தந்தத் தொழிலுக்கான பணியாளர்களை அமர்த்திக் கொண்டால் வேலைத்திறன் மேம்படும் என்கிறார் இவர். ஆனால் எனக்கு அதில் உடன்பாடில்லை..." தாயிடம் ஓடி வந்து ஒப்புவிக்கும் குழந்தையைப் போல நண்பரை முந்திக்கொண்டு மடமடவென்று மனைவியிடம் சொல்லி முடித்தார் காந்தி.

காலன்பாக் சொல்லுவதைப் போலப் பழக்கமின்மையின் காரணமாக நிர்மாணப் பணிகள் ஆசிரமவாசிகளைச் சிரமப்படுத்திக் கொண்டுதானிருந்தது. கூரை வேய்பவரோ மரம் வெட்டுபவரோ செங்கல் வரிகள் வைப்பவரோ எவராக இருப்பினும் பண்ணைவாசிகளான தொழிலாளிகள், அங்கிருக்கும் பெண்கள் தைத்துக் கொடுத்த முரடான நீலநிறக் கால்சட்டையும் மேற்சட்டையும் சீருடை போல அணிந்திருந்தனர். முறையான அளவுகளின்றி அவை தொளதொளத்துத் தொங்கின.

"பா... நான் சொல்லுவதில் என்ன தவறிருக்கு? இந்த மரத்தைத் தோட்டக்காரர் முறையாக அறுத்திருந்தால் இன்னும் பிசிறுகள் இல்லாமல் செய்திருப்பார் இல்லையா?"

"பழக்கமில்லாதவற்றைப் பழக்கப்படுத்திக்கணும் இல்லையா... பா."

"அது முடியாமல்தானே பிராக்ஜி ஒருமுறை மயங்கி விழுந்து விட்டார்" காலன்பாக் விடவில்லை.

"ஆனாலும், தான் கொண்ட ஊக்கத்தை இறுதிவரை அவர் கைவிடவில்லையே" காந்தியும் விடவில்லை.

"பாரிஸ்டர் காந்தி தன் கருத்தை எப்போதும் விட்டுத் தர மாட்டார் என்பது தெரிந்த விஷயம்தானே?"

"ஜோசப் ராயப்பன் கூட பாரிஸ்டர்தான். அவர் பளுவான மூட்டைகளை ரயிலிலிருந்து இறக்குவதும் அவற்றை வண்டியில் ஏற்றி இழுப்பதையும் முன்னரே பழக்கப்படுத்தி வைத்திருந்தாரா என்ன?" மோகன்தாஸ் சிரித்தபோது கண்ணோரம் லேசாகச் சுருக்கம் விழுந்தது. கழிவு நீர் செல்வதற்கான பாத்திகளை மண்வெட்டியால் ஒழுங்குபடுத்திக் கொண்டே பேசினார்.

"நண்பரே... நம் பாரிஸ்டர் தன்னால் கடைப்பிடிக்க முடியாத அல்லது செய்ய முடியாத எந்த ஒரு கருத்தையோ செயலையோ எப்போதும் யாரிடமும் முன் வைப்பதில்லைன்னு உங்களுக்குத் தெரியாதா? அவர் தீர்மானித்து விட்ட சத்தியத்தின் பாதையில் எந்த ஆபத்தும் அவரைக் கட்டுப்படுத்தாது" என்றார் மேத்தா இடையில் புகுந்து.

"உங்களை விட என் கணவரை நான் நன்றாகவே அறிவேன்" என்றார் பா. கைகள் வேர்க்கடலைத் தோல்களைக் குவித்து அள்ளிக் கொண்டிருந்தது.

"ஒப்புக் கொள்கிறேன் பா. நீங்கள் அறிந்ததைத்தான் நானும் கூறுகிறேன். உலகாயுத இச்சைகள் ஏதொன்றும் அவரால் வெல்ல முடியாததல்ல. அவை எதுவும் தனக்காக அவர் வரித்துக் கொண்டிருக்கிற மேலான பாதையிலிருந்து அவரை வழுவச் செய்ய முடியாது. பொருள் சார்ந்த வாழ்வே பிரதானமாகத் தோன்றும் இந்தக் காலத்தில் அவரைப்போலத் தான் உபதேசிக்கும் லட்சிய வாழ்க்கைக்குத் தானே உதாரணமாக வாழ்ந்து காட்டும் இன்னொரு மனிதரைப் பார்க்க முடியாதென்பது அவருடைய நண்பராக எனக்குப் பெருமைதானே?"

ஆனால் மகன்களாக...? கஸ்தூரின் மனம் தொக்கி நின்றது. என் மகன்கள் தன் தகப்பனிடமிருந்து வாழ்க்கையின் அடிப்படை உரிமைகளைப் பெற்றுக்கொண்டுவிட்டார்களா? அவர்களுக்குக் கிடைத்ததெல்லாம் மறுக்கப்பட்ட பள்ளிக் கல்வியும், கண்டிப்பும் ஒழுங்குமாகச் செய்ய பணிக்கப்பட்ட பணிகளும், வயதுக்கு மீறிய பொறுப்பும் வலிந்து கொடுக்கப்பட்ட வறுமையும்தானே? இவற்றைத் தம் மகன்களால் விமர்சனமின்றி ஏற்றுக்கொள்ள முடியுமா என என்றாவது அவர் யோசித்திருப்பாரா? ஹரிலாலுக்குத் தந்தையை போல இங்கிலாந்து சென்று படிக்க வேண்டுமென்ற ஆசை. அவனுடைய வயதில் அவரிருக்கும்போது குடும்பமே அவரை இங்கிலாந்துக்குப் படிக்க அனுப்பி வைத்து

பெருமைப்பட்டுக் கொண்டதே? அவரைப் போல அவர் மகனும் தன்னிச்சையாகச் செயல்பட விருப்பம் கொள்வது அத்தனை பெரிய குற்றமா என்ன?

"என்னையோ, பாரிஸ்டர் படிக்கணும்கிற என்னோட கனவையோ அவர் பொருட்டாவே எடுத்துக்கல. ஆனா அவங்கண்ணா பையனை அதுக்குச் சிபாரிசு பண்ணியிருக்காரும்மா" விஷயத்தைக் கேள்விப்பட்டபோது ஹரிலால் உடைந்திருந்தான்.

"யாரு? சக்கன்லாலையா?"

"ஆமா... நான் படிக்கறதில அவருக்கென்ன பிரச்சினை? ஏன் என்னைப் படிக்கவிட மாட்டேங்கிறாரு? நான் படிச்சா அவருடைய உயரத்தைத் தொட்டுடுவேன்னு பயப்படறாரா? அம்மா... ப்ளீஸ்... புரிஞ்சுக்கங்க. நான் யாரோ கொடுக்கற உபகாரச் சம்பளத்தில் படிக்கணும்னு நினைக்கல. அவர் என்னைப் படிக்க வைக்கணும்னு உரிமையாக் கேட்கிறேன். என்னோட ஆசை அத்தனை நியாயமற்றதா?"

இம்மாதிரியான அதிர்ச்சிகளும் கணவரின் புதிரான நடவடிக்கைகளும் அவருக்குப் பழக்கப்பட்டிருந்தாலும் மகனின் பரிதவிப்பான முகம் இதயத்தை நெகிழ்த்தியது.

"நான் வேணும்னா பேசிப் பார்க்கவா ஹரி?"

"எல்லாமே முடிஞ்சிடுச்சு அம்மா... என் வாழ்க்கையே முடிஞ்சுப் போச்சு."

"ஏன்ப்பா இப்படிச் சொல்றே?"

மகனை நெருங்கி வந்து அமர்ந்து கொண்டார்.

"அவர் சிபாரிசு செய்ற ஆள் எளிமையாக வாழ்வதாக உறுதி எடுத்துக்கணுமாம். சைவ உணவுப் பழக்கத்தைக் கடைப் பிடிக்கணுமாம். சக இந்திய மாணவர்களிடம் நெருங்கிப் பழகி ஃபீனிக்ஸின் இலட்சியங்களை அவங்களுக்கு அறிமுகப்படுத்தணுமாம். இங்கிலாந்தில் மதன்லால் திங்ராங்கிற மாணவன் சிவில் சர்வெண்ட் ஒருத்தரைக் கொன்னுட்டான் இல்லையா...? அதைக் கேள்விப்பட்ட பிறகு மாணவர்களுக்கு வன்முறை மேல ஆர்வம் வந்துடுச்சாம். அவங்களைத் திசைத்திருப்பி அகிம்சை மேல நம்பிக்கை கொள்ள வைக்கணுமாம். இதுக்கெல்லாம் சக்கன்லால்தான் சரியாயிருப்பாருன்னு

அவருக்குத் தோணிடுச்சு. நான் அதுக்கெல்லாம் சரிப்பட்டு வரமாட்டேன்னு இவரா ஏம்மா நினைச்சுக்கணும்? என்னை ஏம்மா கேட்கல?”

கஸ்தூர் ஆற்றாமையும் கோபமுமாகப் பேசும் மகனின் முகத்தையே பார்த்துக் கொண்டிருந்தார். “நீ பேசாம இந்தியாவுக்குப் போய் மெட்ரிகுலேஷன் பரீட்சையை எழுதுப்பா... அதான் சரிப்பட்டு வரும்” என்றார்.

“அதான் எனக்கும் தோணுது. ஆனா இவர் பாட்டுக்குத் தூது கோஷ்டியோட இங்கிலாந்து போயிட்டார். மணிலாலுக்கும் உடல்நிலை சரியா இல்ல. நீங்க ராமாவையும் தேவாவையும் வச்சிக்கிட்டு இங்கே தனியா என்ன பண்ணுவீங்கம்மா.”

மகனின் கரிசனத்தில் இளகிய தன் மனதைக் கட்டுப்படுத்திக் கொண்டு “ஹரி... இத்தனை நாள் நான் உன்னை நம்பியா இங்கே இருந்தேன்? நீ உன் மனைவியையும் மகளையும் கூட்டிக்கிட்டு கிளம்பு. நாங்க எப்படியோ சமாளிச்சிக்கிறோம்” என்றார்.

“இல்லம்மா... நான் திரும்பவும் டிரான்ஸ்வால் போறதா இருக்கேன்.”

“அய்யோ... திரும்பவும் ஜெயிலுக்கா?”

“ஆமா... அப்பா அதைத்தானே சொல்லுறாரு” என்றான். அதற்குள் ராமி உள்ளறையில் சிணுங்கலாக அழத் தொடங்கியிருந்தாள். காத்திருந்தவன் போல ஓடிச்சென்று மகளைக் கையிலேந்திக் கொண்டபோது கஸ்தூரின் கண்களுக்கு அவன் சின்னஞ்சிறுவனாகத் தெரிந்தான்.

தன் சின்னஞ்சிறு மகள் ராமியைப் பார்க்காமல் தன்னால் இருக்க முடியாது என்பான் ஹரிலால். இப்போது மகனும் பிறந்துவிட்டான். குலாபென்னும் பாவம்தான். கணவன் மீது உயிரையே வைத்திருக்கும் சிறு பெண் அவள். அடுத்தடுத்து இரண்டு குழந்தைகள். ஆனால் கணவருடன் சேர்ந்திருக்க அவளுக்குக் கொடுத்து வைக்கவில்லை. எனக்கு வாய்த்த அதே தலையெழுத்தை அடுத்த தலைமுறைக்கும் வாய்க்க வைத்த விதியை என்னவென்று சொல்லுவது? தகப்பனுக்கான கடமைகளைப் பிறிதொருவர் ஏற்க முடியாது. அது குழந்தைகளின் எதிர்கால வாழ்வுக்கு நல்லதன்று. அது ஹரிலாலுக்கு நன்றாகத் தெரியும். அதனால்தான் உயர்கல்வியின் மீது அதிக அக்கறை

காட்டுகிறான். ஆனால் அக்கறையற்ற தகப்பனால் அது கை நழுவிப் போகிறது. விழா முடிந்ததும் ஃபீனிக்ஸ் குடியிருப்புக்கு வருவதாகச் சொன்னவன் அவர் அங்கிருந்ததால்தான் வராமலே போய் விட்டான். அவர் மீது கோபமா... வருத்தமா...? ஏதோ ஒன்று. அவனுக்கு அவர் மீதிருக்கும் விலகல் அதிகரித்துக் கொண்டே போகிறது. சுயமாகச் சிந்திக்கத் தெரிந்த மகனை இன்னும் கைக்குள் பொத்தி வைத்துக்கொள்ள வேண்டுமென அவர் எண்ணுவது நியாயமில்லை. ஆனால் அவரோ, அவன்தான் நான், நான்தான் அவன் என்கிறார். யாரைத் திருத்துவது என்றே தெரியவில்லை. மகனுக்கென்று ஒரு சுயம் இருக்கிறது. அதுதான் தகப்பனுக்கும் மகனுக்கும் உறுத்தலாக ஓடிக் கொண்டிருக்கிறது. இதை அப்படியே விட்டுவிடுவது சரியாகாது.

"பாப்பு... நீங்கள் இலட்சிய மனிதராக இருக்கலாம். அதற்காக உங்கள் இலட்சியங்களை உங்கள் பிள்ளைகளின் விருப்பம் அறியாமல் அவர்கள் மீது திணிக்காதீர்கள். ஒவ்வொருவரின் விருப்பும் வெறுப்பும் தனி மனிதரின் ஆளுமை சம்மந்தப்பட்டது அல்லவா?" தாய்ப்பாசம் கணவரை கேள்வி கேட்க வைத்தது.

"கஸ்தூர்... நீ என்னைப் புரிந்துகொள்ள முயற்சி செய்யேன் ப்ளீஸ்... கைரேகைப் பதிவுக்கான போராட்டம் வலுத்தபோது அதைப் பற்றிச் சிறிதும் கவலைப்படாமல் ரகசியமாகப் பதிவு செய்து கொண்டவர்களையும் பெர்மிட்டுகளில் கையெழுத்திட்டவர்களையும் சிறை செல்ல நழுவிக் கொள்பவர்களையும் நான் கண்டும் காணாது விட்டுவிடலாம். ஆனால், என் சொந்த மகன்கள் அப்படி ஏதாவது செய்துவிட்டால்? அந்த எண்ணம் கூட அவர்களுக்குத் தோன்றாதபடி நான்தானே பார்த்துக்கொள்ள வேண்டும்?"

"ஆனால், அதற்காக நம் எல்லைகளை நாம் மீறி விடக் கூடாதல்லவா?"

கஸ்தூரின் வார்த்தைகளில் கோபமிருந்தது. இனியும் அருகிலிருந்தால் அது வாக்குவாதத்தைப் பெரிதாக்கிவிடும் என்பதோடு கணவருக்கும் யோசிக்க நேரம் அளிக்க வேண்டும் என்ற நோக்கத்தில் கஸ்தூர் அங்கிருந்து நகர்ந்து கொண்டார். அதே நேரம் அவர் மகனுக்கும் அறிவுறுத்திக் கொண்டுதானிருந்தார்.

"ஹரி... அவரோட சிந்தனைகளே வேறு. துறந்து போறதுதான் வாழ்க்கைன்னு நினைக்கிறார். கடமையைச் செய்வது மட்டும்தான்

நம் வேலை. அதற்கான பலன்களைக் கூட நாம் எதிர்பார்க்கக் கூடாது என்கிறார். அவர் மனம் பொதுப்போக்கோடு ஒத்துப் போறதில்லை. அதற்காக மகனான நீ அவரை விலக்கிட முடியுமா?”

“அம்மா... நான் சாதாரணன். அவருடைய உயர் இலட்சியவாதத்தைத் தாங்கிக்கொள்ளும் அறிவுத்திறனும் ஆன்மிகத்திறனும் எனக்கில்லை. ஒருவேளை அது பின்னாட்களில் வரலாம் அல்லது வராமலும் போகலாம். ஆனால் ஒன்று... அவர் என்னை அடக்கும்போது அவர் ஒடுக்கியவைகளெல்லாம் என்னுள் பேருரு கொள்கின்றன அம்மா.”

“நீ உன் அடையாளங்கள் இப்படித்தான் இருக்கணும்னு விரும்புவது எப்படி உன்னோட இயல்போ அதே மாதிரி இம்மாதிரியான சிந்தனைகள் எழுவது அவரோட இயல்பு. இனிமே அதை அவரால மாத்திக்க முடியாது. மூத்தவங்க அவங்கவங்க கொள்கையில உறுதிப்பட்டுப் போயிருப்பாங்க. சின்ன வயசுக்காரங்க நீங்கதான் மாத்திக்கணும்.”

ஆனால், எதுவும் மாறிவிடவில்லை. எதுவுமே மாறிவிடவில்லை... இங்கே எதுவுமே மாறாது... கஸ்தூரின் மனம் புலம்பிக் கொண்டிருந்தது.

“கஸ்தூர்... சாப்பாட்டுக்கான நேரம் நெருங்கிவிட்டது” கணவரின் குரல் காதில் விழுந்தபோது வாய் அனிச்சையாக பதில் கூறினாலும் அவரால் மகனின் நினைவுகளின்று விலகி விட முடியவில்லை.

“ம்ம்... சரிதான்” அவர் முக்காடை இழுத்துவிட்டுக் கொண்டு சமையலறைக்குச் சென்றார். மணி பதினொன்றை நெருங்கியிருந்தது. மதிய உணவுக்கான நேரம் அது. காலை ஆறு மணிக்கு உண்ட கோதுமை அடையும், கோதுமைக் காப்பியும் வேலைப் பளுவில் எல்லோருக்கும் எப்போதோ செரிமானமாகியிருக்கும். பண்ணையில் இந்துகள், முஸ்லிம்கள், பார்ஸிகள், குஜராத்திகள் என மாறுபட்டோர் தங்கியிருந்தபோதிலும் மாமிசமில்லாத ஒரே சமையல்தான் எல்லோருக்கும். அனைவரும் ஒன்றாக அமர்ந்து உணவு உண்ணவும் உண்டபின் அவரவர் பாத்திரங்களைச் சுத்தம் செய்துகொள்வதும் நடைமுறையிலிருந்தது.

சமையலறையில் வேர்க்கடலைத் துகையலும் தித்திப்பு ஆரஞ்ச் பச்சடியும் தயாராக இருந்தது. கஸ்தூர் தீட்டாத கோதுமையை அரைத்துத் தவிடு நீக்காமல் எடுத்து வைக்கப்பட்ட மாவை

ரொட்டிக்காகப் பிசைந்து வைத்திருந்தார். இளையவன் தேவதாஸ் வேர்க்கடலைத் துகையலை விரும்பமாட்டான். ஆனால் ஹரிலால் இதையெல்லாம் பொருட்படுத்துவதே இல்லை. அண்ணனும் தம்பியும் தகப்பனும் மகனும் போலப் பேசிக் கொள்வார்கள். அண்ணன் தம்பியை இடுப்போடு அணைத்துத் தூக்கி வட்டமடிப்பான். அவன் தலைசுற்றித் தடுமாறி உட்காரும்போது ராமியை அவன் மடி மீது அமர்த்தி "இவர் உன்னோட குட்டி சித்தப்பா" என்று இருவரையும் சேர்ந்தே அணைத்துக்கொள்வான்.

ஒருமுறை தேவதாஸ் அண்ணனிடம் கோட்டு சூட்டுகள் வாங்கித்தருமாறு கேட்டபோது, ஹரிலால், 'நான் இங்கிலாந்து போய் படிச்சிட்டு வர்றேன். அப்பறம் பாரு... உனக்கு என்னவெல்லாம் வாங்கித்தர்றேன்னு' என்றான். இங்கிலாந்தில் படிப்பதற்கான வாய்ப்பு அவன் தந்தையைத் தேடி வந்திருந்தது. அதை நிச்சயம் அவர் நிறைவேற்றித் தருவார் என முழு மனதுடன் நம்பியிருந்தான். சத்தியாகிரகத்தில் ஈடுபடும் அவனை 'என் மகன் அவன்...' என்று அவர் பெருமையாகப் பேசுவது அவனுக்குப் பிடித்திருந்தது. தகப்பனாரின் கவனத்தைக் கவர்ந்து கொண்டே இருக்க வேண்டும் போலிருந்தது. அவரைப் போல இங்கிலாந்தில் படித்து பாரிஸ்டர் பெற்ற பிறகு அவனாலும் சத்தியாகிரகிகளுக்காக இலவசமாக வாதிட முடியும். சட்ட நுணுக்கங்களை அறிந்து இந்தியன் ஒப்பீனியன் இதழில் அவரைப் போல அவனும் கட்டுரைகள் எழுதலாம். ராமிக்குப் புது பொம்மைகள் வாங்கித் தரலாம். மனைவியும் தானும் இந்தியாவுக்குச் செல்வதற்கு அப்பாவிடம் அனுமதி கேட்டபோது அவர் இருக்கும் பற்றாக்குறை நிதியில் ஒரு நபருக்கான பயணச்சீட்டு செலவைத்தான் தன்னால் ஏற்க முடியுமென்று கூறிவிட்டார். தான் சம்பாதித்த பிறகு இவற்றையெல்லாம் சரிக்கட்டி விடலாம் என்று எத்தனை கனவுகள் வைத்திருந்தான். ஆனால் அவன் தந்தையாரோ இரக்கமேயின்றி எல்லாவற்றுக்கும் மூடு விழா நடத்திவிட்டார். என் மகன் மனதளவில் நிறைய காயப்பட்டுவிட்டான். அச்சுப்பணிகளின்போது சற்றும் அசராமல் இயந்திரத்தைச் சுற்றுபவனுக்கு இப்போது அதில் மனம் ஒன்றுவதில்லை. உணவில் வேண்டுமென்றே சர்க்கரையையும் உப்பையும் சேர்த்துக்கொள்கிறான். பேச்சுக் கூட வெகுவாகக் குறைந்துவிட்டது. அவன் என்னைத் தவிர எல்லோரிடமும் எல்லாவற்றிலிருந்தும் பாராமுகமாகத்தான் நடந்து கொள்கிறான்.

"படிப்பு அவருக்கு எப்படியோ அமைஞ்சு வந்துடுச்சு ஹரி... நீ உன்னை அவரோட ஒப்பிட்டுக்காதே... அவர் தன்னைப் பெரிய படிப்பு படிச்சவர்னு எப்பவும் நினைச்சுக்கறதே இல்லை தெரியுமா? இப்போ கூட அவர் தன்னோட செருப்பைத் தானேதான் தைச்சுக்கிட்டு இருக்காரு பாரு" என்றார் மகனைச் சமாதானப்படுத்துவது போல.

"அம்மா... இதையெல்லாம் அவர் செஞ்சா அது அவரோட பெருந்தன்மைன்னு சொல்லுவாங்க. ஆனா நாம் இதையே பிழைப்பா எடுத்து செஞ்சா சாப்பாட்டுக்கே திண்டாட வேண்டியதுதான்" தனது நறுக்கென்ற பேச்சால் தாயார் மனம் புண்பட்டுவிட்டதோ என நினைத்து அவரருகே வந்து அமர்ந்து கொண்டான்.

அன்புக்காகச் சிறுகுழந்தை போல ஏங்கும் மகனை அவன் மனைவி இந்தியாவிலிருக்கும் இந்தச் சமயத்தில் தனித்திருக்கச் செய்ய வேண்டாம் என்ற வைராக்கியமே அவரை அன்று ஃபீனிக்ஸிலிருந்து டால்ஸ்டாய் பண்ணைக்குத் தனித்துப் பயணிக்க வைத்திருந்தது. இருபுறமும் அடர்ந்திருந்த தாவரங்களுக்கு மத்தியில் நடை தடத்தால் ஏற்பட்ட ஒற்றையடிப் பாதையின் வழியே நடந்து வந்தவருக்கு காற்றில் தவழ்ந்து வந்த ஆரஞ்ச் பழ வாசமானது பண்ணை நெருங்கிவிட்டதைச் சொன்னது. ஆரஞ்ச், ஆப்ரிகாட், பிளம் மரங்களுக்கிடையே கட்டடங்கள் தெரியத் தொடங்கியபோது, ஹரிலால் இங்குதான் இருக்கிறான். என் வரவை எதிர்ப்பார்த்துக் காத்திருப்பான் என்ற இனிய படபடப்பு எழுந்தது.

காந்தி, மேத்தா உட்பட குடியிருப்புவாசிகள் அனைவரும் உணவு உண்பதற்காக ஒதுக்கப்பட்டிருந்த அந்த நீண்ட வராந்தாவில் குழுமத் தொடங்கினர். ஃபீனிக்ஸில் இருப்பதைப் போன்று இங்கும் பிரார்த்தனைக்கூடம், உணவுக்கூடம், தச்சுப்பட்டறை, பள்ளிக்கூடம், கைத்தொழிலுக்கான கூடங்கள் எனத் தனித்தனியாக இடம் ஒதுக்கப்பட்டு கட்டுமானத்துக்காகக் காத்திருந்தது. சாப்பாட்டுக்கான வேலைகள் மளமளவென்று நடைபெறத் தொடங்கின. சுனையிலிருந்து காவடி மூலம் எடுத்து வரப்பட்ட நீர் குடுவைகளில் நிரப்பப்பட்டன. தட்டுகள் ஏந்தி எடுத்து வரப்பட்டன. தணல் அடுப்பு ஏற்றப்பட்டது. மளமளவென்று உருண்டைகள் உருட்டப்பட்டு தேய்க்கப்பட்டு வாட்டப்பட்டு மரத்தட்டுகளில் அடுக்கப்பட்டன. குறிப்பிட்ட எண்ணிக்கையைக்

கடந்ததும் அது முன்னறைக்கு எடுத்து வரப்பட, அடுத்தடுத்த மரத்தட்டுகளில் ரொட்டிகள் அடுக்கப்பட்டன. மேத்தா குடுவையிலிருந்த நீரை தம்ளர்களில் ஊற்றித் தட்டுகளுக்கு அருகே வைத்தார். ஆரஞ்ச் பச்சடியும் வேர்க்கடலைத் துகையலும் பரிமாறப்பட்டன. உண்பதும் ஒரு வேலையென மாற அனைவரும் சூடான ரொட்டிகளைப் பிய்த்து துகையலில் தொட்டுச் சாப்பிடத் தொடங்கினர்.

ஹரிலாலுக்குச் சூடான ரொட்டியை உருளைக்கிழங்கு தொடுகறியோடு சேர்த்து வைத்து உண்ணப் பிடிக்கும். அதுவும் கிழங்கில் சரியான அளவு உப்பு போட்டு சமைத்தால் ஒரே மூச்சில் ஐந்து ரொட்டிகளைக் கூட உண்டுவிடுவான். அன்று அதைச் செய்துகொடுக்கும் ஆவலோடும் மகனைக் காணும் பரபரப்போடும் குடியிருப்புக்கு வந்தவரை ஏமாற்றமே வரவேற்றது.

"ஹரிலாலா...? அவர் இங்கு வரவில்லையே பா..."

எலும்புகளற்ற உடலைப் போல மனம் தொய்ந்து விழுந்தது. கடவுளே... இத்தனை தூரம் வந்தது வீணாகிவிட்டதே. சற்று பொறுத்து கிளம்பியிருந்தால் அவன் ஃபீனிக்ஸுக்கே வந்திருப்பானோ? நான்தான் அவசரப்பட்டுக் கிளம்பிவிட்டேனா? ஆனால், அங்கும் வரவில்லை என்கிறார்களே... ஒருவேளை மீண்டும் கைதாகிச் சிறைக்குச் சென்றுவிட்டானோ? குடும்பமும் குழந்தைகளும் எங்கோ இருக்க இவன் தனித்து எத்தனை சிரமப்படுகிறான்? இதற்காகத்தான் என் வயிற்றில் மகனாக வந்து பிறந்தாயா ஹரி...? அதற்காகத்தான் கடல் கடந்து இங்கு வந்து சேர்ந்தாயா?

அவர் இடது உள்ளங்கையை விரித்து வலதுகையால் பிடித்துக் கொண்டார். இப்படித்தான் அன்று அவனும் பிடித்துக்கொண்டான். தன் கையின் வெம்மையின் வழியே தாயாருக்குத் தெம்பையும் தைரியத்தையும் ஊட்டிக் கொண்டிருந்தான். அது 1896ஆம் ஆண்டு அவர் முதன்முதலில் தென்னாப்பிரிக்காவுக்கு வந்த சமயத்தில் நிகழ்ந்தது. அப்போது அவனுக்கு எட்டு வயதிருக்கும். இந்தியாவிலிருந்து புறப்பட்டு கிட்டத்தட்ட மூன்று வார கடல் பயணத்துக்குப் பிறகு அவர்கள் தென்னாப்பிரிக்க நிலத்தை அடைந்திருந்தார்கள். பயணிகள், நிலம் காணும் ஆவலில் இறங்க முற்பட்டபோது, அங்கிருந்த ஐரோப்பியர் அவர்களைத் தரையிறங்க விடாமல் ஆர்ப்பாட்டம் செய்வதாகத் தகவல் வந்தது.

அவர்களோடு இந்தியாவிலிருந்து தென்னாப்பிரிக்கா வந்திருந்த மற்றொரு கப்பலுக்கும் இதே கதிதான். நீர் மேல் பயணம் செய்த நாட்களளவுக்குக் கரையில் அவர்கள் காத்திருந்தாலும் நிலைமை சீரடைவதாகத் தெரியவில்லை. அவர் தன் மகன்களோடு கணவனை ஒட்டிக் கொண்டு திகிலோடு ஒடுங்கினார். முதலில் இந்தியர்கள் பிளேக் நோயைக் கொண்டு வந்திருக்கிறார்கள் என்ற பயம்தான் தரையிறங்க விடாததற்குக் காரணம் என்றார்கள். மருத்துவப் பரிசோதனைக்கான காத்திருப்பு என்றார்கள். பிறகுதான் விஷயம் மெல்லப் பரவியது. அவரது கணவர் நேட்டாலில் தென்னாப்பிரிக்க இந்தியர்களுக்கு எதிராக நிலவி வரும் மோசமான இனவெறி குறித்து இந்தியாவின் பல இடங்களுக்கும் சுற்றுப் பயணம் செய்து ஆதரவு திரட்டியது அவருக்கெதிரான விஷயமாக ஐரோப்பியரிடம் பரவியிருந்ததால் எழுந்த ஆர்ப்பாட்டம்தான் இந்தக் காத்திருப்புக்குக் காரணமென்று. காந்தி இந்தியாவிலிருந்து இரண்டு கப்பல்கள் நிறைய தன் உறவினர்களை அழைத்து வந்திருக்கிறார் என்றும் இந்தியர்களின் படையெடுப்புக்குத் தலைமை தாங்கி வந்திருக்கிறார் என்றும் அது அவர்களிடமிருந்து நாட்டையும் வீடுகளையும் பறிக்கவிருக்கும் படை என்றெல்லாம் பேசிக் கொண்டதாகச் சொல்லிக்கொண்டார்கள்.

இறுதியில் கணவரின்றி பிள்ளைகளோடு கரையிறங்க வேண்டிய நிர்பந்தம் கஸ்தூருக்கு வாய்க்க, நடுக்கத்தோடு நகர்ந்த அத்தருணத்தில் தனித்து விடப்பட்ட உணர்வோடு சொந்தங்களையும் சொந்த மண்ணையும் விட்டு வந்த அவருக்கு ஹரிலாலின் இளஞ்சூடான உள்ளங்கைகள் எத்தனை நம்பிக்கையளித்தன? இந்தியக் குடும்பங்களில் குடும்பத் தலைவருக்கு அடுத்தபடியாகக் குடும்பத்தின் மூத்த மகன்கள் அதேயளவு தெம்பையும் நம்பிக்கையையும் அளிப்பவர்கள்.

"நீங்கள் இந்தியாவுக்கு அதிகம் தேவைப்படுகிறீர்கள் மோகன்தாஸ்" என்ற மேத்தாவை வேர்க்கடலை துகையலைத் தொட்டு ரொட்டியை மடித்து வாயில் வைத்தபடியே நோக்கினார் காந்தி.

"நான் இந்தியாவுக்குச் சென்றதும் அங்கு நமக்குத் தேவையான இளைஞர்கள் கிடைத்துவிடுவார்கள் என்று நீங்கள் கருதினால் அது தவறு மேத்தா. நாம் தென்னாப்பிரிக்காவில் சந்தித்த அதே கஷ்டங்கள் அங்குமிருக்கும். இங்கு நாம் தொடங்கியிருக்கும் வேலைகளுக்கு ஒரு வலுவான அடித்தளம் அமைத்துக்கொடுத்த பின்னரே இந்தியாவுக்குச் செல்ல வேண்டும்."

கஸ்தூர் கணவரையே பார்த்துக் கொண்டிருந்தார். தகப்பனும் மகனும் உருவத்தில் மட்டுமல்லாது செயல்களில் கூட ஒத்தமாதிரியே இருந்தனர். இவரைப் போலத்தான் அவனும் பெரிய துண்டாக ரொட்டியைப் பிய்த்தெடுத்து அதன் நுனியில் துகையலைத் தொட்டுக் கொள்கிறான். கடின உழைப்புடன் கூடிய சிறைவாசத்தைக் கூடச் சிரமப்படாது அனுபவிப்பதும் மீண்டும் மீண்டும் சத்தியாகிரகப் போராட்டத்தில் ஈடுபட்டு சிறைப்படத் தயாராவதுமான அவன் மனத்துணிவு எங்கே போனது? ஏன் அப்படி ஒரு முடிவெடுத்தான்?

"போலக்தான் காந்தியைத் தென்னாப்பிரிக்காவில் அவருக்கான வேலைகள் இன்னும் முடியவில்லை என்று கூறிக்கொண்டே இருப்பவர்" பிரணஜீவன்மேத்தாவுக்கு காந்தி தன் வார்த்தைகளை விட நண்பர் ஹென்றிபோலக்கின் வார்த்தைகளுக்கு அதிக முக்கியத்துவம் கொடுக்கிறார் என்று தோன்றியது.

"ஆனால் யார் என்ன சொன்னாலும் உங்கள் நண்பர் தான் செய்ய விரும்புவதைத்தான் செய்வார் என்று நீங்கள்தானே சற்று நேரத்துக்கு முன்பு சொன்னீங்க மேத்தா" என்றார் கஸ்தூர்.

பிள்ளைகள் தன் பாட்டுக்கு மடமடவென்று சாப்பிட்டுக் கொண்டிருந்தனர். மதிய நேரத்தில் அவர்களுக்குப் பள்ளிக்கூடம் துவங்கிவிடும். அதன் பிறகு பண்ணை வேலைகளிலிருந்து அவர்களுக்கு விடுதலை. பிளந்த விறகுகளைக் கட்டி வைப்பது, காய்ந்த சுள்ளிகளைச் சமையலறைக்கு எடுத்துச் செல்வது, தோட்டத்தில் களைபிடுங்குவது, சமையலுக்கான காய்கறிகளைச் சேகரித்துத் தருவது, துணிகளை உலர்த்தி மடித்து வைப்பது, காவடியில் சுனை நீரைச் சுமந்து வருவது என அவரவர் வயதுக்கேற்ற வேலைகள் காலை முதலே தொடங்கிவிடும். ஆனால் கடின உழைப்புக்கும் மதிய உணவுக்கும் பிறகு வகுப்பறையில் ஓரிடமாக அமரும்போது வகுப்புகள் கலகலப்பாக நடந்தாலொழிய பிள்ளைகளுக்கு உறக்கம் வந்துவிடும். சரித்திரம், பூகோளம், கணித வகுப்புகளைப் போலச் சமய வகுப்புகள் அத்தனை பிடித்தமானதாக இருக்காது. அடிப்படை பாடங்களை காந்தியும் கால்லன்பாக்கும் கற்றுக் கொடுத்தாலும் முஸ்லிம் குழந்தைகளுக்கு குரான் வேதமும் பார்ஸி பிள்ளைகளுக்கு அவெஸ்தா வேதமும் அந்தந்த மதத்தைச் சேர்ந்த குடியிருப்புவாசிகளால் கற்றுத் தரப்பட்டன. காந்தி இஸ்லாம் பற்றியும் ஜோர்வாஸ்தரின் சமயம் குறித்துமான புத்தகங்களைச் சேகரித்து வைத்திருந்தார். இந்து

மதத்தின் அடிப்படைக் கோட்பாடுகள் குறித்து தான் எழுதி வைத்திருந்த குறிப்புகளைச் சமய வகுப்புகளில் மாணவர்களுக்குக் கற்றுத் தருவதும் காந்தியின் பணிகளுள் ஒன்றாக இருந்தது.

கஸ்தூர் தட்டுக்கொன்றாக வெட்டி வைத்த மாம்பழத் துண்டுகளை வைத்துக்கொண்டே வந்தார்.

"பா... ரொட்டி நல்லாயிருக்கு. வெங்காயத்தை வதக்கி வைச்சிருந்தீங்கன்னா இன்னும் நல்லாயிருந்திருக்கும். அதுவும் உங்கள் கைப்பக்குவமே அமோகம்" என்றார் மேத்தா.

கஸ்தூர் மென்புன்னகை பூத்தார். தன்னிடம் இத்தனை உரிமையாகப் பேசும் இவர் கூட ஹரிலால் காணாமல் போன தினத்தன்று எதுவும் கூறவில்லை. பெற்ற மனமோ தவித்தலைந்தது. அவன் எங்குதான் போயிருக்கிறான்? ஜோஹானஸ்பர்க் முழுக்க சாத்தியப்படும் இடங்களிலெல்லாம் தேடிப் பார்த்தாகிவிட்டதாம். நண்பர்களும் கட்சிக்காரர்களும் காந்தியின் அலுவலகத்தில் கூடிவிட்டனராம். பா இதைப் பின்னாளில் கேள்விப்பட்டார்.

"அவன் மனைவிக்கு ஆண்குழந்தை பிறந்திருக்கிறது. ஒருவேளை குழந்தையைப் பார்க்கும் ஆவலில் இந்தியாவுக்குக் கிளம்பியிருக்கலாம்" என்றாராம் அவர் கணவர்.

"குழந்தைப் பிறப்பு என்பது குடும்ப நிகழ்வுதானே? அதை வீட்டில் சொல்லிக்கொண்டு கிளம்பியிருக்கலாமே?" என்றனர் நண்பர்கள்.

பார்ஸி நண்பர் ஒருவர், சமீபத்தில் ஹரிலால் தன்னிடம் இருபது பவுன் கடன் வாங்கியதாகத் தெரிவித்தபோது லேசானதொரு பிடி கிடைத்தது. ஜோசப் ராயப்பனிடம் ஹரிலால் நெருங்கிப் பழகுபவன். இருவரும் ஒன்றாகச் சிறையில் இருந்திருக்கிறார்கள். அவனைப் பாராட்டுக்கூட்டத்தில் அவர் பார்த்ததாகவும் அப்போது ஹரிலால் தான் இன்னும் இருபது நாட்களில் தென்னாப்பிரிக்காவை விட்டுச் செல்ல முடிவெடுத்திருப்பதாகவும் அதைத் தன் தந்தையிடம் கூறிவிடுமாறும் சொல்லிக் கொண்டிருந்தான் என்றபோது மற்றொரு முடிச்சு அவிழ்ந்தது.

"ஓ... அவர் ஏன் அப்படியொரு முடிவை எடுக்க வேண்டும்?"

ஆளுக்காள் ஒவ்வொன்றாகக் கருத்து சொன்னார்கள். அது பொதுவாக திரண்டபோது, ஹரிலால் இங்கிலாந்து சென்று படிக்க இத்தனை ஆசைப்பட்டிருக்கிறார் என்று தெரிந்தால் நாங்களே

அவரைப் படிக்க அனுப்பியிருப்போமே, என்பதாக இருந்தது. ஆனால் அவர் கணவரின் பிடிவாதத்துக்கு முன்னால் இந்த வீண்வாதங்கள் எடுபடுமா என்ன?

"பாட்டீ... பாட்டீ..." யாரோ அழைக்கிறார்கள். அவர் நிமிர்ந்து உட்கார்ந்தார். ஹரியின் மகன் இந்நேரம் உட்கார ஆரம்பிச்சிருப்பான். ராமிக்குத் தம்பியைப் பார்த்துக்கொள்ளத் தெரியுமா...? 'பாட்டீ... பாட்டி' என்று என்னைச் சுற்றிக்கொண்டு கிடந்தவள் என்னை மறந்து போய் விட்டாளோ? அவிழ்க்க முடியாத சிக்கலில் மாட்டிக் கொண்டதுபோல அவர் மனம் அலைபாய்ந்தது. அவன் காணாமல் போனபோது நிம்மதியைத் தேடிச் சென்றுவிட்டதாகச் சொல்லிக் கொண்டார்களாம். அது உண்மையானால் அவனுடைய குடும்பமாவது அவனுக்கு நிம்மதியைத் தருமா...? ஆனால் நிம்மதியைத் தேடிச் செல்பவன் ஏன் தகப்பனுடைய புகைப்படத்தைத் தன்னோடு எடுத்துக்கொள்ள வேண்டும்? அவன் எழுதி வைத்துவிட்டுச் சென்ற கடிதத்தில் கூட அவரைப் பற்றிக் குறையேதும் இல்லையே... அவர் அந்தக் கடிதத்தை அடிக்கடி மணிலாலிடம் கொடுத்து படித்துக் காட்டச் சொல்லுவார்.

என் இதயம் என்ன கட்டளையிட்டதோ அதைச் செய்திருக்கிறேன். கெட்ட நோக்கங்களுடன் எதையும் செய்யவில்லை. நான் ஓடிப்போய்விட்டேன் என்று நினைக்க வேண்டாம். நான் இன்னும் உங்கள் கீழ்படிதலுள்ள ஹரிலால்தான். நீங்கள் அப்படி நினைக்காமல் இருக்கலாம். ஆனால் நீங்கள் எப்போதும், இனியும் கூட என் மரியாதைக்குரியவர்தான். நீங்கள் கற்றுத் தந்திருக்கும் பாடங்களைப் பின்பற்றுவேன். உங்கள் செயல்களையே பிரதி செய்வேன் என்று நீங்கள் உறுதியாக நம்பலாம். அம்மாவிடம் நான் சம்பாதிப்பதற்காகச் சென்றிருக்கிறேன் என்று தெரிவிக்கவும். அவரிடமிருந்து பிரிந்திருப்பது வருத்தமளிக்கிறது என்றாலும் இதை நான் கடமை என்று எண்ணியே செய்திருக்கிறேன். இதை உடனே செய்யாமல் எனக்கு விடிவுகாலம் இல்லை. இப்போதைக்குப் படிப்பது மட்டுமே என் நோக்கம். எனக்குக் கட்டாயம் பணம் தேவைப்படும். உங்களால் முடிந்தால் அனுப்பி வைக்கவும் நான் என்னை ஸ்திரப்படுத்திக் கொண்டதும் என் லட்சியத்தில் வெற்றி பெற்றால் உங்களுக்கு எழுதுகிறேன். நான் போனாலும், போராட்டம் திரும்பவும் ஆரம்பிக்கப்படுமானால், உலகின் எந்தப் பகுதியில் இருந்தாலும் அங்கு வந்து கைதாவேன்.

மகனே... எனக்கும் உன்னைப் பிரிந்திருப்பது பெருந்துயரையே அளிக்கிறது.

நீண்ட பெருமூச்சோடு நினைவுகளை ஒதுக்கி விட்டு அந்தச் சிறுவனை அழைத்து அருகில் அமர்த்திக் கொண்டார் கஸ்தூர். அவன் தச்சு வேலை செய்யும் விஹாரியின் மகன் நாகசாமி.

"தாத்தா உங்களிடம் ஆரஞ்ச் பழம் வாங்கிக்கச் சொன்னாங்க பாட்டீ" அவன் காந்தியைக் கைக்காட்டினான்.

"ஓ... தரேனே" நேற்று ஆரஞ்சு மரத்தடியிலிருந்து பொறுக்கி எடுத்து வைத்த பழங்களைச் சிறு பையிலிட்டுச் சிறுவனிடம் நீட்டினார் கஸ்தூர். சிறுவனின் தகப்பனார் விஹாரியும் காந்தியும் நேற்றைய தினம் உரையாடிக் கொண்டது அவர் நினைவுக்கு வந்தது.

அய்யா... பக்குவமடைந்த தத்துவ நிலையிலிருந்து பார்ப்பவர்களுக்குக் கடவுள் எல்லாவற்றிற்கும் மேலானவர் என்றும் எல்லா இடங்களிலும் வியாபித்துள்ள பரம்பொருள் என்றும் தோன்றுவது சரிதான். அதாவது ஞானயோகியும் தியானயோகியும் பரம்பொருளையே சிந்தித்தவண்ணம் தியானம் செய்வார்கள். ஆனால் தவறு செய்யும் மனிதனும் தவறுக்காக வருந்தும் பக்தனும் என்னதான் செய்வது?"

அவர் பழங்களைப் பொறுக்குவதை நிறுத்திவிட்டுக் கணவரின் பேச்சைக் கவனித்தார்.

"கீதையை மீறிய கேள்விகளோ பகவான் உபதேசத்தை மீறிய பதில்களோ இவ்வுலகில் இல்லை விஹாரி... நிரந்தரமான ஆன்மா சுதந்திரத்துடனும் யாதொரு செயலுமின்றியும் ஒன்பது வாயில்கள் கொண்ட கோட்டையில் சாந்தமாகவும் பேரானந்தத்துடனும் அமர்ந்திருக்கிறது. ஆனால் உடலில் பற்றுள்ள ஆன்மாவோ உலகம் முழுவதும் வியாபித்துள்ள ஆன்மாவுடன் ஐக்கியமடைவதற்காகப் போராடிக் கொண்டு செயலில் ஈடுபட்டவண்ணம் இருக்கிறது. வெளிப்படையான அலங்காரங்களிலெல்லாம் பற்று கொள்கிறது. எறிய வேண்டிய கர்மவினையைத் தூக்கிச் சுமக்கிறது."

அவர் வாய் திறந்து பேசினாலும் கண்களை மூடிக் கொண்டிருந்தார்.

"நண்பரே... தத்துவ முறையை உணர்ந்தவர்கள் தத்துவ நிலையின் சிகரத்தை அடைய முடியும். அடைந்தும் இருக்கிறார்கள். ஆனால், போராடிக் கொண்டிருக்கும் ஆன்மாவானவன் தான் சாய்ந்து

கொள்ளவும் தன் கவலைகளையெல்லாம் உதறித்தள்ளவும் ஏதோவொன்றை நாடுகிறான். அவனாலும் கூடச் சத்தியமான பரம்பொருளை அறிந்துகொள்ள முடியும். ஒன்று அவன் தனது செயல்களையெல்லாம் கடவுளுக்கு அர்ப்பணம் செய்துவிட வேண்டும் அல்லது கடவுளிடம் அப்பழுக்கற்ற பூரண பக்தி செலுத்த வேண்டும்."

அவர் பொறுக்கியெடுத்த பழங்களை மடியில் கட்டிக்கொண்டார். இவரை மாதிரியான மனம் வாய்க்கப் பெறுவது கிடைத்தற்கரிய பேறுதான். ஆனால் அது உதிர்ந்து கிடக்கும் இந்த ஆரஞ்சுப் பழங்களைப் போலக் கனிந்து காம்பிலிருந்து விழுந்தால்தானே நல்லது? தடியால் அடித்துப் பறித்து அதனைக் கூடையிலிட்டுப் பழுக்க வைத்தால் பழங்கள் புளித்தல்லவா போய்விடும்?

அன்று மகன் எங்கோ சென்றுவிட்டான் என்ற செய்தி கஸ்தூரைத் தவிர மற்றவர்களுக்கெல்லாம் தெரிந்திருந்தது. இச்சேதியை மனைவி எத்தனை தூரம் தாங்கிக்கொள்வாள் என்று தெரியாதபட்சத்தில் அவரிடம் விஷயத்தைக் கொண்டு செல்லாமல் இருப்பதே நல்லது என்றும் சமயம் வரும்போது தானே மனைவியிடம் பக்குவமாகத் தெரிவித்துக் கொள்வதாகவும் காந்தி கூறிவிட்டாராம். ஹரிலால் ஜோஹானஸ்பர்க்கிலிருந்து இந்தியாவுக்குக் கப்பல் ஏறுவதற்காக டெலகோவா வளைகுடாவுக்குச் சென்று பிரிட்டிஷ் துணைத்தூதரகத்தில் நுழைந்து தான் ஒரு ஏழை இந்தியன் என்றும் தனக்கு பம்பாய் செல்ல இலவசப் பயணச்சீட்டு தேவைப்படுகிறது என்றும் சொன்னபோது அவர்கள் அவனை காந்தியின் மகனென அடையாளம் கண்டு கொண்டனராம். காலன்பாக் அவனை அழைத்து வரக் கிளம்பியபோது காந்தி அதனை மறுத்துவிட்டு இரண்டு தந்திகளை உடனுக்குடன் அனுப்பி மகனைத் திரும்ப அழைத்து வந்திருந்தார்.

பின்னர் இந்தச் செய்திகளெல்லாம் காதுக்கு எட்டியபோது கஸ்தூர் எவ்வித உணர்வுமின்றி கேட்டுக் கொண்டிருந்தார்.

ஜோஹானஸ்பர்க்கிலிருக்கும் காந்தியின் அலுவலக அறையில் தகப்பனும் மகனும் எதிரெதிர் இருக்கையில் அமர்ந்திருந்தனராம். ஹரிலாலின் கேசமும் உடைகளும் கலைந்திருந்தன. முகம் வழக்கமான களையை இழந்து சற்றே வீங்கினாற்போலிருந்தது. கண்கள் ஓரிடம் நிற்காமல் அலைபாய்ந்தன. ஆனால் எந்தவொரு கணத்திலும் அவை தகப்பனின் மீது நிலைகொள்ளவேயில்லை.

ஒளியின் நிழல் ✻ 169

இருவருக்குமிடையே நிலவிய மௌனத்தை அவன் பொருட்டாகக் கருதியது போலின்றி இருந்தானாம்.

காந்தி மகனை நேராகப் பார்த்தார். "உனக்கு என்ன பிரச்சினை ஹரி? ஏன் கிளம்பிப் போனாய்? அதுவும் யாரிடமும் சொல்லாமல். நமக்கிருக்கும் நிதி நிலையில இந்தப் பயணம் சாத்தியப்படாதுன்னு நான் ஏற்கெனவே சொல்லியிருந்தேன். அதை நீ கருதிக்கவே இல்லை. சத்யாகிரகியானவன் இப்படிப் போராட்டத்தைக் கை விட எவ்வித நியாயமும் இல்லைன்னு உனக்குத் தெரியாதா?"

"இதைத் தவிர உங்களால வேற எதையுமே யோசிக்க முடியாதாப்பா?"

"நீயே சொல்லு. நீ எதை யோசித்தாய்?"

"நீங்கள் உங்கள் மகன்களுக்குத் தகப்பனை போலில்லாமல் ரிங் மாஸ்டரைப் போல நடந்துக்கிறதா உங்களுக்குத் தோன்றியதே இல்லையா அப்பா?"

"மணிலாலோ ராமாவோ தேவாவோ அப்படிச் சொன்னதில்லையே ஹரி."

"ஆனா நான் சொல்றேன். எனக்கு அப்படித்தான் தோணுது. நீங்க என் சுயத்தை அங்கீகரிக்க மறுக்குறீங்க."

"பெற்றவங்க பிள்ளைங்களை வழி நடத்தறது தப்பா ஹரி?"

"பிள்ளைங்க படிக்கணும்னு ஆசைப்படறது தப்பா அப்பா?"

"பகவான் ராமகிருஷ்ணர், தயானந்த சரஸ்வதி, சிவாஜி, ராணா பிரதாப் இவங்கள்ளாம் உயர்க்கல்வியோ ஆங்கிலக்கல்வியோ பயின்றவங்களா? தாய்நாட்டுக்குத் தொண்டு செய்யறதுக்குக் கல்வி தேவையில்லை ஹரி."

"அது உங்களோட அனுமானம்ப்பா. ராணடே, கோகலே, திலகர், லஜபதிராய் இவங்கல்லாம் உங்களுக்கு மறந்து போச்சாப்பா? இனிமே இதைப் பற்றிப் பேசி பிரயோஜனமில்லை. நான் கிளம்பறேன். என்னை என் போக்கில அனுமதியுங்க... இப்பவும் இந்தக் கடிதம் எழுதி வைக்காமலோ ஜோசப் அண்ணாக்கிட்டே தகவல் சொல்லாமலோ கூடப் போயிருக்கலாம். ஆனா, நான் இன்னும் உங்க மேல மரியாதை வச்சிருக்கேன்."

ஹெர்மானும் மற்ற நண்பர்களும் பரிதவிப்போடும் ஒருவர் எண்ணுவதை மற்றவரிடம் பகிராமலும் தகப்பன்-மகன் விவகாரத்தில் தலையிடாமலும் அறைக்கு வெளியே காத்துக் கொண்டிருந்தனர். மௌனம் கனத்த திரையாக அவர்களைச் சூழ்ந்திருந்தாலும் அது எந்நேரத்திலும் கிழிந்து விடுமோ என்ற பயம் எல்லோரிடமும் இருந்தது.

"நானே சட்டத்தொழிலிலிருந்து விடுபடத்தான் எண்ணுகிறேன் ஹரி."

"ஆனாலும் நீங்கள் பாரிஸ்டர்தானே அப்பா?"

"அதை வைத்து நான் பணம் சம்பாதிக்க விரும்பல ஹரி."

"ஆனா, இதனால் மரியாதையும் சுயகௌரவமும் உங்களுக்குக் கிடைச்சிருக்கே?"

"சத்யாகிரகியொருவன் இதற்கு எந்தவிதத்திலும் குறைந்தவன் இல்லை ஹரி."

"நீங்கள் எப்பவுமே நீங்க நினைச்சதை மட்டும்தான் செஞ்சிட்டு வந்துருக்கீங்க. நாங்க விரும்பினதைச் செய்ய நினைச்சா அது தப்புன்னு சொல்றீங்க. உங்களைச் சுற்றியிருக்கறவங்க கூட நான் ஏன் உங்கள் விருப்பப்படி நடக்கக்கூடாதுன்னுதான் கேட்கிறார்கள்."

மகனைப் பார்த்து மென்மையாகச் சிரித்தார் காந்தி. "ஹரிலால் நீ சரஸ்வதிசந்திரா நாவலைப் படிச்சதோட விளைவுதான் இது. அதில் வரும் நாயகன் தன் தந்தை மீது பற்றற்று கடிதம் எழுதி வைத்து விட்டு வெளியேறியதை நீ செயலாகச் செய்து பார்க்க ஆசை கொண்டுவிட்டாய்."

"நீங்கள் உங்கள் கோணத்தில் மட்டும்தான் சிந்திப்பீர்களா அப்பா? நீங்கள் எங்களுக்கென நேரம் ஒதுக்கவில்லை என்பதோ எங்களைக் கவனிக்கவே இல்லை என்பதோ என்றாவது உங்களுக்குத் தோன்றியிருக்கிறதா? இதற்கெல்லாம் நீங்கள் வகுத்துக் கொண்ட பணிகள்தான் காரணம் என்றால் அவை எல்லாவற்றையும் விட உங்கள் மகனான நான்தான் முதன்மையானவன்னு நீங்க எப்பவாவது உணர்ந்திருக்கீங்களா? நீங்க ஏம்ப்பா எங்களை மறந்து போனீங்க. புழு குளவியாகறதுக்கான கதகதப்பை நீங்க ஒருபோதும்

கொடுக்கவேயில்லை. அகிம்சையைப் பத்திப் பேசற நீங்க ஏன் உங்க சொந்த மகன்களிடம் ஆயுதம் ஏந்தி நிக்கிறீங்க?"

அவர் எதையோ பேச வந்து பின்னர் தன்னை அமைதியாக்கிக் கொண்டார்.

"நீங்க எங்களை உங்கள்டேர்ந்து நகர்த்தி வைக்கறதுக்காகக் கோபம் என்னும் ஆயுதத்தைக் கையில எடுத்துக்கிட்டீங்க. உங்களுக்கு எங்களிடம் அன்பாகப் பேச ஏம்ப்பா எதுவுமே இல்லாம போச்சு? நான் உங்களிடம் பேச முற்படும்போதெல்லாம், நீங்கள் அதைக் கேட்டு முடிப்பதற்குள் பொறுமை இழந்துடுவீங்க. மற்றவர்களுக்கு எதிரிலேயே என்னிடம் முட்டாள்தனமாகப் பேசாதே என்பீர்கள். இதற்கெல்லாம் காரணம் நீங்கள் உங்களை முழுமையான அறிவு கொண்டுள்ளதாக நினைச்சுக்குறீங்க. அதனால்தான் எல்லாவற்றுக்கும் என்னுடன் விவாதம் செய்றீங்க. மீறி விவாதித்தால் அதையும் வெறுப்பால் அடக்கி வெல்கிறீர்கள். எது உண்மை என்று அறிவதை விட அதை விதிக்கப்பட்டது என்று நம்புறீங்க. அப்பா... இது மேலும் மேலும் என்னை மனச்சோர்வுக்குள்ளாக்குது. நடக்கும்போதும் உறங்கும்போதும் விழிக்கும்போதும் அமரும்போதும் படிக்கும்போதும் எழுதும்போதும் எங்களுக்குள் உங்களைப் பற்றிய பயத்தைத் தூண்டி விட்டுக்கிட்டே இருக்கீங்க."

"அவரை யாருமே எதிர்த்துப் பேசியிருக்கவில்லை" அறைக்கு வெளியே மௌனத்தைக் கீறிக்கொண்டு முதற்குரல் ஒலித்தது.

"அது அவர் காட்டும் அன்பில் கட்டுண்டு போவதால்" ஜோசப் ராயப்பனின் குரல் கனிந்திருந்தது.

"ஆனால், அவர் மகன்களிடம் அடக்குமுறையை மட்டுமே கையாள்கிறார். அவர் நவீன காலத்தின் தொழில்களின் மீது பற்றிழந்து விட்டதால் அவரது மகன்கள் நவீனக் கல்வியை பெற அனுமதி மறுக்கிறார். அவர் பிரம்மச்சரியத்தைக் கடைப்பிடித்தலால் அவரது பிள்ளைகளும் அப்படியே செய்ய வேண்டுமென்ற எதிர்பார்ப்பு கூட அவருக்கிருக்கலாம். ஹரிலாலும் மணிலாலும் சத்யாகிரகிகளுக்கு முன்மாதிரியாக இருக்க வேண்டும். கைதாவதிலிருந்து நிலத்தில் பாடுபடுவது வரை அவர் தந்தை விரும்பியதையே அவர்கள் செய்ய வேண்டுமென்று கருதுவது இந்தக் காலத்துப் பிள்ளைகளிடம் அதிகப்படியான எதிர்பார்ப்பு அல்லவா?"

“ஆனால் இது இந்துக் குடும்பங்களில் குடும்பத்தலைவர் அதிகாரத்தை எடுத்துக்கொள்ளும் வழக்கமான நடைமுறைதானே?” என்றார் சுரேந்திரமெத்.

ஆனால், அது அலுவலக அறைக்குள் கேள்விக்குரியதாக இருந்தது.

“நீங்க இன்னும் வேறுபட்ட கருத்துகளையோ அல்லது விமர்சனங்களையோ கேட்பதற்கு உங்களை ஆட்படுத்திக்கலப்பா. ஒருவேளை உங்களைச் சுற்றியுள்ளவர்களை அதற்கு நீங்க அனுமதிக்கலையோ என்னவோ? அதனாலதான் நான் பேசறது உங்களுக்கு ரொம்ப அதிகமா தெரியுது. என் எண்ணங்களைச் சின்னாபின்னப்படுத்தி என் சிறகுகளை வெட்டி விட்டுட்டீங்க. உங்களுக்குப் பிடிச்சமாதிரி பாதையைப் போட்டு வச்சிட்டு அதுல எங்களை நடக்கச் சொல்றீங்க. என் திறமைகளை நான் எடை போட்டுப் பார்க்கறதுக்கு என்னை நீங்க அனுமதிக்கவே இல்லைப்பா. எனக்காக நீங்களே அதைச் செய்து பாக்கறீங்க... நான் சொல்றது உங்களுக்குப் புரியுதாப்பா?”

“நிச்சயமா புரிஞ்சுக்க முயற்சிக்கிறேன் ஹரி... உன் தந்தை உனக்கு கெடுதல் செஞ்சுட்டேன்னு நினைச்சின்னா தயவுசெஞ்சு என்னை மன்னிச்சிடுப்பா.”

“அப்பா... நீங்க இப்படியெல்லாம் பேச வேண்டாம். அது எனக்கு மேலும் கஷ்டத்தைத்தான் தரும். நான் கொஞ்சநாள் தனியா இருக்கணும்னு நினைக்கிறேன். மனசு கொஞ்சம் தணிஞ்ச பிறகு நானே இங்கே வந்துடுறேன்.”

“நல்லது... நீ இந்தியாவுக்குப் போய்ட்டு வா. ஆனா உனக்கான கடமைகள் இங்கே காத்திருக்குங்கிறதை மறக்காதே ஹரி.”

“நிச்சயமா... அதை நான் கடிதத்தில் கூடத் தெளிவா எழுதியிருந்தேன் அப்பா.”

அவர்கள் கதவைத் திறந்துகொண்டு வெளியே வந்தபோது நண்பர்கள் அவர்களை வரவேற்கக் காத்திருந்தனர். ஹெர்மான், ஹரிலாலை நெருங்கி அணைத்துக் கொண்டார். பிறகு டால்ஸ்டாய் பண்ணையில் கஸ்தூரரைச் சந்தித்தபோது அதையே வேறுவிதமாகக் கூறினார். “குழந்தை பெற்றிருக்கும் உங்கள் மருமகளிடம் ஹரி கொஞ்சநாள் இருந்துட்டு வரட்டும் பா.”

கஸ்தூரால் இதை முழுமையாக நம்ப முடியவில்லை. அவரது கணவர் சத்தியாகிரகப் போராட்டம் கெட்டு விடக் கூடாது என்பதற்காக மருமகளை இங்கிருந்து பிரித்து இந்தியாவுக்கு அனுப்பி வைத்தவர். மனைவியுடன் செல்லத் துடித்த மகனின் உள்ளத்தவிப்பை அவர் அறியாமலா இருந்திருப்பார்? அதோடு அவன் வாய்விட்டே கேட்ட பிறகும் கூட அனுமதிக்க மறுத்தவர் இப்போது மட்டும் எப்படி ஒப்புக் கொண்டாராம்? ஏன் மகனே சென்றுவிட்டாய்? உனக்குத் தந்தை மட்டும்தான் இருக்கிறாரா? உனக்காக உருகிக் கொண்டிருக்கும் தாயை நீ எண்ணிப் பார்க்கவே மாட்டாயா?

அவருடைய மகன் ஹரிலால் இந்தியாவுக்குக் கிளம்பிவிட்டான். யாருமறியாமல் செல்லத் துணிந்தவன் இப்போது தகப்பனாரின் ஒத்திசைவோடு செல்லவிருக்கிறான். இனி என் மகனை நான் எப்போது காணப் போகிறேன்? என் வயிற்றின் கதகதப்பில் உயிர் பிடித்து வந்தவன் இன்று கண்டம் விட்டுக் கண்டம் தாவி எங்கோ செல்லவிருக்கிறான். அவரிடம் விடைபெற்றுக்கொள்ள வந்தபோது அவன் முகம் அன்பான தாயை விட்டுப் பிரியும் பரிதவிப்போ மனைவி மக்களைப் பார்க்கவிருக்கும் மகிழ்ச்சியோ ஏதுமற்றிருந்தது. அவனை வழியனுப்புவதற்காக அவன் தந்தையும் அவர் நண்பர்களும் புகைவண்டி நிலையம் வரை செல்லவிருக்கிறார்கள். பிறகு அவன் தனியே பயணிப்பான். அவன் மனைவியும் குழந்தைகளும் அவளுடைய பெற்றோரின் முறையான பராமரிப்பிலிருக்கும்போது பெற்ற தாயையும் உடன் பிறந்த சகோதரர்களையும் தென்னாப்பிரிக்க அரசியல் களத்தில் காந்தியின் மகனாகவும் ஹரிலாலாகவும் பெற்றுக் கொண்டிருக்கும் பெயரையும் புகழையும் விடுத்துவிட்டு எது அவனை இங்கிருந்து கிளப்பிக் கொண்டு போகிறது? தொலைவில் புகைவண்டியின் சைரன் ஓசை கேட்டது. ? மகனே... நீ கிளம்பி விட்டாயா...? மகனே... அந்தி மயங்கத் தொடங்கியிருந்தது. மகன் இந்நேரம் டெலகோவா வளைகுடாவுக்குச் சென்றிருப்பானோ...? அவன் செல்லவிருக்கும் கப்பல் என்றைக்குப் புறப்படவிருக்கிறது? எப்போது இந்தியாவுக்குச் சென்று சேர்வான்? எதையோ இழந்தவனைப் போன்றிருக்கும் அவனுக்கு ஒட்டு மொத்த குடும்பத்தையும் விட்டுப் பிரிந்திருக்க கிடைத்திருக்கும் இந்த வாய்ப்பும் தனிமையும் நல்லதா... கெட்டதா... சரியா... தவறா...? கஸ்தூருக்கு எண்ணங்களே சித்திரவதைகளாயின.

அன்றைய தினம் அவர் கணவர் வழக்கத்திற்கு முன்னதாகவே பிரார்த்தனை நடைபெறும் கூடத்திற்கு வந்திருந்தார். கஸ்தூர் குழப்பமும் துயரமும் சூழ்ந்த மனதைப் பலவந்தமாகப் பிடுங்கியெடுத்து பிரார்த்தனையில் ஒருங்கிணைக்க முயன்றார். குடியிருப்புவாசிகளும் சிறுவர்சிறுமியரும் வந்து சேர்ந்திருந்தனர். ஆனால் அதற்கு முன்னரே காந்தி பிரசங்கத்தைத் தொடங்கியிருந்தார்.

அலைக்கழிந்த மனதுடன் போர்க்களத்தில் நின்றிருந்த அர்ஜுனனின் மனக்கலக்கத்தைக் கண்டு பகவான் கிருஷ்ணர், எவனொருவன் தன் மனம் முழுவதையும் என்னிடம் அர்ப்பணம் செய்து என்னையே அடைக்கலமாகக் கொண்டு கர்மயோகத்தை அனுசரித்து வருவானோ, அவன் என்னைப் பூரணமாக அறிந்துகொள்வான் என்பதில் எள்ளளவும் ஐயமில்லை. அனுபவத்தை அடிப்படையாகக் கொண்ட ஞானம் ஒருவனுக்கு ஏற்படுமாயின், பின்னர் அவனுக்கு இந்த உலகத்தில் மேற்கொண்டு தெரிந்துகொள்ள வேண்டியது எதுவுமே இல்லை. எனினும் ஆயிரக்கணக்கானவர்களில் ஒருவன்தான் அத்தகைய ஞானத்தை அடைய முயற்சிப்பான். அவர்களிலும் ஒரே ஒருவன்தான் அதில் வெற்றியும் பெறுவான்.

அவர் குரல் கனிந்திருந்தது. கண்கள் யார் முகத்தையும் பாராமல் கறுத்த அந்திப்பொழுதை நோக்கிக் கொண்டிருந்தது.

மண், தண்ணீர், நெருப்பு, காற்று, ஆகாயம், மனம், அறிவு, அகங்காரம் ஆகிய எட்டும் சேர்ந்ததே எனது இயல்பாகும். நீரின் சுவையிலும் சூரியசந்திரனின் ஒளியிலும் ஓம் என்ற நாதத்திலும் விண்ணின் ஓசையிலும் மண்ணின் மணத்திலும் தீயின் வெம்மையிலும் உயிர்களின் ஜீவனிலும் துறவிகளின் தவத்திலும் மனிதனின் முயற்சியிலும் அறிவாளிகளின் அறிவிலும் பலவான்களின் பலத்திலும் நானே இருக்கிறேன். சத்துவ, ரஜோ, தமோ என்னும் முக்குணங்களுக்கு மயங்கிய மக்கள் அழிவற்ற என்னை அறிந்து கொள்வதில்லை. இந்த குணங்களால் உருவான என்னுடைய மாயையைக் கடந்து வெற்றி பெறுவது கடினமாகும். ஆனால் என்னையே யார் சரணடைகிறார்களோ அவர்களால் இம்மாயையைக் கடக்க முடியும். சிலர் வேதனையிலிருந்தும் துன்பத்திலிருந்தும் விடுதலை பெறுவதற்காக என்னை பூஜிக்கின்றனர். சிலர் என்னைப் பற்றிய ஞானம் ஏற்படுவதற்காக என்னை வணங்குகின்றனர். மூன்றாமானவர்களோ தங்கள்

ஆசைகள் நிறைவேற வேண்டுமென்பதற்காகவும், சிலர் அவ்விதம் வணங்க வேண்டியது தங்களுடைய கடமை என்ற ஞானத்துடனும் அப்படிச் செய்கின்றனர்.

அவர் தனக்குள்ளாகக் கூறிக் கொள்பவரைப்போல அனுபவித்து உரையாற்றிக் கொண்டிருந்தார்.

என்னை பூஜிப்பதென்றால், என்னால் சிருஷ்டிக்கப்பட்டவர்களுக்குத் தொண்டு புரிவதேயாகும். தங்களுடைய துன்பம் காரணமாகச் சிலர் தொண்டு செய்ய முன்வருகின்றனர். மற்றும் சிலர் தாங்கள் நலன் பெற வேண்டும் என்பதற்காகத் தொண்டு புரிகின்றனர். அத்தகைய நடவடிக்கைகளால் என்ன பலன் ஏற்படும் என்பதை அறிந்து கொள்ளும் ஆர்வத்தில் சிலர் தொண்டு செய்கின்றனர். நாலாவதான சிலர் அத்தகைய தொண்டின் பெருமையை அறிந்து அவ்விதம் செய்கின்றனர். அவர்களால் மற்றவர்களுக்கு தொண்டு புரியாமல் இருக்கவியலாது. இவர்கள்தான் ஞானிகளான என் பக்தர்கள். இவர்கள்தான் மற்றவர்களைக் காட்டிலும் என் அன்புக்குப் பாத்திரர்கள். என்னைக் காட்டிலும் சிறந்தது எதுவுமில்லை என்பதை இவர்கள் அறிந்திருக்கின்றனர்.

ரயில் கிளம்பும் சமயம் காந்தி சன்னலோரம் அமர்ந்திருந்த தன் மகன் ஹரிலாலை முத்தமிட்டு அவன் கன்னத்தில் லேசாகத் தட்டிக்கொடுத்து, உன் தந்தை உனக்குத் தவறிழைத்திருக்கிறேன் என்று நினைத்தால் அவரை மன்னித்து விடுவாயா ஹரி, என்றாராம். அப்போது அவர் கண்கள் லேசாகக் கலங்கியிருந்தனவாம். பின்னர் சன்னல் கம்பியைப் பிடித்திருந்த மகனின் கரத்தின் மீது தன் கரத்தை வளையமாகச் சுற்றிக் கொண்டாராம்.

"ஹரி என்ன பதில் சொன்னான்?" கஸ்தூர் நண்பர்களிடம் ஆவலும் தவிப்புமாகக் கேட்டார்.

அவர் உரையில் இலயித்திருந்தார்.

மனிதனின் விருப்பு வெறுப்புகளின் விளைவாகவே இன்பமும் துன்பமும் ஏற்படுகின்றன. அவைதான் மனித வர்க்கத்தையே மாயையினால் ஆட்டி வைக்கிறது. எனினும் மாயையிலிருந்து தங்களை விடுதலை செய்துகொண்டு, தங்களுடைய எண்ணங்களையும் செயல்களையும் தூய்மையாக வைத்துக் கொண்டிருப்பவர்கள் தங்களுடைய விரதங்களில் உறுதியாக நின்று என்னை இடைவிடாது பூஜிக்கிறார்கள். நான் குற்றம்

குறையற்ற பரப்பிரம்மம் என்பதையும், உடலோடு கூடிய எல்லா ஜீவராசிகளிடத்திலும் நான் இருக்கிறேன் என்பதையும் என்னுடைய சிருஷ்டித் தொழிலையும் அவர்கள் அறிகிறார்கள். ஸ்தூல உலகம், தெய்வீக உலகம், வேள்விகள் ஆகியவற்றை ஆட்கொண்டு நடத்தி வைப்பவன் நான்தான் என்பதை அறிந்து மன உறுதியையும் சாந்தியையும் யோக சித்தியையும் அடைந்து மரணத்திற்குப் பிறகு பிறப்பு இறப்புகளிலிருந்து அறவே விடுதலை பெறுகிறார்கள். உண்மையான ஞானம் அவர்களுக்கு ஏற்பட்டதும் அவர்களுடைய மனம் அற்ப விஷயங்களில் ஈடுபடுவதில்லை. இந்த உலகம் முழுவதும் கடவுள் மயமாகவே அவர்களுக்குத் தோன்றுகிறது. அவர்கள் கடவுளிடமே லயித்துவிடுகிறார்கள்.

அவன் தகப்பனாரின் கையிலிருந்து தன்னுடைய விரல்களை மெல்ல விடுவித்துக் கொண்டானாம்.

மரங்களில் காற்றசைவு இல்லாததால் விளக்கு நிதானமாக எரிந்து கொண்டிருந்தது. ஒளிக்கு நடுவில் காந்தி அமர்ந்திருந்தார். இமைகள் கண்களில் திரையாகக் கவிழ்ந்திருந்தன.

கணவர் கசப்பான எதோவொன்றை விழுங்கிக் கொண்டிருக்கிறார் என்பது வரை கஸ்தூரரால் புரிந்துகொள்ள முடிந்தது.

"ஆம்... இனி இது எப்போதுமே கசப்பானதுதான்" அவருள்ளம் முணுமுணுத்துக் கொண்டது.

- சொல்வனம்

அக்டோபர் 23, 2022

❋ ❋ ❋

09

தங்க நொடிகள்

வசிட்டா ஏரியில் நீர் பெருகி ஓடிக் கொண்டிருந்தது. வங்கத்தின் கிழக்குப் பகுதியில் ஓடும் அதன் கரைக்கும் படுகைக்கும் இடையே உயர்ந்திருந்த ஈரநைப்பான நிலங்கள் கிராமங்கள் என்றாகியிருந்தன. அவை வரிசையாக அமைந்திருந்தாலும் கோடு கிழித்தாற் போன்றிருப்பதில்லை. ஏரிக்குள் வளைந்தும் படுகைக்குள் நுழைந்துமாக அமைந்த கிராமங்களில் நகருடன் இணையும் பிரதானச் சாலையின் அருகாமையில் இருந்தது மூடாபாடா கிராமம். நீரின் செழிப்பும் நிலத்தின் வளமும் கிராமங்களை வயல்களுக்குள் புதைத்திருந்தன. போக்குப்பாதைகளைத் தவிர்த்து சிறு மண்பரப்புகளைக் கூடத் தாவரங்கள் தவறவிடுவதில்லை என்பதால் காணுமிடமெங்கும் பசுமை சூழ்ந்திருந்தது. படுகைகள் நீண்டு காடுகளாகியிருந்தன. வங்கத்தின் மாரிக்கால மாதமொன்றில் தகரத்தாலான அந்தச் சிறிய வீட்டின் தாழ்வாரத்தில் ஹுக்காவைப் புகைத்தபடி நின்றிருந்தார் சந்தா. தாழ்வாரமும் உள்ளறையும் கொண்ட அச்சிறு வீடு ஈரத்தில் தள்ளாடிக் கொண்டிருந்தது. சுப்பையா மழையால் தளர்ந்திருந்த பாகல்கொடிக்கு முட்டுக் கொடுத்து இழுத்துக் கட்டிக் கொண்டிருந்தான்.

அதிகாலையிலிருந்தே பிடித்துக் கொண்ட மழை இப்போதுதான் கொஞ்சம் நிதானத்துக்கு வந்திருந்தது. மீண்டும் எப்போது வேண்டுமானாலும் வந்துவிடலாம். கணிக்க முடியாது. இங்கு எதைத்தான் கணிக்க முடிகிறது. நாட்டில் என்னென்னவோ புதிதாக நடந்து கொண்டிருக்கிறது. வீடு விவசாயம் என்றிருந்தவர்கள் இப்போது போராட்டம் ஊர்வலம் என்று மாறிக் கொண்டிருக்கிறார்கள். சந்தா, ஹுக்காவைக் கூரையின்

எரவாணத்தில் சொருகி வைத்துவிட்டு வெளியே வந்தார். சமையல் முடிந்திருந்தது. வேக வைத்த அரிசிச் சோற்றில் பிசைந்து கொள்ள சணல்தளிர்களைக் கீரையாக ஆக்கி வைத்திருந்தார். உறியில் தொங்கிக் கொண்டிருந்த பிரம்புக்கூடையில் அவித்த அல்லிக்கிழங்குகள் மீதம் கிடந்தன. தாழ்வாரத்திலிருந்தவாறு ஏதேனும் தலை தென்படுகிறதா என எட்டிப் பார்த்தார். வயலையொட்டிய பரந்தவெளியில் மண்ணில் பதிந்து கிடந்த சிறு சிறு மரத்திண்டுகளில் ஆட்கள் யாரும் அமர்ந்திருக்கவில்லை. கூடி நாலைந்து நாட்களாகிவிட்டது என்பதால் எல்லோருமே மழை தணிவதற்காகத்தான் காத்துக் கொண்டிருக்க வேண்டும். வந்து விடுவார்கள். இந்தக் கூடலைக் குட்டி மாநாடு என்று கூறிக் கொள்வார்கள் நக்கலாக. மாநாடு என்றால் கொள்கை ஒன்றாக இருக்க வேண்டுமே என்பார் சந்தா. ஆளாளுக்கு ஒவ்வொரு கருத்து. தண்டி யாத்திரைக்குப் பிறகு உயர்ந்திருந்த காந்தியின் மீதான மதிப்பும் ஆதரவும் பகத்சிங் உள்ளிட்டோரின் தூக்குத் தண்டனை நிறைவேற்றத்திற்குப் பிறகு அப்பகுதியில் வெகுவாகச் சரிந்திருந்தது.

கல்யாண முருங்கை மரம் மழையில் நனைந்து அபயம் என்பதுபோலக் கைகளை விரித்து வானைப் பார்த்தது. சுப்பையா பாகற்காய்களைப் பறித்துத் தாழ்வாரத்தில் வைத்தான். தரையில் ஊறிக் கிடந்த ஈரத்தைச் சணல் சாக்கால் ஒற்றி எடுத்தான். பாயும் படுக்கையும் பரண் மீதிருந்தாலும் அதிலும் குளிர் ஏறிக் கிடந்தது. வீடு வயலோடு ஒட்டிக் கிடப்பதால்தான் இவ்வளவு குளிர்கிறது என்றபடியே சந்தா போர்த்திக் கொள்வதற்கு நாலைந்து போர்வைகளை ஒன்றாக்கிக் கொடுப்பார். ஏதோ ஒரு சந்தர்ப்பத்தில் வீட்டை விட்டு வெளியேறிய சுப்பையா எங்கெங்கோ தங்கிவிட்டு இறுதியில் சந்தாவிடம் அடைக்கலமாகியிருந்தான். ஒன்றரை வருடக் காலத்தில் வங்க மொழி பரிட்சயப்பட்டிருந்த அளவுக்கு பிரிட்டிஷ் இந்தியாவின் தென்கோடியிலிருக்கும் தமிழகத்தைச் சேர்ந்தவனான அவனுக்குக் குளிர் இன்னும் முழுதாகப் பழகவில்லை.

"சந்தா... யோவ் சந்தா எப்படியிருக்க... மழையில ஊறிப்போயிட்டியா... இல்ல இன்னும் முழுசாதான் இருக்கியா..." தான் சொன்னதற்குத் தானே சிரித்துக்கொண்டு கான்ஞ் மரத்திண்டில் அமர்ந்துகொண்டதைக் கண்டதும் சந்தாவுக்கு உற்சாகம் தொற்றிக் கொண்டது.

“வா வா கான்ஞ்சு... வானம் வெளி வாங்கீடுச்சு. இன்னும் யாரையும் காணாமோன்னு நெனச்சேன்... நல்லவேளையா வந்துட்டே...”

“நல்லவேளையெல்லாம் எப்போ வரப்போவுதோ தெரியில. இப்ப எல்லாமே கெட்டவேளைதான். ஒண்ணு கலவரம் போராட்டம்னு கொடிபுடிக்கிறாங்க. இல்லேன்னா நடமாட முடியாதபடி கைது பண்ணிடுறாங்க. இதுல மழை வேற எல்லாரையும் முடக்கிப் போடுது” தலையில் தொங்கவிட்டுருந்த படுதாவைக் கழற்றி ஓரமாக வைத்தார். கை வரை நீண்ட குளிராடை அணிந்திருந்தார். அவர் சந்தாவின் சிறு வயது கூட்டாளி. அடுத்திருந்த மாடுலாடா கிராமத்தைச் சேர்ந்தவர். வழுக்கலான சேற்றுப்பாதையென்றாலும் தடி ஊன்றியாவது நடந்து வந்து மாநாட்டில் கலந்துகொண்டு வாயார நான்கு வார்த்தை பேசினால்தான் பொழுது போவது போலிருக்கும் அவருக்கு.

“அடைமழை தொடங்கீட்டா கேக்கவே வேணாம்...” என்றபடியே அமர்ந்தார் பேலு. காலு வந்து கொண்டிருந்தான். அவன் இதே ஊரைச் சேர்ந்த இளைஞன். சந்தாவின் தம்பி மகன். அவன் தலையைக் கண்டதும், “இந்த காந்தியிடம் என்ன இருக்குதுன்னு இளைஞர்களெல்லாம் மயங்கிக் கிடக்கிறாங்களோ தெரியில... இவரால் நாடு வீணா போய்ட்டிருக்கு. எங்கே திரும்பினாலும் படிக்கற படிப்பையும் பாக்கற வேலையையும் கெடுத்துக்கிட்டு சத்தியாகிரகம்... ஒத்துழையாமைன்னு ஒரே போராட்டம்தான். இவரோட பெயரைப் பிரபலப்படுத்திக்கறதுக்கு அடுத்த வீட்டு புள்ளைங்களெல்லாம் காவு வாங்கித் தொலையுறாரு” என்றார் எரிச்சலோடு.

“அதுவும் பகத்சிங் சுக்தேவ் ராஜகுருவின் மரணதண்டனைக்குப் பிறகு இவங்கல்லாம் என்ன சிந்திக்கிறாங்கன்னே தெரியல” என்றார் கோபமாக. பையில் இனிப்பு உருண்டைகள் எடுத்து வந்திருந்தார். அதைக் காலியாக இருந்த மரத்திண்டில் வைத்துவிட்டுச் சால்வையை உதறி உடலில் அழுத்தமாகச் சுற்றிக்கொண்டார்.

“மொதல்ல அவல்... மத்ததெல்லாம் அப்றம்தான்...” என்றார் சந்தா. உள்ளே எட்டிப் பார்த்து, “சப்பியா... உறில அவல் இருக்கு... எடுத்துட்டு வர்றியா?” என்றார் உரக்க. சுப்பையா என்ற பெயர் அவரைப் பொறுத்தவரை சப்பியா என்றாயிற்று.

சுப்பையாவுக்கு இருபது வயதிருக்கலாம். சிவந்த நிறமும் களையான முகமுமாக இருந்தான். அளவான உயரமும் அதற்கேற்ப பருமனுமாக நல்ல வாலிபக் கட்டான உடலைக் கொண்டிருந்தான். தோள்வரை அடர்ந்து தொங்கிய தலைமயிரைக் கொண்டையாக்கிச் சுற்றியிருந்தான். அவலைத் துணிச்சுருளோடு எடுத்து வந்து வைத்தபோது ஆளுக்கொரு பிடி அள்ளிக் கொண்டனர். இயந்திரத்தில் சுற்றிப் பதமாக வறுக்கப்பட்ட அவல் மழைக்கு இதமாக இருந்தது. முதன்முறையாக சுப்பையா இங்கு வந்தபோதும் இப்படித்தான் மழை பெய்து கொண்டிருந்தது. இத்தனைக்கும் அது சைத்திர மாதம். அன்று சந்தாவுக்கு முடிக்க வேண்டிய வேலைகள் நிறைய இருந்தன. மண் பொதபொதப்பில் வயலில் விழுந்துவிட்ட கல்யாண முருங்கையை அப்புறப்படுத்த வேண்டும். மழையில் தளர்ந்திருந்த சணல் தட்டை வேலியை இழுத்துக் கட்ட வேண்டும். சமையல் வேலை வேறு இன்னும் முடியவில்லை.

கனன்று கொண்டிருந்த அடுப்பில் தாழ்வாரத்தில் கிடந்த நாணல் குச்சிகளை உடைத்து வைத்து ஊதி நெருப்புண்டாக்கி அந்த வெதுவெதுப்பில் சிறிது நேரம் அமர்ந்துவிட்டு வெட்டி வைத்த கத்தரிக்காய்களைச் சட்டியிலிட்டு அடுப்பில் ஏற்றினார். பூனையவரைக் கொடி சாரலில் நனைந்து நடுங்கியது. சட்டியில் வதங்கிக் கொண்டிருந்த கத்தரிக்காயை எடுத்து நசுக்கிப் பார்த்துவிட்டு அதில் கழுவி வைத்த மீன் துண்டங்களைச் சேர்த்து உப்பு மிளகாய் தூவி நாலைந்து இலைகளைப் பறித்து சட்டியின் காதைப் பிடித்துக் கொண்டு நன்கு பிரட்டி விட்டபோதுதான் துறையில் யாரோ ஒரு இளைஞன் நீரள்ளிப் பருகிக் கொண்டிருந்ததைப் பார்த்தார். புதியவன் போலும். யாராக இருந்தால் என்ன...? கோடை மழைக்கு இதம் கிடையாது. அடித்து நகர்த்திவிடும். பொழுதுசாயும் நேரம் வேறு. கைகளை வாயோரம் குவித்து இளைஞனை நோக்கி ஓசையெழுப்பி தன்னிடம் வருமாறு சைகை செய்தார். அமைதியாக இருந்த நாடு இப்போது சுயராஜ்ஜியம், விடுதலை என்றெல்லாம் பேசிக் கொண்டு மக்களை உணர்வின் உச்சத்திலேயே வைத்திருக்கிறது. படிக்கிற பிள்ளைகளுக்கும் வீட்டுப் பெண்களுக்கும் கூட இந்தப் பைத்தியம் பிடித்துவிட்டது. சிறைத்தண்டனையெல்லாம் இயல்பாகி விட்டது. ஒன்று மாற்றி ஒன்றாக எதாவது ஒரு கொந்தளிப்புக்குள் நாடு மூழ்கிக் கொண்டேயிருக்கிறது. அந்தக் கொந்தளிப்பில்தான் இவனும் கிளம்பியிருக்க வேண்டும். ஒரே பார்வையிலேயே

அவனைச் சிநேகிக்கப் போதுமானவற்றைச் சந்தாவின் மனம் கற்பித்துக் கொண்டது.

"நீங்க சொல்லுவதையெல்லாம் ஏத்துக்க முடியாது சித்தப்பா... அவர் யாரையும் கெடுக்கல" என்றான் நட்டு சிடுசிடுப்பாக. அவன் லுந்தினா கிராமத்தைச் சேர்ந்தவன். லுந்தினா கிராமத்தை அடுத்து மேட்டு நிலம் தாவரங்களால் அடர்ந்து காடாகிவிடும். பிறகு வசிட்டா கடலைப் போலச் சூழ்ந்துகொள்ளும். கேமியான் கூட லுந்தினாவைச் சேர்ந்த ஆள்தான். பகத்சிங்கின் தீவிர பக்தன். இந்துஸ்தான் சோசலிசக் குடியரசை அந்தப் பகுதியில் ஒருங்கிணைத்தவன். ஹரிஹர், சமியோன் போன்று நிறைய இளைஞர்கள் அவனுடன் இருந்தனர். காட்டுப்பகுதியில் அவர்களின் சந்திப்பு நிகழ்வதாகப் பேசிக் கொள்வார்கள். ஆயுதங்கள் கூட வைத்திருந்தனர். ஹரிஹர் அதற்கான முழுப் பயிற்சி எடுத்திருந்தான். சமியோன் சிறந்த பேச்சுக்காரன். இளைஞர்களைத் திரட்டிப் பயிற்சியில் சேர்த்துவிடுவான். இரண்டொரு கொள்ளை வழக்குகள் கூட அவன் மேல் உண்டு என்பார்கள். இப்போது இவர்களெல்லாம் எங்கிருக்கிறார்கள் என்று யாருக்குமே தெரியாது.

மரத்திண்டுகள் நண்பர்களால் நிரம்பத் தொடங்கின. கருமேகங்கள் விலகி இலேசாக வெயிலடித்தது ஆறுதலாக இருந்தது. பிரம்பம்படல் மீது கம்பளிகளை விரித்துக் காய வைத்தான் சுப்பையா. செம்பருத்தியும் அரளியும் வெயிலைக் கண்டு சிநேகமாகச் சிரித்துக் கொண்டன.

"நட்டு... உங்க காந்தி அகிம்சை... அகிம்சைங்கிறாரே... அது அவர் உள்ளத்திலேர்ந்து வந்த உண்மையான கருத்துன்னா பகத்சிங், சுக்தேவ் ராஜ்குருவின் தூக்கு தண்டனையைத் தடுத்திருக்கலாம் இல்லையா? ஒண்ணு புரிஞ்சுக்க... அவர் தன்னோட கொள்கையை எதிர்த்தவங்க வாழ்றதையோ புகழ் பெறுவதையோ விரும்பமாட்டார். அதுதான் நிஜம்" என்றார் மால்ஜி.

"மாமா... உங்கள் வாதத்துக்கே வர்றேன். ஒருவேளை அவரோட பேச்சைக் கேட்டு மரண தண்டனை ஆயுள்தண்டனையாகக் குறைக்கப்பட்டிருந்தால் அதன்மூலம் அவரோட செல்வாக்கு உயர்ந்திருக்குமே. இப்போ நீங்கல்லாம் சுமத்தற பழியே அவர்

ஏத்துக்க வேணாம் பாருங்க" நட்டுவுக்காகத் துணைக்கு வந்தான் பால்வா.

"காந்தியோட அகிம்சைக்கு இது சோதனை. இளைய ஆளுங்களோட கவனமெல்லாம் இப்போ பகத்சிங் மேலதான். சரியோ தப்போ... அவரு எவ்வளவோ பாடுபட்டு ஒருங்கிணைச்சு வச்ச கொள்கை இப்போ நீர்த்துப் போயாச்சு. அதைத் திரும்பவும் முதல்லேர்ந்து மாத்திக் கொண்டு வரணும். இது பெரிய வேலைதான்" கான்ஞ் பேசும்போதே குளிரால் வார்த்தைகள் நடுங்கின.

"ஆமாமா... அவர் போராட்டத்தோட லட்சணம்தான் தெரியுதே. லண்டனில் போய் தாழ்த்தப்பட்ட ஆளுங்களுக்குத் தனித்தொகுதி கொடுக்கக் கூடாதுன்னு சொல்லீட்டு வந்தாருல்ல?"

"பேலு... இதுல ஒனக்கென்னய்யா பிரச்சினை...?" என்றார் சந்தா.

"அதுசரி... பகத்சிங் மாதிரி துடிப்பா இருந்தாதான் சுயராஜ்ஜியம் கெடைக்கும்னு தோணுது. துப்பாக்கி, வெடிக்குண்டுன்னு மாறி போய்ட்டிருக்கற காலத்தில இவர் அறம், அகிம்சைன்னு எதையோ சொல்லி வெட்டியா காலத்தை நகர்த்திட்டு இருக்காரு" என்றபடியே காலடியில் ஊறிய நத்தையை கெந்தி எடுத்து தூர வீசினார் மால்ஜி.

"என்ன பெரிய அகிம்சை? வைஸ்ராய் பேச்சுவார்த்தைக்கு அழைச்சப்ப அந்த இளைஞர்களோட மரணதண்டனையை நிறுத்தி வச்சாதான் பேச்சுவார்த்தைக்கு உடன்படுவோம்னு கறாரா நில்லுங்கன்னு அவரோட காங்கிரஸ் ஆளுங்க சொன்னதையாவது சட்டை பண்ணினாரா? காலம் கனிஞ்சு வந்தப்போ இவரோட தன்னகங்காரத்தால வீணா நழுவ விட்டுட்டாரு. சிறையில் இருக்கிற சத்தியாகிரகிகளை நிபந்தனையின்றி விடுதலை செய்யணும்னு வலியுறுத்தத் தெரிஞ்சவருக்கு லாகூர் சதிவழக்கு அவசரச் சட்டம் அநீதியாகத் தெரியவில்லையா...? அந்த மூணு பேரோட உயிரு இவரோட அகிம்சை பட்டியலுக்குள்ள வராதா?" பூன்ஜி ஆவேசமாகப் பேலுவுடன் சேர்ந்து கொண்டான்.

சணல்பயிர்கள் குளிர்காற்றில் வளைந்தாடின. மழை வந்துவிட்டால் பூமியின் நிறமே பசுமையாகி விடும். துறையோரத்தில் வியாபாரம் களைகட்டியிருந்தது. வியாபாரப் படகுகளில் அன்னாசிப்பழம், சேம்பு, பூசணிக்காய், வாழைக்காய், கருப்பட்டி எனப் பண்டங்களை விறுவிறுப்பாக ஏற்றி அனுப்பிக் கொண்டிருந்தனர்.

பிரயாணிகளை ஏற்றிச் செல்லும் கொய்னா படகுகள் அசைந்து அசைந்து பயணித்தன. படகோட்டிகள் கை அசராமல் துடுப்பு வலித்தனர். நுங்குகள் அடங்கிய பிரம்புக்கூடைகளை ஆட்கள் படகில் பரபரப்பாக ஏற்றிக் கொண்டிருந்தனர். சுப்பையாவுக்கு துறையில் அமர்ந்து இவற்றையெல்லாம் வேடிக்கை பார்ப்பது பிடிக்கும். சலித்துப்போகும் அன்றாடங்களை அவன் அதிசயத்து பார்ப்பதைச் சந்தா கவனித்திருக்கிறார்.

"என்ன... பூன்ஜி சொன்னதற்கு பதிலையே காணும்...?" என்றார் பேலு.

"அவன் சொல்றதும் சரின்னுதான் தோணுது..." என்றார் கான்ஞ்.

"நான் பதில் சொல்றேன்... காந்திஜிக்கும் வைஸ்ராயுக்கும் நடந்த பேச்சுவார்த்தை இரண்டு தனிமனிதர்களுக்கான பேச்சுவார்த்தை இல்ல. நாட்டின் நலனுக்கான உடன்படிக்கை செய்துக்கற இடத்தில் தனிமனிதர்கள் சார்ந்த கோரிக்கைகளை எழுப்ப முடியுமா? அது நியாயமா...? அவர் தன்னோட கொள்கை அனுமதிக்கறளவுக்கு போராடிப் பார்த்தாரு... நடக்கல. அதைத்தானே அவரால செய்ய முடியும்? ஏன்... அவரைத் தவிர மத்தவங்க யாருமே இந்தப் போராட்டக்களத்தில இல்லையா என்ன?"

"நட்டா... இப்போ நீ என்ன சொல்ல வர்றே? தூக்குல செத்தவங்க தனி மனிதர்களா? தங்களோட குடும்பப் பிரச்சனைக்குதான் அவங்க போராடுனாங்களா? சரி... உன் பேச்சுப்படியே வச்சுக்குவோம். பர்டோலியில் வரிக்கொடா இயக்கம் நடந்தப்போ அரசாங்கம் விவசாயிகளிடமிருந்து பறிச்ச நிலங்களைத் திரும்ப கொடுக்க சொல்லி வைஸ்ராயிடம் கோரிக்கை வைக்க தெரிஞ்சுதுல்ல அவருக்கு? அது தனிநபர்கள் சார்ந்த கோரிக்கையா... இல்ல தேசம் முழுவதுக்குமான கோரிக்கையா? நிலத்தைத் திரும்ப தரணும்னு கேட்டது நியாயம்னா திரும்ப தரவே இயலாத உயிரைப் பறிக்காதேன்னு எடுத்து சொல்றதும் நியாயம்தானே... இது பிரயோசனம் இல்லாத பேச்சுவார்த்தை..." வெறுமையாக உதட்டைப் பிதுக்கினார் கான்ஞ்.

சுப்பையாவுக்கு வெயிலைக் கண்டதும் வெளியே உடலை உலர்த்திக்கொள்ள வேண்டுமாய்த் தோன்றியது. சந்தா அவனுக்காக எருமை ஒன்று வாங்கி கட்டியிருந்தார். தீனி வைக்கும் பொறுப்பு அவனுடையது. அதை அவிழ்த்து குளத்தங்கரையில் புல்லிருக்கும் பக்கம் அழைத்துச் செல்வான். அதற்குள் அவர் சாணத்தை

அப்புறப்படுத்தி கொட்டிலைத் தூய்மையாக்கி வைத்திருப்பார். குளத்திலிருந்து நீரள்ளி சமைத்து முடித்த அடுப்பில் ஏற்றி வைத்து விட்டால் அந்தக் கனப்பிலேயே நீர் சூடாகிவிடும். சுடுநீரை எடுத்து ஊற்றி ஆற அமர குளிப்பது அவனுக்குப் பிடிக்கும். வெயில் வந்ததும் தடியை எடுத்துக்கொண்டு காலாற நடந்துவிட்டு வருவான். கையோடு பாகல், புடலை, சணல்கீரை என அன்று பறித்து வைத்தவைகள் எவையாகிலும் எடுத்துக்கொண்டு வழியிலிருக்கும் சந்தாவின் தங்கை வீட்டில் கொண்டு சேர்ப்பித்துவிடுவான்.

சுப்பையா வந்த புதிதில் பேலு சந்தாவை அழைத்து அறிவுரை சொன்னார். “சந்தா... இப்போல்லாம் உன்னால தனியா இருக்க முடியறதில்லை. அதனாலதான் யாரோ ஒருத்தனைக் கூட்டிட்டு வந்து கூட வச்சிருக்க போலருக்கு. காலம் கெட்டுக் கிடக்கு. இவன் நிச்சயமாக நம் வங்கத்தைச் சேர்ந்தவன் அல்ல... உன் மாமனாரிடம் பெண்களுக்கா பஞ்சம்...? உனக்கு வேண்டிய பெண்ணைக் கேட்டுக் கல்யாணம் செய்துக்கோ... பிள்ளை பெத்துக்கோ... இந்தப் பையனைத் தங்க வச்சிக்கிட்டு வம்பை விலைக்கு வாங்காதே... உன் தம்பி மகன் காலுவுக்கு இந்த விஷயத்தில் உன் மீது வருத்தம் வந்துட போவுது பார்த்துக்கோ.”

ஒருவேளை தனக்குத் துணை தேவைப்படுகிறதா... அதுவும் இவர் சொல்லுவது போலப் பெண் துணை... இருக்காது. பலுவோடு வாழ்ந்ததே போதும்போதுமென்ற நிறைவான வாழ்வுதான். காந்தி கிராமவாசிகளை காங்கிரசுக்குள் கொண்டு வருவதற்காக உறுப்பினர் தொகையைக் குறைத்து ஒரு கோடி உறுப்பினர்களைச் சேர்க்க முடிவெடுத்திருந்த தருணம் அது. திலகர் சுயராஜ்ய நிதி என்ற பெயரில் அவர் நிதி திரட்டியபோது பலு கூட தன் தங்க வளையல்களைக் கழற்றிக் கொடுத்திருந்தாள். அதற்குப் பின் வந்த இதே மாதிரியான மாரிக் காலத்தில் தீராத காய்ச்சல் நோயில் விழுந்து இறந்து போனாள். அவள் இறந்த பிறகு உலகமே நின்று போனதாய்த் தோன்றியது சந்தாவுக்கு. வீடோ அவளுடன் வாழ்ந்த நினைவுகளை மீள மீள கொண்டு வந்தது. ஒரு கட்டத்தில் தாங்கவியலாது கிளம்பி வயலோடு வந்துவிட்டார். பிறகு அதுவே நிரந்தரமாகிப் போனது. இப்போது பலு கூட மனதின் ஆழத்திற்குள் ஓடி மறைந்து விட்டிருந்தாள். இன்னொரு துணை என்ற எண்ணமெல்லாம் தோன்றவேயில்லை. சுப்பையாவைக் குறித்து அவருக்கு இதுவரை எந்தப் புகாரும்

இல்லை. தனக்கென வேலைகளை ஒதுக்கிக் கொண்டு பொறுப்பாக நடந்து கொள்கிறான். ஒருவேளை எனக்கொரு மகன் இருந்தால் இப்படிதான் இருந்திருப்பானோ...?

அவர் நினைவுகளை இழுத்துக்கொண்டு வரும்போது விவாதம் சூடுபறக்க ஓடிக் கொண்டிருந்தது.

"எது பிரயோசனம் இல்லாத பேச்சு வார்த்தை? காந்தி இர்வின் பேச்சுவார்த்தையில் சமரசம் ஏற்படாமல் போயிருந்தால் நாடு இன்னும் நூறு மடங்கு கஷ்டங்களுக்கு உள்ளாகியிருக்கும் தெரிஞ்சுக்கோங்க" என்றான் பால்வா.

"என்ன பெரிய கஷ்டம். இப்போது இல்லாத கஷ்டமா? உங்கள் காந்தி அந்நிய துணிக்கடைகள் முன்பும் மதுக்கடைகள் முன்பும் ஆர்ப்பாட்டம் செய்ய அனுமதி வாங்கினாரில்லையா... அதைச் செய்யச் சொல்லும் முதலில். வேண்டுமானால் கொஞ்சம் உப்பை அள்ளிக் கொள்ளட்டும். ஆனால், இதனாலெல்லாம் விடுதலை கிடைத்துவிடும் என்று நம்பிக்கொண்டு அலையாதீர்கள்" முடித்து வைப்பதுபோலப் பேசினான் மால்ஜி. ஆனாலும், மாநாடு அத்தனை சீக்கிரம் முடிந்துவிடாது. பெரும்பாலும் அவர்களது பேசுபொருள் காந்தி என்பதாக இருக்கும். அவர்தானே இப்போ களத்தில் நின்னு அடிச்சாடுறாரு... என்பான் நட்டு. ஆனால் அதை விட இப்போது பகத்சிங் முன்னிலையில் இருந்தான். பொதுவாக இந்தக் குட்டி மாநாடு பேச்சுகளால் உச்சம் கண்டு பின் தணிந்து கனிந்து சிரிப்போடு கலைந்துவிடும். அரிதான சந்தர்ப்பங்களில் சலசலப்புகள் மனவருத்தம் வரை கூடச் செல்வதுண்டு. கான்ஞ்சும் சந்தாவும் வாதங்களில் பங்கெடுப்பதற்காகவே கூட்டங்களுக்குச் சென்று தகவல்கள் திரட்டிக்கொள்வார்கள்.

சணல் வயல்களின் வரப்பு வழியே நீண்டிருந்த பாதையில் சுப்பையா நடந்து கொண்டிருந்தான். கையிலிருக்கும் கழியால் பாதையில் தட்டுப்பட்ட செத்தைகளையோ பூச்சிகளையோ விலக்கி விட்டுக் கொண்டான். சணல் வயல்களிலிருந்து நீர் வழிந்தோடி நெல் வயல்களில் இறங்கிக் கொண்டிருந்தது. இரண்டு பக்கமும் சேறு. அழுகிய செடிகள். நத்தைகள், படிந்து கிடந்த நீர்ப்பாசி என மழையின் கைங்கர்யங்களில் கால்களைப் புதைத்தும் இழுத்தும் நடந்தான். மழைக்காலங்களில் சில சமயம் ஏரியும் வயலும் ஒன்றாகி வீடுகள் தீவுகளாகிவிடுமாம். அக்காட்சியைக் கற்பனை செய்தபோது நன்றாகத்தான் இருந்தது. ஆனால் குளிர்தான்

பிரச்சினை. மனிதர்கள் வீட்டுக்குள்ளிருந்து கொள்ளலாம். விலங்குகள்தான் பாவம் மழையினால் அவஸ்தைப்படும். அதனால்தான் எருமையோ பசுவோ ஒற்றையாக நின்றாலும் அதற்கென கொட்டில்கள் இருக்கின்றனபோலும். வாத்துகள் கூட கூண்டுகளில் அடைப்பட்டிருந்தன. கிராமத்தை விட்டு விலகிச் சென்ற பாதை குறுகி தாவரங்களால் அடர்ந்திருந்தது. அதையடுத்திருந்த தனியார் பாக்குத்தோட்டத்தில் வைத்துதான் சினுவை முதன்முதலில் சந்திருந்தான். சினுவுக்குப் பதினெட்டு வயதிருக்கலாம். வாளிப்பமான தேகத்தைப் புடவையால் மூடியிருந்தாள். இவனைக் கண்டதும் இன்னும் இழுத்து மூடிக் கொண்டாள். தன் வெற்றான நெற்றியைச் சுழித்து யார் என்பது போலப் பார்த்துவிட்டு விறுவிறுவென்று ஆட்கள் இருக்கும் திசை நோக்கி நடந்து மறைந்தபோதுதான் அவனுக்குள் முழுதாய் அமர்ந்து கொண்டாள்.

இடித்த அவலில் பாலூற்றி கருப்பட்டி போட்டு நெய் தொட்டு உருண்டைகளாக்கி எடுத்து வந்திருந்தான் காலு.

"வெள்ளையனுக்கு எதிரா போராட எத்தனையோ விஷயம் இருக்கு. இவரு உப்பை எதுக்கு கையில எடுத்தாருன்னு தெரியில... ஆனா ஒண்ணு... பீரங்கி துப்பாக்கி, அதிகாரம், ஆள்படைன்னு இருக்கற அரசாங்கத்தை வெறுங்கையில எதிர்த்து நிக்கறதுக்கெல்லாம் ஆன்மபலம் வேணும்" என்றார் சந்தா.

புடலைக்கொடியை எவ்விக் கடித்து விட முயன்ற எருமையைச் செல்லமாக முதுகில் தட்டி அங்கிருந்து நகர்த்திவிட்டார்.

"வரலாற்றை மறந்துவிட்டாலே பிரச்சினைதான். உப்பு ஒன்றுமில்லாத சமாச்சாரம் அல்ல. அது பிரிட்டிஷாருக்குப் பெரும்பணம் சம்பாதித்துக் கொடுத்த பெருவணிகம். கொஞ்ச காலத்துக்கு முன்னால சுங்கச்சாவடியெல்லாம் அமைச்சு உப்புக்கு வரி வசூல் பண்ணியிருக்காங்க. நாடு பூரா உப்புவேலி போட்டுக் கடுமையான அடக்குமுறை நடந்திருக்கு. ஐம்பது வருஷத்துக்கு முன்னால பெரும் பஞ்சம் வந்துச்சுல்ல... அது ஏன்...? நாம் உழைக்க மறந்து போனோமோ... இல்லைன்னா நிலமெல்லாம் விளைவிக்க மறுத்துடுச்சா? மழை பொய்ச்சு போச்சா? எல்லாம் சரியாதான் நடந்துச்சு. ஆனா விளைஞ்ச பண்டம்தான் வீட்டுக்கு வரல. அதெல்லாம் அப்படியே கப்பல்ல இங்கிலாந்துக்குப் போயிடும். துறைமுகத்தை நோக்கிச் சாலைகள்

தண்டவாளங்களெல்லாம் இதற்காகத்தானே அமைச்சாங்க... உழைப்பைக் கொடுத்த நமக்கு உணவோ உப்போ கிடைக்கலை. பஞ்சம் வந்துடுச்சு. அப்போ கூட அவங்க உப்பு மேல விதிச்ச வரியை மாத்தவோ குறைக்கவோ இல்லை. காந்திஜி உப்பைத் தவிர்த்து வேறு எதை கையிலெடுத்திருந்தாலும் அது அத்தனை வலுவாக இருந்திருக்காது...” நட்டா இடைநிறுத்தாமல் பேசினான்.

மீண்டுமொருமுறை கிடைத்த வாய்ப்பில் அவளிடமிருந்து கண்களை எடுக்கவே தோன்றவில்லை அவனுக்கு. அவளோ அவனுக்கு முதுகைக் காட்டியபடி விறுவிறுவென்று நடந்து போய்க் கொண்டிருந்தாள். அவளே தான். சற்றே உயரம் குறைந்த அதே வாளிப்பமான உருவம். தளிர் போன்ற நடை. தனக்காகத்தான் வந்திருப்பாளோ...? முதுகில் விழிகள் வைத்து தன்னைக் கவனித்துக் கொண்டிருக்கிறாள். ஆம். கவனிக்கிறாள். அவன் படபடப்பாக உணர்ந்தான். அந்தப் படபடப்பை அனுபவித்துக் கொண்டேயிருக்க வேண்டுமாய்த் தோன்றியது. தோன்றியதைச் செயல்படுத்தும் ஆர்வம் எழுந்தது. அதற்கு இயற்கை கூட ஒத்துழைத்தது போல. மழை அத்தனை தீவிரம் காட்டாமல் ஒதுங்கி நின்று வேடிக்கை பார்த்தது.

“அவரு நிலப்பிரபுகளுக்கா குந்தகம் செய்றாரு. அவரோட குறியெல்லாம் ஏழைகளோட ஒருவேளை சோற்றில கல்லெறிஞ்சு பார்க்கறதுலதானே இருக்கு... அப்றம் வீட்டுக்கு நாலு பொம்பளைங்களை மூளியாக்கி உட்கார வைக்கிறது. பிரம்மசமாஜம் சீர்த்திருத்தம் கொண்டுட்டு வர்லேன்னா இப்பவும் பொம்பளைங்கள நெருப்பில தள்ளி விட்டு வேடிக்கை பாத்திருப்போம்...” பூன்ஜியின் வார்த்தைகளைச் சந்தாவும் ஆதரித்தார். பேலு பேஷ்... பேஷ்... என்றார் உற்சாகமாக.

“பிரம்மசமாஜம் வெள்ளைக்காரனை எதிர்த்துப் பெருசா எதும் பண்ணீடல புரிஞ்சுக்கங்க...”

“ஏதோ ஒண்ணு. இந்த மூடத்தனத்தையெல்லாம் ஒழிக்குணும்னு ஒங்க காந்தி சொல்லலையே நட்டா...” என்றார் கான்ஞ்.

“அதுக்காக அவரைப் பழமைவாதின்னு சொல்லிடலாமா.? மதம் பண்பாடு இனம் இவற்றையெல்லாம் தன்னுடையது பிறருடையதுன்னு அவர் பிரிச்சுப் பார்க்கறதில்லை. இந்தியாவைப்

பெரிய சமரச வெளியாக்கிப் பார்க்கணும்கிறது அவரோட ஆசை...”

“பால்வா... அவரே தன்னைச் சனாதனின்னுதானே சொல்லிக்கிறாரு... நீ ஏன் வக்காலத்து வாங்கற...”

“பேலு அண்ணா... சனாதனிங்கிறதை நீங்க பழமைவாதமா பார்க்கிறீங்க. அவர் அகிம்சை சத்தியம் இதெல்லாத்தையும் உருவாக்கும் விழுமியங்கள் இந்து மதத்தில் இருக்குன்னு நம்புறார்னு நான் நம்பறேன்...”

“நல்லா சொன்னே பால்வா. தலைவர் தன் கருத்தோடு தொண்டர்களின் நம்பிக்கையை ஒருங்குபடுத்துற அற்புதமான தங்கநொடிகள் இவை... தலைவரும் தொண்டர்களும் சரியானபடி இணைஞ்சிட்டா இலக்கை அடையறது பெரிய விஷயமேயில்ல...” நெகிழ்ச்சியாக ஒலித்தது நட்டுவின் குரல்.

“இதெல்லாம் காந்தி காந்தின்னு சொல்ற கூட்டத்தோட வறட்டுவாதம். அவர் பழமைவாதி. மதவாதி. அதைத்தான் பிரம்மசமாஜம் களையணும்னு நினைத்தது...”

“ஹ... பேலு அவர்களே. மதத்துக்காக மனிதனா? மனிதனுக்காக மதமா? பிரம்மசமாஜம் உருவாக்க நினைத்தது நெகிழ்வுகள் இல்லாத நிறுவனப்படுத்தப்பட்ட மதத்தை. ஏன் தெரியுமா? அதுதான் பிரிட்டிஷார் விரும்பியது. உணர்ச்சிப்பூர்வமான மனிதனை நெகிழ்வற்ற எதுவும் வழிநடத்தவியலாது... அதைப் புரிந்து கொள்ளுங்கள் முதலில்...”

“நட்டா... மதம் என்பது சட்டம் போல நெகிழ்வுகளற்றிருக்க வேண்டும். நீ இளைஞன். இதையெல்லாம் அறிந்துகொள்ளும் வயதும் பக்குவமும் அற்றவன். மதம் நெகிழ்தன்மை கொண்டிருந்தால் காலமாற்றத்தில் அது தன் அடையாளத்தை இழந்து எடுப்பார் கைப்பிள்ளையாகிவிடும்.”

மீண்டும் அவளைப் பார்க்கும் சந்தர்ப்பம் வாய்த்தபோது அது எதேச்சையானது என்று அவன் சொல்லிக் கொண்டாலும் பாக்குத்தோப்பையொட்டி அவன் கால்கள் நடந்தது எதிர்ப்பார்ப்போடுதான் என்பதைப் பிறகு தனக்குள் ஒப்புக் கொண்டான். அப்போது அவள் தன் குறுகுறுப்பான கண்களால் அவனை நிமிர்ந்து பார்க்கத் தொடங்கியிருந்தாள். இருவரும்

பேசும் வாய்ப்பை ஏற்படுத்திக் கொண்டபோதுதான் அவள் திருமணமானவள் என்பது தெரிந்தது. வினுபாடா கிராமத்தைச் சேர்ந்த கனுவா என்ற செல்வந்தரின் மகள்தான் அவள். அவர்களின் கொட்டிலில் எருமைகளுக்கும் பசுக்களுக்கும் குறைவேயில்லை. நெசவுத்தறி ஓசையின்றி அவர்களால் உறங்கவே முடியாதாம். “கனுவா குடும்பத்துக்கு மேட்டு நிலத்தில இருக்கற பாக்குத்தோட்டம் ஒண்ணு போதும், எப்பவும் பஞ்சமே வராது. கனுவாவோட நான்கு மகன்கள்ல ஒருத்தன் தேசசேவை செய்யப் போயி தடியடி பட்டு இறந்துட்டான். அவரு பொண்ணு கூட விதவையாயிட்டா...” என்று சந்தா ஏதோ ஒரு பேச்சில் அந்தக் குடும்பத்தைப் பற்றிச் சொல்லியிருந்தார்.

சுப்பையா துறையோரமாக நடந்து சென்றான். சைத்ரமாதமென்றால் இங்கு பசுமை மறைந்து வயல்வெளிகள் சூனியமாகக் கிடக்குமாம். விதவைகளின் வாழ்க்கையைப் போல. விதவைப் பெண்கள் ஆயுளுக்கும் வீட்டு வேலைகளில் தம்மை ஆழ்த்திக்கொள்ள வேண்டும். பசிக்கும் நேரத்தில் வெந்த கீரையைச் சோற்றிலிட்டு விருந்தாக எண்ணி உண்டு கொள்வார்களாம். மீன்களையெல்லாம் பார்த்துக்கதான் முடியும் என்பாள் சினு. மனம் முழுவதும் வியாபித்த அவளின் நினைவுகள் நடையை விறுவிறுப்பாக்கின. அவள் அவனுக்காகக் காத்துக் கொண்டிருப்பாள். மழை விட்டதும் அவன் கிளம்பி வருவான் என்பது அவளுக்குத் தெரியும். நேற்றைக்கு முந்தினதினம் வானம் வெளுத்து லேசாக வெயில் தலைகாட்டியது. அப்போதே சென்றிருக்க வேண்டியது. ஆனால் வாழைக்காய்களை வியாபாரப் படகில் கொண்டு சேர்ப்பிக்க வேண்டிய வேலை இருந்ததால் வரவியலாமல் போய்விட்டது. அவளைச் சமாதானப்படுத்த வேண்டும். நடைப்பாதையில் இலவம்பூக்கள் சிதறிக்கிடந்தன. சீத்தா மரங்கள் கனிகளால் தாழ்ந்திருந்தன. பிரம்பம்புதர்களில் குளவிக்கூடுகள் தென்பட்டன. இங்கு வந்த பிறகு பிரம்பம்பழம், பலீசப்பழம், கட்டாரிப்பழம் என உண்ணப் பழகிக் கொண்டாலும் சீத்தாப்பழமே அதிக விருப்பமாக இருந்தது, அது சினுவுக்குப் பிடிக்கும் என்பதாலிருக்கும். கனிந்த பழமொன்றைப் பறித்து எடுத்துக்கொண்டான். அவளோடு சேர்ந்து உண்டால் அது கூடுதல் சுவையாகிவிடும்.

“உன் காந்தி மக்கள்டேர்ந்து ரொம்ப அதிகமா எதிர்பாக்கிறார். அவர் மாதிரியே மத்தவங்களும் இருக்கணும்னு கண்டிப்பு காட்டறார்... மதத்தில் நெகிழ்வுத்தன்மை வேணுங்கற மாதிரி

மனிதனுக்கும் அது அவசியம்தானே? எப்பவும் நினைப்பெல்லாம் குறிக்கோள் கொள்கை இலட்சியம் இது மட்டும்தானா? இதுதானா மனித வாழ்க்கை...? இதைத் தவிர மகிழ்ச்சி இன்பம் என்றெல்லாம் ஒன்றிருப்பது அவருக்குத் தெரியாதா...?" படபடப்பாகக் கேட்டார் கான்ஞ்.

சினுவுக்கு வங்கப் பெண்களுக்கே உரிய உருண்டையான முகம். இளமையின் எழில் உடலாக மலர்ந்திருந்தது. மாநிறத்துக்கும் சற்று மேலான நிறம். வாழைமரத்தை உரித்து உள்ளிருந்த தண்டுகளைக் கொண்டு செய்தனபோல வழவழப்பான கைகள். அதையெடுத்துத் தன் கையில் வைத்துக்கொண்டபோது எழுந்த சிறு மறுப்பு அவனை மேலும் முன்னேற வைத்தது. அவளை முதன்முதலில் பார்த்தபோது சிவப்புக் கரைபோட்ட வெள்ளைப்புடவையின் கீழ் அன்னமென நடந்து சென்ற அவள் கால்களை இப்போது அவனால் தயக்கமின்றி காண முடியும். உடலெங்கும் ஓடிய சிலிர்ப்பை மீண்டும் மீண்டும் அனுபவிக்க தோன்றியது. கண்கள் கட்டுப்பாடை இழந்திருந்தன. உடல்கள் தன்னிலை மறக்கத் தோதுகொண்டன. அவர்கள் தோப்புக்குள் சென்று தங்களை மறைத்துக் கொண்டார்கள்.

ஒவ்வொரு சந்திப்பையும் ஒரே இடத்தில் நிகழ்த்த முடியாது என்பதால் அவர்கள் தங்களுக்கென நாலைந்து இடங்களை உருவாக்கி வைத்திருந்தனர். ஒன்று தப்பினால் மற்றொன்று. ஆனால் தப்பும் கணங்கள் ஒவ்வொன்றும் தாபத்தால் கனத்திருக்கும். செத்தைகளை மெத்தையாக்கி அணைப்புக்குள் ஆழ்ந்த பிறகு தாபங்கொண்ட நொடிகள் புன்னகையை வரவழைக்கும். நெளிந்த உதடுகளும் இணைந்த மனங்களும் ஒன்றிணையும் தங்கநொடிகள் அவை. அதனை எண்ணும்போதே கால்கள் விரைவு கொண்டன. பாசியும் நீர்ச்செடிகளும் காடாக வளர்ந்திருந்தன. அடர்ந்த புதர்களுக்கு நடுவேயிருந்த ஒற்றையடிப்பாதையில் வேகமாக நடந்தான். கொடிகளின் புதர்கள் பாதையில் பரவி கால்களில் சிக்கி வேகத்தைக் குறைத்தது. மருதமரம் கிளை விரித்துப் பரவியிருந்தது. குருகு மரத்தைக் கடந்ததும் மகிழமரம். அதனடியில் அமர்வதற்கேற்ப வசதி இருந்தது. அதுதான் அவர்களின் முதலாம் இடம். அவள் குருகு மரப் பொந்துகளில் குடியிருக்கும் பருந்துகளின் உதிர்ந்து கிடக்கும் இறக்கையால் உடலைத் தீண்டியது போன்று கூசி நெகிழ்ந்து அவன் மடியில் சரிந்து விழுவாள். வண்ணாத்திப்பூச்சிகள் சூழ்ந்து குடைபிடிக்கும். ஓணான்கள்

எட்டிப் பார்த்துவிட்டு ஒளிந்து கொள்ளும். பிரம்பம்புதர்களுக்குப் பின்னிருந்த அடர்வற்ற வெளியில் அவள் இருந்தேயாக வேண்டும். ஏனெனில் இது அவர்கள் குறித்து வைத்திருந்த ஐந்தாவது இடம்.

அவர்கள் ஒருவருக்கொருவர் ஏமாற்றம் அளித்துக் கொள்பவர்கள் அல்ல. அந்த நம்பிக்கைதான் அவனைச் சாலமரக்கிளைகளால் கவிழ்ந்திருந்த இருளை அவசரஅவசரமாகக் கடக்க வைத்தது. அது அவர்களின் இரண்டாவது இடம். புல்லும் சருகும் மண்ணில் அமிழ்ந்துகிடந்தன. ஏதோ ஒரு பறவை ஹூம் ஹூம் என்று அனத்திக் கொண்டிருந்தது. சினு கூட எதையோ முணுமுணுப்பாள். அது அவனைப் போதையேற்றும். அவளின் கிறங்கிய கண்கள் மீது உதடுகளை அழுத்தப் பதிப்பான். ஒருமுறை தொலைவில் எங்கோ மரமொன்றின் கிளை முறிந்து விழும் ஒலிகேட்டு அவள் பயந்து அலறிவிட்டாள்.

“காடு உனக்குப் புதிதா...?” என்றான் காதருகில் குனிந்து.

“இல்லை... இது எனக்குப் புதிது. ஒவ்வொன்றும் அச்சம் தருகிறது...”

“அப்படியானால் இப்பேரின்பம் அச்சத்திலிருந்துதான் பிறக்கிறதா...?

அவளுக்குப் பதில் சொல்லும் உத்தேசமெல்லாம் இல்லை. தங்கநொடிகள் கடந்தும் போய்விடலாம்.

- தமிழினி இணைய இதழ்
டிசம்பர் 22, 2020